AF886078

ഗ്രീൻ ബുക്സ്

ഐതിഹ്യമാല

ശക്തൻ തമ്പുരാനും കഥകളും

കൊട്ടാരത്തിൽ ശങ്കുണ്ണി

കൊല്ലവർഷം 1030 മീനം 23(1855 മാർച്ച് 23)ന്
കോട്ടയത്ത് കോടിമതയിൽ കൊട്ടാരത്തിൽ
വാസുദേവനുണ്ണിയുടെ മകനായി ജനനം.
'വാസുദേവൻ' എന്നതാണ് യഥാർത്ഥ നാമധേയം.
പതിനേഴ് വയസ്സിനു ശേഷം മണർകാട് ശങ്കരവാര്യരിൽനിന്നും
സിദ്ധരൂപം പഠിച്ചു. പിന്നീട് രഘുവംശം, മാഘം, നൈഷധം
തുടങ്ങിയ കാവ്യങ്ങളും, സഹസ്രയോഗം, ഗുണപാഠം,
ചികിത്സാക്രമം, അഷ്ടാംഗ ഹൃദയം മുതലായവയും പഠിച്ചു.
കൊടുങ്ങല്ലൂർ കുഞ്ഞിക്കുട്ടൻ തമ്പുരാന്റെ നിർബന്ധപ്രകാരം
സുഭദ്രഹരണ മണിപ്രവാളം മുപ്പത്തിയാറാം വയസ്സിൽ രചിച്ചു.
'കവിതിലകൻ' എന്ന സ്ഥാനവും മെഡലും 1904ൽ
കൊച്ചിരാജാവിൽനിന്ന് കരസ്ഥമാക്കി.
അതിനുശേഷം എം.ഡി സെമിനാരി ഹൈസ്ക്കൂളിൽ
ആദ്യത്തെ മലയാളം മുൻഷിയായിരുന്നു.
1112 കർക്കടകം ഏഴിന് (1937 ജൂലൈ 22) അന്തരിച്ചു.

ഐതിഹ്യമാല

ശക്തൻ തമ്പുരാനും കഥകളും

കൊട്ടാരത്തിൽ ശങ്കുണ്ണി

ഗ്രീൻ ബുക്സ്

green books private limited
gb building, civil lane road, ayyanthole,
thrissur- 680 003, kerala, ph: +91 487-2381066, 2381039
website: www.greenbooksindia.com
e-mail: info@greenbooksindia.com

malayalam
aithihyamala
sakthan thampuranum kathakalum
(epic)
by
kottarathil sankunni

first green books edition july 2014
reprinted february 2020

illustrations : gopidas
cover design : rajesh chalode

branches:
thrissur 0487-2422515
thiruvananthapuram 0471-2335301
calicut 0495 4854662
enakulam 8589095302

isbn : 978-81-8423-330-8

GBPL/577/2014

4

ഐതിഹ്യമാല

ശക്തൻ തമ്പുരാനും കഥകളും

ഉള്ളടക്കം

1. കൊച്ചി ശക്തൻതമ്പുരാൻ തിരുമനസ്സുകൊണ്ട്*

അമാനുഷ പ്രഭാവനായിരുന്ന ശക്തൻതമ്പുരാൻ തിരുമനസ്സിലേക്കുറിച്ച് കേട്ടിട്ടില്ലാത്തവരായി കേരളത്തിലാരും തന്നെ ഉണ്ടായിരിക്കുമെന്നു തോന്നുന്നില്ല. ആ തിരുമേനി പ്രവർത്തിച്ചിട്ടുള്ള കടുംകൈകളെക്കുറിച്ചു കേട്ടാൽ അവിടുന്ന് നീതിയും മര്യാദയുമില്ലാത്ത ക്രൂരനും അക്രമിയുമായിരുന്നു എന്ന് ഇക്കാലത്തുള്ള ചില പരിഷ്കാരികൾക്ക് തോന്നിയേക്കാം. എന്നാൽ വാസ്തവം അങ്ങനെയല്ല. അവിടുന്ന് രാജ്യത്തു നീതി നടക്കണമെന്നും അക്രമമൊന്നും ഉണ്ടാകരുതെന്നും ജനങ്ങൾ സദാ സമാധാനത്തോടുകൂടി സ്വൈരമായി വസിക്കണമെന്നും ആർക്കും ഒരു വിധത്തിലും യാതൊരു സങ്കടവും നേരിടരുതെന്നും വളരെ നിർബന്ധമുള്ള ആളായിരുന്നു. ആ നിർബന്ധത്തെ പാലിക്കാനായി അവിടുന്നു ചിലപ്പോൾ ചില കഠിന പ്രവൃത്തികൾ ചെയ്തിട്ടില്ലെന്നില്ല. എന്നാൽ അതെല്ലാം ദുഷ്ടന്മാരോട് മാത്രമാണ്. സാധുക്കളെ അവിടുന്ന് ഒരു വിധത്തിലും സങ്കടപ്പെടുത്തീട്ടില്ല. ദുഷ്ടന്മാരെ ശിക്ഷിക്കുകയും ശിഷ്ടന്മാരെ രക്ഷിക്കുകയുമാണല്ലോ രാജധർമ്മം. അതിനുവേണ്ടി ചില കഠിനക്കൈകൾ പ്രയോഗിച്ചാലും അത് ഒരിക്കലും അനീതിയായി വരുന്നതല്ലല്ലോ. പിന്നെ അക്കാലത്തു ജനങ്ങൾക്ക് ഇപ്പോഴത്തെപ്പോലെ വിദ്യാഭ്യാസമോ രാജഭക്തിയോ വിവേകമോ ഒന്നുമുണ്ടായിരുന്നില്ല. കേവലം മൂഢന്മാരും അക്രമികളും അവിവേകികളുമായവരോട് ധർമശാസ്ത്രപ്രകാരം പ്രവർത്തിച്ചുകൊണ്ടിരുന്നതിനാൽ രാജ്യത്തു നീതിനടത്താനും സമാധാനമുണ്ടാക്കാനും സാധിക്കയില്ലല്ലോ. അതിനാൽ അവിടുന്ന് കാലമറിഞ്ഞ് പ്രവർത്തിച്ചിരുന്നു എന്നു മാത്രമേ വിചാരിക്കാനുള്ളൂ.

ശക്തൻതമ്പുരാൻ തിരുമനസ്സുകൊണ്ട് തിരുവവതാരം ചെയ്തരുളിയത് കൊല്ലം 926-ാമാണ്ട് കർക്കടകമാസം 10-ാംതീയതി വ്യാഴാഴ്ചയും

* ഇതു കൊച്ചി നാലാംകൂറായിരുന്ന തീപ്പെട്ടുപോയ കേരളവർമ്മ (കുഞ്ഞിക്കിടാവു) തമ്പുരാൻ തിരുമനസ്സുകൊണ്ട് കൽപ്പിച്ചെഴുതിത്തന്ന നോട്ടനുസരിച്ചാണ് ഞാൻ എഴുതീട്ടുള്ളത്.

പൂയംനക്ഷത്രവും അമാവാസി തിഥിയുംകൂടിയ സമയത്തായിരുന്നു. അക്കാലത്ത് കൊച്ചിരാജകുടുംബത്തിലുള്ളവർ താമസിച്ചിരുന്നത് വെള്ളാരപ്പിള്ളിയിലുള്ള കോവിലകത്തായിരുന്നതിനാൽ അവിടെ വെച്ചായിരുന്നു തിരുമനസ്സിലെ തിരുവവതാരം. ആ കോവിലകം ഇപ്പോഴുമുണ്ട്.

തിരുമനസ്സിലെ തിരുവവതാരസമയം ജ്യോതിശ്ശാസ്ത്രപ്രകാരം അത്ര ശുഭപ്രദമല്ലായിരുന്നു. അതിനാൽ അവിടെയെല്ലാവർക്കും വിശേഷിച്ച് അമ്മത്തമ്പുരാട്ടിക്കും വളരെ മനസ്താപമുണ്ടായി. അക്കാലത്ത് അവിടെ സമീപത്തുള്ള ഒരു ക്ഷേത്രത്തിൽ ദിവ്യനായ ഒരു സന്യാസി താമസിച്ചിരുന്നു. അമ്മത്തമ്പുരാട്ടി തന്റെ പുത്രനു കഷ്ടാരിഷ്ടതകളെല്ലാം നീങ്ങി മേലിൽ ഗുണം സിദ്ധിക്കുന്നതിലേക്ക് എന്തെങ്കിലും മാർഗമുണ്ടാക്കിത്തരണമെന്ന് ഒരു പ്രതിപുരുഷൻ മുഖാന്തരം ആ സന്യാസിയോടപേക്ഷിച്ചു. ആ സന്യാസി കുറെ പൂവെടുത്തു ജപിച്ച് "ഈ പൂവു കൊണ്ടുപോയി രാജകുമാരനെ കിടത്തിയിരിക്കുന്ന കിടക്കയുടെ ചുവട്ടിലിട്ടാൽ മതി, സകല ദോഷങ്ങളും നീങ്ങി രാജകുമാരൻ മേലിൽ കേങ്കേമനായിത്തീരും" എന്നു പറഞ്ഞു കൊടുത്തയയ്ക്കുകയും ആ പ്രതിപുരുഷൻ ആ പൂവു കൊണ്ടുപോയി രാജകുമാരന്റെ മെത്തയുടെ ചുവട്ടിൽ ഇടുവിക്കുകയും ചെയ്തു.

ശക്തൻതിരുമനസ്സിലെ തിരുവവതാരം പൂയം രണ്ടാംകാലിൽ (*അമ്മകാലിൽ*) ആയിരുന്നതുകൊണ്ടോ എന്തോ അവിടേക്ക് ഏകദേശം മൂന്നു വയസ്സായപ്പോഴേക്കും അമ്മത്തമ്പുരാട്ടി തീപ്പെട്ടുപോകയാൽ പിന്നീടു തിരുമേനിയെ വേണ്ടതുപോലെ പരിപാലിച്ചു വളർത്തിയത് അവിടുത്തെ ചിറ്റമ്മത്തമ്പുരാട്ടിയായിരുന്നു. തിരുമനസ്സുകൊണ്ട് ആ ചിറ്റമ്മയെ ആജീവനാന്തം പെറ്റമ്മയെപ്പോലെ വിചാരിക്കുകയും ചെയ്തിരുന്നു.

യഥാകാലം വേണ്ടതുപോലെ വിദ്യാഭ്യാസവും ആയുധാഭ്യാസവും ചെയ്യിക്കുകയാൽ, ബുദ്ധിശാലിയായിരുന്ന ശക്തൻ തിരുമനസ്സുകൊണ്ട് ചെറുപ്പത്തിൽത്തന്നെ നല്ല വിദ്വാനും യുദ്ധവിദഗ്ദ്ധനുമായിത്തീർന്നു. ധീരതയും ശൂരതയും അവിടേക്കു പ്രകൃത്യാതന്നെ ഉണ്ടായിരിക്കുകയും ചെയ്തു. 930-ാമാണ്ടിനുശേഷം രാജകുടുംബത്തിലുള്ളവരെല്ലാം സ്ഥിരവാസം വെള്ളാരപ്പിള്ളിയിൽനിന്ന് മാറ്റി തൃപ്പൂണിത്തുറ ആക്കിയതിനാൽ ശക്തൻ തിരുമനസ്സിലെ വിദ്യാഭ്യാസവും മറ്റും തൃപ്പൂണിത്തുറവച്ചുതന്നെയായിരുന്നു. അവിടേക്കു പത്തു തിരുവയസ്സായപ്പോഴേക്കും നാലാം കൂറെന്നുള്ള സ്ഥാനം സിദ്ധിച്ചു. അപ്പോൾ മുതൽക്കുതന്നെ തിരുമനസ്സിലെ ധീരതയും ശൂരതയും കുറേശ്ശെ വെളിപ്പെട്ടുതുടങ്ങുകയും അവിടേക്കു പതിനാറു തിരുവയസ്സായപ്പോഴേക്കും "ശക്തൻ" എന്നുള്ള തിരുനാമധേയം ചില കാരണങ്ങളാൽ പ്രസിദ്ധമായിത്തീരുകയും ചെയ്തു. ഒരിക്കൽ ഒരു നമ്പൂരി കുറെ പണവും

കൊണ്ട് തൃപ്പൂണിത്തുറനിന്ന് എറണാകുളത്തേക്ക് പുറപ്പെട്ടു. വഴിക്കു വെച്ച് ചില മാപ്പിളമാർകൂടി പണം തട്ടിപ്പറിച്ചുകൊണ്ടുപോവുകയാൽ നമ്പൂരി വ്യസനാക്രാന്തനായി തൃപ്പൂണിത്തുറയ്ക്കുതന്നെ മടങ്ങുകയും വലിയ തമ്പുരാൻ തിരുമനസ്സിലെ തിരുമുമ്പാകെച്ചെന്ന് വിവരമെല്ലാം തിരുമനസ്സറിയിക്കുകയും ചെയ്തു. വലിയ തമ്പുരാൻ തിരുമനസ്സു കൊണ്ടു വർത്തമാനമെല്ലാം കേട്ടതിന്റെശേഷം "സൂക്ഷിച്ചു നടക്കേണ്ട തായിരുന്നു. അതിനിപ്പറഞ്ഞതുകൊണ്ടു പ്രയോജനമൊന്നുമില്ലല്ലോ. ആട്ടെ ഉണ്ണിയുടെ അടുക്കൽ വിവരമറിയിക്കൂ. എന്തെങ്കിലും നിവൃത്തി യുണ്ടാക്കും" എന്നാണ് അരുളിച്ചെയ്തത്. (*വലിയതമ്പുരാൻ തിരു മനസ്സുകൊണ്ട് ശക്തൻ തിരുമേനിയെ 'ഉണ്ണി' എന്നാണ് വിളിച്ചിരു ന്നത്.*) കൽപ്പന കേട്ട് നമ്പൂരി, ശക്തൻ തിരുമനസ്സിലെ തിരുമുൻപാകെ യെത്തി വിവരമറിയിച്ചു. അപ്പോൾ ശക്തൻ തിരുമനസ്സുകൊണ്ട് കളി ക്കോട്ടയുടെ (*ഇപ്പോൾ തമ്പുരാക്കന്മാരുടെ ഇംഗ്ലീഷ് സ്കൂളായി ഉപയോ ഗിച്ചുവരുന്ന കെട്ടിടത്തിന്റെ*) മുറ്റത്തു പന്തുകളിച്ചുകൊണ്ടു നിൽക്കുക യായിരുന്നു. നമ്പൂരി വിവരമെല്ലാമറിയിച്ചു കഴിഞ്ഞപ്പോൾ "അമ്മാ വന്റെ അടുക്കൽ അറിയിക്കാമായിരുന്നല്ലോ" എന്നു കൽപ്പിച്ചു. ഉടനെ നമ്പൂരി "അവിടെ അറിയിച്ചിട്ട് ഇവിടെ അറിയിക്കാനാണ കൽപ്പിച്ചത്" എന്നറിയിച്ചു. "എന്നാൽ നമ്പൂരി ഇവിടെ നിൽക്കൂ. ഞാൻ അമ്മാ വന്റെ തിരുമുമ്പിലൊന്നു പോയിവരാം" എന്നരുളിച്ചെയ്തിട്ടു ശക്തൻ തിരുമനസ്സുകൊണ്ട് അവിടെനിന്നെഴുന്നള്ളി വലിയ തമ്പുരാൻ തിരു മനസ്സിലെ തിരുമുൻപിലെത്തി. അപ്പോൾ വലിയ തമ്പുരാൻ തിരുമനസ്സു കൊണ്ട് "എന്താ ഉണ്ണീ, നമ്പൂരിയുടെ വർത്തമാനമെല്ലാം കേട്ടില്ലേ? വലിയ കഷ്ടമായിപ്പോയി. ഇനി മേലാലെങ്കിലും വഴിക്ക് ഇപ്രകാരമുള്ള അക്രമങ്ങളും മറ്റും നടക്കാതെയിരിക്കുന്നതിനു വേണ്ടുന്ന മാർഗമാ ലോചിക്കണം. ഉണ്ണി എന്താ ഒന്നും മിണ്ടാത്തത്?"

ശക്തൻതമ്പുരാൻ: അമ്മാവന്റെ തിരുവുള്ളമുണ്ടെങ്കിൽ എന്തെ ങ്കിലും നിവൃത്തിമാർഗമുണ്ടാക്കാൻ ശ്രമിച്ചുനോക്കാം.

വലിയതമ്പുരാൻ: ഉണ്ണി ചെയ്യുന്നതൊക്കെ എനിക്ക് സമ്മതമാണ്. എന്തെങ്കിലും ചെയ്തുകൊള്ളൂ. എല്ലാം ഞാൻ അനുവദിച്ചിരിക്കുന്നു. ഉണ്ണികുറച്ചുദിവസം എറണാകുളത്തു പോയി താമസിക്കണം. എന്നാൽ മതിയെന്നാണ് തോന്നുന്നത്. എന്താ അതിനു വിരോധമുണ്ടോ?

ശക്തൻതമ്പുരാൻ: ഒരു വിരോധവുമില്ല. കല്പനപോലെ ചെയ്യാം.

വലിയതമ്പുരാൻ: എന്നാൽ നാളെത്തന്നെ പോകണം. അവിടെ ത്താമസിക്കുന്നതിനു വേണ്ടതെല്ലാം ഇപ്പോൾതന്നെ ചട്ടംകെട്ടിയേക്കാം. നമ്പൂരിക്കുപോയ പണവും കൊടുത്തയച്ചേക്കാം.

ശക്തൻതമ്പുരാൻ: നമ്പൂരിക്കു പണം കൊടുത്തയയ്ക്കാൻ ഞാൻ പോയിവന്നിട്ടുമതി. അതുവരെ ഇവിടെ താമസിക്കട്ടെ.

വലിയതമ്പുരാൻ: എന്നാൽ ഇഷ്ടംപോലെയാവട്ടെ.

ശക്തൻതിരുമനസ്സുകൊണ്ട് വലിയ തമ്പുരാൻ തിരുമനസ്സിലെ തിരുമുൻപിൽ നിന്ന് പിരിഞ്ഞതിന്റെ ശേഷം നമ്പൂരി കുറച്ചുദിവസം തൃപ്പൂണിത്തുറെത്തന്നെ താമസിക്കുന്നതിന് ചട്ടംകെട്ടീട്ടു പിറ്റേദിവസം തന്നെ എറണാകുളത്ത് എഴുന്നള്ളി താമസം തുടങ്ങി. അതിന്റെ പിറ്റേദിവസംതന്നെ അവിടെ സമീപത്തുള്ള പള്ളികളിലേക്കെല്ലാം കൽപ്പനയയച്ചു. "സമീപസ്ഥന്മാരായ മാപ്പിളമാരെല്ലാം അടുത്തദിവസം രാവിലെ ഓരോ വലിയകുടവും ഒരു മാറു നീളമുള്ള ഓരോ കയറും കൊണ്ട് എറണാകുളത്തു കായൽവക്കത്ത് എത്തിക്കൊള്ളണം" എന്നായിരുന്നു കൽപ്പനയുടെ സാരം. കൽപ്പനപോലെ അടുത്ത ദിവസം രാവിലെ ഏകദേശം അഞ്ഞൂറോളം മാപ്പിളമാർ കുടവും കയറുംകൊണ്ടു നിശ്ചിതസ്ഥലത്തെത്തി. ശക്തൻതമ്പുരാൻ തിരുമനസ്സുകൊണ്ടും അവിടെ എഴുന്നള്ളി. "മൂന്നു നാലു ദിവസം മുൻപ് ഒരു നമ്പൂരിയുടെ ഏതാനും പണം തട്ടിപ്പറിച്ചുകൊണ്ടുപോയത് നിങ്ങളിൽ ആരെല്ലാം കൂടിയാണ്? സത്യം പറയണം. അകൃത്യം പ്രവർത്തിച്ചാൽ കുറ്റംഏറ്റു പറയുന്ന പക്ഷം വലിയ ശിക്ഷ കൂടാതെ കഴിക്കാം. ശേഷമുള്ളവർക്കു സുഖമായി തിരിയെപ്പോവുകയും ചെയ്യാം. സത്യം വെളിപ്പെടാത്തപക്ഷം നിങ്ങൾ എല്ലാവർക്കും വലിയ കഷ്ടത അനുഭവിക്കേണ്ടതായി വരും" എന്ന് അരുളിച്ചെയ്തിട്ട് മാപ്പിളമാരിലാരും മറുപടി പറയായ്കയാൽ "ഇവരെയെല്ലാം ഉടനെ മനയ്ക്കൽ കൊണ്ടുപോയി ആക്കട്ടെ" എന്നു കൽപ്പിച്ചു. ആ ക്ഷണത്തിൽ രാജഭടന്മാർ മാപ്പിളമാരെ എല്ലാം വലിയ വഞ്ചികളിൽ കയറ്റിക്കൊണ്ടുപോയി കഴുത്തിൽ കുടങ്ങൾ കെട്ടി 'കിഴവനച്ചാ'ലിൽ താഴ്ത്തി (*കൊച്ചിക്കായലിലുള്ള കപ്പൽച്ചാലിനെ 'കിഴവനച്ചാൽ' എന്നാണ് പേരു പറഞ്ഞു വരുന്നത്. ആ സ്ഥലത്തു 'കിഴവന' എന്നു പേരായിട്ട് ഒരു നമ്പൂരിയുടെ ഇല്ലമുണ്ടായിരുന്നു എന്നും അതിനാലാണ് ഈ പേരുണ്ടായതെന്നുമാണ് ഐതിഹ്യം. നമ്പൂരിയുടെ ഇല്ലമുണ്ടായിരുന്ന സ്ഥലമാകയാൽ അതിനെ 'മനയ്ക്കൽ' എന്നും പറയാറുണ്ട്.*)

ശേഷമുള്ള മാപ്പിളമാരെല്ലാം അതിനടുത്ത ദിവസം കുടവും കയറും കൊണ്ട് ഹാജരാകുന്നതിനു വീണ്ടും ഒരു കൽപ്പനയയച്ചു. തലേ ദിവസം നടന്ന സംഗതികളെല്ലാം അറിഞ്ഞിരുന്നതിനാൽ വീണ്ടും കൽപ്പന കണ്ടപ്പോൾ മാപ്പിളമാരെല്ലാം ഭയവും വ്യസനവും കൊണ്ട് ഏറ്റവും പരവശരായിത്തീർന്നു.എല്ലാ പള്ളികളിൽനിന്നും പ്രമാണികളായിട്ടുള്ള മാപ്പിളമാരെല്ലാം കുറേശ്ശെ പണവുംകൊണ്ട് തിരുമുമ്പാകെയെത്തി തിരുമുൽക്കാഴ്ചവച്ചു വന്ദിച്ചുകൊണ്ട്, "അടിയങ്ങളെ കൽപ്പിച്ചു രക്ഷിക്കണം. അടിയങ്ങളിലാരും അടിയങ്ങളുടെ അറിവോടുകൂടിയും യാതൊരു ദുഷ്കൃത്യവും പ്രവർത്തിച്ചിട്ടില്ല. കഥയില്ലാത്ത വികൃതികളിലാരോ ആണ് ഈ അകൃത്യം പ്രവർത്തിച്ചിട്ടുള്ളത്. അവർ ഇന്നലത്തെ ശിക്ഷയിലകപ്പെട്ടിട്ടുമുണ്ടായിരിക്കണം. ഇനി മേലാൽ അടിയങ്ങളുടെ ജാതിക്കാരിലാരും ഇങ്ങനെയുള്ള ദുഷ്കൃത്യങ്ങൾ

യാതൊന്നും ചെയ്യുന്നതല്ല. അഥവാ അടിയങ്ങളുടെ ജാതിയിലുള്ള വരിൽ ആരെങ്കിലും ഇങ്ങനെ വല്ലതും പ്രവർത്തിച്ചതായി തിരുമനസ്സറിയുന്നതിനിടയായാൽ അന്ന് അടിയങ്ങളെയെല്ലാം കായലിൽക്കെട്ടിത്താഴ്ത്തുന്നത് അടിയങ്ങൾക്കെല്ലാം പൂർണസമ്മതമാണ്" എന്നു തിരുമനസ്സറിയിച്ചു. "ഇനിമേലാൽ നിങ്ങളുടെ ജാതിക്കാരിൽനിന്നു യാതൊരു ശല്യവുമുണ്ടാകയില്ലെന്നു നല്ല നിശ്ചയമുണ്ടെങ്കിൽ നിങ്ങൾക്കെല്ലാവർക്കും ഇപ്പോൾ പോകാം. ഇനി ആളയയ്ക്കുമ്പോൾ വന്നാൽ മതി" എന്നരുളിച്ചെയ്തു മാപ്പിളമാരെ മടക്കിയയച്ചിട്ടു ശക്തൻ തമ്പുരാൻ തിരുമനസ്സുകൊണ്ട് അപ്പോൾത്തന്നെ തൃപ്പൂണിത്തുറെയ്ക്ക് എഴുന്നള്ളുകയും വലിയ തമ്പുരാൻ തിരുമനസ്സിലെ തിരുമുമ്പിലെത്തി തിരുമുൽക്കാഴ്ചയായി ലഭിച്ച പണം തിരുമുമ്പിൽവച്ച് വന്ദിച്ചിട്ട്, "കള്ളന്മാരുടെ ശല്യം മേലാലുണ്ടാകാതെയിരിക്കത്തക്കവണ്ണം വേണ്ടതുപോലെ ശട്ടം കെട്ടീട്ടുണ്ട്. ഈ പണം ചില മാപ്പിളമാർ കാഴ്ചവെച്ചതാണ്" എന്നു തിരുമനസ്സറിയിച്ചു. അതു കേട്ട് വലിയ തമ്പുരാൻ തിരുമനസ്സുകൊണ്ട് "വളരെ സന്തോഷമായി. ഈ പണം ഉണ്ണി തന്നെ എടുത്തുകൊള്ളൂ" എന്നരുളിച്ചെയ്തു. അപ്പോൾ ശക്തൻ തിരുമനസ്സുകൊണ്ട് "എനിക്കാവശ്യമുണ്ടാകുമ്പോൾ ഞാൻ വാങ്ങിക്കൊള്ളാം. ഇപ്പോൾ ഈ പണം ഇവിടെത്തന്നെ ഇരിക്കട്ടെ" എന്നരുളിച്ചെയ്തിട്ട് അവിടെനിന്ന് എഴുന്നള്ളി. വലിയ തമ്പുരാൻ തിരുമനസ്സുകൊണ്ട് കള്ളന്മാരാൽ ആക്രമിക്കപ്പെട്ട നമ്പൂരിയെ തിരുമുമ്പാകെ വരുത്തി ആ പണമെല്ലാം അദ്ദേഹത്തിനു കൊടുത്തു. അതു കള്ളന്മാർ തട്ടിപ്പറിച്ചുകൊണ്ടുപോയതിൽ വളരെ അധികമുണ്ടായിരുന്നതിനാൽ നമ്പൂരി ഏറ്റവും സന്തോഷിച്ചു യാത്രയറിയിച്ചുകൊണ്ടു പോയി. ശക്തൻ തിരുമനസ്സിലെ കടുംകൈപ്രയോഗങ്ങളിൽ ഇത് ഒന്നാമത്തേതാണ്.

951-ാമാണ്ടു കന്നിമാസം 9-ാം തീയതി-ശക്തൻ തിരുമനസ്സിലേക്ക് 'വീരകേരള' (*മൂന്നാംകൂർ*) തമ്പുരാൻ എന്ന സ്ഥാനം ലഭിച്ചു. അവിടേക്കു മുപ്പതു തിരുവയസ്സു തികഞ്ഞതിന്റെശേഷം 957-ാമാണ്ടിടയ്ക്ക് ഒരു നൈത്യാരമ്മയെ ഉണ്ടാക്കണമെന്നു തോന്നുകയും വലിയ തമ്പുരാൻ തിരുമനസ്സിലെ അനുവാദത്തോടുകൂടി തൃശ്ശിവപേരൂരിൽനിന്ന് ഒരു യുവതിയെ വരുത്തി നൈത്യാരമ്മയാക്കുകയും നൈത്യാരമ്മയ്ക്കു വേണ്ടതെല്ലാം അന്വേഷിച്ചും ചട്ടംകെട്ടിയും കൊടുക്കുന്നതിനു ചെറുപറമ്പത്തു കുഞ്ഞിട്ടിമേനോൻ എന്ന ആളെ കൽപ്പിച്ചു നിയമിക്കുകയും ചെയ്തു. ഈ മേനോനു ചെറുപ്പം മുതൽ തിരുമനസ്സിലേക്കൂടെ താമസിച്ച് ഏറ്റവും പരിചയവും വിശ്വസ്തതയും സ്വാമിഭക്തിയും സിദ്ധിച്ചിട്ടുള്ളതിനാൽ തിരുമനസ്സിലേക്കും നൈത്യാരമ്മയ്ക്കും തൃപ്തിയാകുംവണ്ണം വേണ്ടതെല്ലാം അന്വേഷിച്ചുകൊണ്ടിരിക്കുകയും അധികം കാലതാമസംകൂടാതെ തിരുമനസ്സിലേക്ക് ആ നൈത്യാരമ്മയിൽനിന്ന് ഒരു സ്ത്രീസന്താനം ജനിക്കുകയും ചെയ്തു.

അനന്തരം കുറച്ചുകാലം കഴിഞ്ഞപ്പോൾ കുഞ്ഞിട്ടിമേനോന്റെ നടപടികളെപ്പറ്റി തിരുമനസ്സിലേക്കു ചില സംശയങ്ങൾ തോന്നിത്തുടങ്ങുകയും സൂക്ഷ്മാന്വേഷണങ്ങൾ നടത്തിയപ്പോൾ സംഗതി വാസ്തവമാണെന്നു ബോദ്ധ്യപ്പെടുകയും ചെയ്കയാൽ തിരുമനസ്സുകൊണ്ട് ഒരു ദിവസം കുഞ്ഞിട്ടിമേനോനെ തിരുമുൻപാകെ വരുത്തി നിർത്തിക്കൊണ്ട് "കുഞ്ഞിട്ടിക്ക് ഇയ്യിടെ എന്നെക്കാണാതിരുന്നാൽ കൊള്ളാമെന്ന് തോന്നിത്തുടങ്ങീട്ടുണ്ട്, ഇല്ലേ? എന്നാൽ എന്റെ വിചാരം എപ്പോഴും കുഞ്ഞിട്ടിയെക്കണ്ടുകൊണ്ടിരിക്കണമെന്നാണ്. അതിനാൽ കുഞ്ഞിട്ടിക്ക് എന്നെ ഒരിക്കലും കാണാൻവയ്യാതെയും എനിക്കു കുഞ്ഞിട്ടിയെ എല്ലായ്പ്പോഴും കാണുന്നതിനു വിരോധമില്ലാതെയും ഇരിക്കത്തക്കവണ്ണമുള്ള ഒരു കൗശലം ചെയ്യുന്നതിനു ഞാൻ നിശ്ചയിച്ചിരിക്കുന്നു" എന്നരുളിച്ചെയ്തിട്ടു കുറച്ചുറക്കെ 'ആരവിടെ' എന്നു കൽപ്പിച്ചുചോദിക്കുകയും ഉടനെ രണ്ടു രാജഭടന്മാർ തിരുമുമ്പിലെത്തുകയുംചെയ്തു. അപ്പോൾ തിരുമനസ്സുകൊണ്ട് അവരോട് "നിങ്ങൾ കുഞ്ഞിട്ടിയുടെ കണ്ണു രണ്ടും തുരന്നെടുത്ത് എന്റെ മുൻപിൽ വയ്ക്കണം. ക്ഷണത്തിലാവട്ടെ; ഒട്ടും താമസിക്കരുത്" എന്നരുളിച്ചെയ്തു. അതു കേട്ട് കുഞ്ഞിട്ടിമേനോൻ വ്യസനസമേതം പലവിധത്തിൽ സങ്കടമറിയിക്കുകയും ക്ഷമായാചനം ചെയ്യുകയുമുണ്ടായി. എങ്കിലും തിരുമനസ്സുകൊണ്ട് അതൊന്നും കൈക്കൊള്ളായ്കയാൽ രാജ്യഭൃത്യന്മാർ ഉടനെ കൽപ്പന നടത്തി. അതിന്റേശേഷം തിരുമനസ്സുകൊണ്ട് മേനോനോട് "കുഞ്ഞിട്ടിയോട് എനിക്ക് ഒട്ടും വിരോധമില്ല. ഇനിയും സുഖമായി ഇവിടെത്തന്നെ താമസിച്ചുകൊള്ളൂ. വേണ്ടതെല്ലാം ഞാൻ തന്നുകൊള്ളാം" എന്നു അരുളിച്ചെയ്തു.

വലിയതമ്പുരാൻ തിരുമനസ്സുകൊണ്ട് ഈ സംഗതികളെല്ലാമറിഞ്ഞു കുഞ്ഞിട്ടിമേനോനെ തിരുമുൻപാകെ വരുത്തി, "എന്താ, കുഞ്ഞിട്ടീ, ഉണ്ണി സാഹസം പ്രവർത്തിച്ചു, അല്ലേ? ആട്ടെ, ഒട്ടും വ്യസനിക്കേണ്ടാ, കുഞ്ഞിട്ടിയുടെ ആഗ്രഹമെന്താണെന്നു പറഞ്ഞാൽ അതുപോലെ ചെയ്യുന്നതിനു ഞാൻ ചട്ടംകെട്ടാം" എന്നരുളിച്ചെയ്തു. ഇതിനു മറുപടിയായിട്ടു മേനോൻ, "തിരുമേനികളെക്കാണാതെ ജീവിക്കുന്ന കാര്യം അടിയനു പരമസങ്കടമാണ്. അതിനാൽ അടിയന്റെ പേരിൽ തിരുവുള്ളമുണ്ടെങ്കിൽ ക്ഷണത്തിൽ അടിയന്റെ പ്രാണനെ കൽപ്പിച്ചു കളയിക്കണം. ഇതിലധികമായി അടിയനു മറ്റൊരാഗ്രഹവുമില്ല" എന്നു തിരുമനസ്സറിയിക്കുകയും വലിയ തമ്പുരാൻ തിരുമനസ്സുകൊണ്ടു മേനോന്റെ ആഗ്രഹംപോലെതന്നെ ഉടനെ അദ്ദേഹത്തെ വെടിവയ്പിച്ചു കൊല്ലിക്കുകയും ചെയ്തു.

ചില കാരണങ്ങളാൽ ശക്തൻ തമ്പുരാൻ തിരുമനസ്സിലേക്കു നൈത്യാരമ്മയുടെ പേരിലും വിരസത ഭവിക്കുകയാൽ കല്പിച്ചു വേറെയൊരു സ്ഥലമുണ്ടാക്കിച്ചു നൈത്യാരമ്മയെ അങ്ങോട്ടു മാറ്റിത്താമസിപ്പിക്കുകയും ചെയ്തു.

965-ാമാണ്ടു കർക്കിടകമാസം 23-ാം തീയതി വലിയതമ്പുരാൻ തിരുമനസ്സുകൊണ്ടും അതിനു മുമ്പേ തന്നെ ഇളയതമ്പുരാൻ തിരുമനസ്സുകൊണ്ടും തീപ്പെട്ടു പോവുകയാൽ ശക്തൻ തമ്പുരാൻ തിരുമനസ്സിലേക്കു തിരുമൂപ്പു സിദ്ധിക്കുകയും അവിടുന്നു തന്റെ മാതുലന്മാരുടെ സംസ്കാരാദികളും തിരുവന്തളി (*പിണ്ഡ*) അടിയന്തരവും യഥായോഗ്യം ഭംഗിയായും കേമമായും നടത്തുകയും പള്ളിദീക്ഷ ആരംഭിക്കുകയും ചെയ്തു.

രാജ്യകാര്യങ്ങൾ സംബന്ധിച്ചു ചില പരിഷ്കാരങ്ങൾ ചെയ്യണമെന്നുള്ള വിചാരം ശക്തൻ തിരുമനസ്സിലേക്കു മുമ്പേതന്നെ ഉണ്ടായിരുന്നു. എങ്കിലും തിരുമൂപ്പു സിദ്ധിക്കുന്നതുവരെ അതിനൊന്നും അവിടേക്കിടയായില്ല. സിംഹാസനാരോഹണാനന്തരം അവിടുന്നു കൽപ്പിച്ചു ചില ഏർപ്പാടുകൾ ചെയ്തു തുടങ്ങി. ആദ്യം തന്നെ രാജ്യരക്ഷാർഥം തൃപ്പൂണിത്തുറെയും തൃശ്ശിവപേരൂരും ഓരോ കോട്ടയും കിടങ്ങുമുണ്ടാക്കിക്കുകയുമാണ് അവിടുന്ന് ചെയ്തത്. തൃശ്ശിവപേരൂരുണ്ടാക്കിച്ച വലിയ കോട്ടയുടെ മധ്യത്തിങ്കലായി ഒരു കോവിലകം പണികഴിപ്പിക്കുകയും അതിന്റെ ചുറ്റും ഒരു ചെറിയ കോട്ടകൂടി കെട്ടിക്കുകയും ആ കോട്ടയുടെ ഉപരിഭാഗത്ത് ഒരു വലിയ കൊടിമരം നാട്ടിച്ചു കൊടി തൂക്കിക്കുകയും ചെയ്തു. വലിയ കോട്ടയുടെ ചുറ്റും കാവൽ നിൽക്കുന്നതിനായി ഏതാനും ഈഴവരെയും അവരുടെ തലവനായി ഒരു തണ്ടാനെയും കൽപ്പിച്ചു നിയമിച്ചു. നായന്മാരുടെ സകല ഗൃഹങ്ങളിൽനിന്നും യൗവനയുക്തന്മാരായിട്ടുള്ളവരിൽഓരോരുത്തർ പട്ടാളത്തിൽച്ചേർന്നുകൊള്ളണമെന്ന് ഒരു കൽപ്പന പ്രസിദ്ധപ്പെടുത്തുകയും അതനുസരിച്ച് ഏകദേശം പതിനായിരത്തോളം നായന്മാർ പട്ടാളത്തിൽച്ചേരുകയും അവരുടെ മേലധികാരികളായി നാലു കുമുദാന്തികളെയും അവരുടെ മേലാവായി പണിക്കരു വലിയ കപ്പിത്താൻ എന്നൊരു ഉദ്യോഗസ്ഥനെയും കല്പിച്ചു നിയമിക്കുകയും ചെയ്തു. ആ പണിക്കർ വലിയ കപ്പിത്താൻ 'കൊല്ലുന്ന രാജാവിനു തിന്നുന്ന മന്ത്രി' എന്നുള്ളതുപോലെ ശക്തൻ തിരുമനസ്സിലേക്കു ചേർന്ന ഒരുദ്യോഗസ്ഥനായിരുന്നു. ആ മനുഷ്യനെപ്പോലെ ശൂരതയും ധീരതയും പരാക്രമവും ഗാംഭീര്യവുമുള്ളവർ അക്കാലത്തെന്നല്ല, ഇക്കാലത്തും എങ്ങുമുണ്ടെന്നു തോന്നുന്നില്ല.

ശക്തൻതമ്പുരാൻ തിരുമനസ്സുകൊണ്ടു ഗതാഗതസൗകര്യം, ശുചീകരണം മുതലായ വിഷയങ്ങളിലും പ്രത്യേകം ശ്രദ്ധവച്ചിരുന്നു. അവിടുന്നു സ്വരാജ്യത്തിന്റെ നാനാഭാഗങ്ങളിലും സഞ്ചാരസൗകര്യത്തിനു വിസ്താരത്തിൽ വെട്ടുവഴികളുണ്ടാക്കിക്കുകയും വഴികളുടെ ഇരുവശങ്ങളിലും ഛായാവൃക്ഷങ്ങൾവച്ചു പിടിപ്പിക്കുന്നതിന് ഏർപ്പാടു ചെയ്യുകയും വഴികളുടെ ഇരുവശങ്ങളിലുമുള്ള വസ്തുക്കളുടെ ഉടമസ്ഥന്മാർ അവരുടെ അതിർത്തി വരെയുള്ള വഴികൾ ദിവസവും അടിച്ചുവാരി വൃത്തിയാക്കിയിട്ടുകൊള്ളണമെന്നു കൽപ്പന കൊടുക്കുകയും

അപ്രകാരമെല്ലാം ശരിയായി നടത്തിക്കുകയും ചെയ്തു. തൃപ്പൂണിത്തുറെ ക്ഷേത്രത്തിന്റെ കിഴക്കേ നടമുതൽ കിഴക്കേ കോട്ടവരെയുള്ള മാർഗത്തിലും അഞ്ചെട്ട് അരയാൽ വൃക്ഷങ്ങൾ അവിടുന്നു നട്ടുപിടിപ്പിക്കുകയും അവയിൽനിന്ന് ഒരിലപോലും യാതൊരുത്തരും പൊട്ടിച്ചു പോകരുതെന്നു പ്രത്യേകം കല്പിക്കുകയും ചെയ്തിരുന്നു.

തിരുമനസ്സുകൊണ്ടു തന്റെ മാതുലന്മാരുടെ പള്ളിദീക്ഷ ഒരു സംവത്സരം യഥാവിധി ആചരിക്കുകയും തിരുമാസമടിയന്തിരം ഭംഗിയായും കേമമായും നിർവ്വഹിക്കുകയും ചെയ്തതിന്റെശേഷം സ്വകീയ പ്രിയപുത്രിയുടെ താലികെട്ടു കല്യാണം ആഘോഷപൂർവ്വം നടത്തിക്കുകയും ചെയ്തു. ആ കല്യാണം വകയ്ക്ക് ഏകദേശം ഒരു ലക്ഷം രൂപ കൽപ്പിച്ചു ചെലവുചെയ്തു. ഏറ്റവും കേമമായി നടത്തപ്പെട്ട ആ അടിയന്തിരത്തിൽ തൃശ്ശിവപേരൂരുള്ള പ്രധാനപ്പെട്ട സകല നായർ കൂടുംബാംഗങ്ങളും സംബന്ധിച്ചിരുന്നു. ആ കൂട്ടത്തിൽ 'കരിമ്പറ്റെ ചുമ്മുക്കുട്ടിയമ്മ'യും സന്നിഹിതയായിരുന്നു. സൗന്ദര്യം, സൗശീല്യം മുതലായ സകലസദ്ഗുണങ്ങളും പരിപൂർണ്ണമായിട്ടുണ്ടായിരുന്ന ആ തരുണീമണിയെ തിരുമനസ്സുകൊണ്ട് നൈത്യാരമ്മയാക്കി സ്വീകരിക്കുകയും ചെയ്തു.

അന്നത്തെ ഇളയതമ്പുരാൻ തിരുമനസ്സിലെ വകയായി നാലഞ്ച് ആടുകളുണ്ടായിരുന്നു. അവയ്ക്കു തിന്നാൻ കൊടുക്കുന്നതിനായി ഇളയതമ്പുരാൻ തിരുമനസ്സിലെക്കൂടെ താമസിച്ചിരുന്ന ചെറുപറമ്പത്തു കുഞ്ഞിക്കൃഷ്ണമേനോൻ കിഴക്കേ നടയിൽ ശക്തൻതമ്പുരാൻ തിരുമനസ്സിലെ കൽപ്പനപ്രകാരം വച്ചുപിടിപ്പിച്ചിരുന്ന അരയാൽ വൃക്ഷങ്ങളിൽനിന്നു കുറെ ഇല പറിച്ചെടുത്തു. ഈ കുഞ്ഞിക്കൃഷ്ണമേനോൻ ഇളയതമ്പുരാൻ തിരുമനസ്സിലെ സേവകനും ഇഷ്ടനും വിശ്വസ്തനും കുഞ്ഞിട്ടി മേനവന്റെ അനന്തിരവനുമായിരുന്നു. എങ്കിലും അരയാൽ വൃക്ഷങ്ങളിൽനിന്ന് ഇല പറിച്ചെടുത്തുവെന്നുള്ള വർത്തമാനം കേട്ട ക്ഷണത്തിൽ ശക്തൻതമ്പുരാൻ തിരുമനസ്സുകൊണ്ട് അയാളെ പിടിപ്പിച്ചുവരുത്തി, കുടുമയ്ക്കു ചുറ്റിപ്പിടിച്ചുകൊണ്ട് വാളെടുത്ത് അയാളുടെ കഴുത്തുവെട്ടാൻ ഭാവിച്ചു. ആ സമയം ഇളയതമ്പുരാൻ തിരുമനസ്സുകൊണ്ട് അവിടെ ഓടിയെത്തുകയും 'എന്നെക്കൊന്നിട്ടു കുഞ്ഞിക്കൃഷ്ണനെക്കൊന്നോളൂ' എന്നരുളിച്ചെയ്തുകൊണ്ട് ശക്തൻതിരുമനസ്സിലെ അരയ്ക്കു കെട്ടിപ്പിടിക്കുകയും ചെയ്തു. ഉടനെ ശക്തൻ തിരുമനസ്സുകൊണ്ട് "ഇവന്റെ കാലത്താണ് ഈ രാജ്യം അന്യാധീനപ്പെട്ടു പോകുന്നത്" എന്നരുളിച്ചെയ്തിട്ടു വാൾ നിലത്തു വലിച്ചെറിയുകയും "പോ, നിന്നെ എന്റെ മുമ്പിൽ കാണരുത്" എന്നു കല്പിച്ചു കുഞ്ഞികൃഷ്ണമേനവനെ വിട്ടയയ്ക്കുകയും ഇളയതമ്പുരാൻ തിരുമനസ്സുകൊണ്ട് അയാളെ കൂട്ടിക്കൊണ്ട് അവിടെനിന്ന് എഴുന്നള്ളുകയും ചെയ്തു.

തൃശ്ശിവപേരൂരുള്ള സകല നായർസ്ത്രീകളും പ്രതിദിനം വടക്കുന്നാഥ ക്ഷേത്രത്തിൽച്ചെന്നു ദർശനം കഴിച്ചുപോകയെന്നുള്ളതു

പണ്ടേക്കുപണ്ടേയുള്ള ഒരു പതിവാണ്. വലിയ കോട്ടയ്ക്കു പുറത്തു താമസിച്ചിരുന്ന ഒരു നായർ സ്ത്രീയും ആ പതിവനുസരിച്ചു ദിവസം പ്രതി വടക്കുനാഥദർശനം നടത്തിപ്പോന്നിരുന്നു. കൽപ്പന പ്രകാരം കോട്ടയ്ക്കു കാവലായി നിറുത്തപ്പെട്ടിരുന്ന ഈഴവരുടെ തലവനായ തണ്ടാൻ സർവ്വാംഗസുന്ദരിയും യൗവനയുക്തയുമായ ഈ സ്ത്രീയെ ഒരു ദിവസം കാണുന്നതിനിടയായി. ആ സ്ത്രീരത്നത്തിന്റെ ദർശന മാത്രയിൽത്തന്നെ തണ്ടാൻ തണ്ടാർശരപരവശനായിത്തീരുകയും ആ വിധത്തിൽ കുറച്ചു ദിവസം വളരെ പണിപ്പെട്ടു കഴിച്ചുകൂട്ടിയതിന്റെ ശേഷം അവൻ തന്റെ അഭിലാഷത്തെ ആ തരുണീമണിയെ ധരിപ്പി ക്കുകയും ചെയ്തു. "വാച്യാവാച്യവിചാരമാർഗ്ഗവിമുഖോ ലോകേഷു കാമീ ജനഃ" എന്നുണ്ടല്ലോ.

തണ്ടാൻ ശക്തൻ വലിയതമ്പുരാൻ തിരുമനസ്സിലെ ഇഷ്ടനും പ്രബലനുമായിരുന്നതിനാൽ അവന്റെ ഇഷ്ടത്തെ അനുസരിക്കാതെയി രുന്നാൽ അവൻ ആപത്തു വല്ലതുമുണ്ടാക്കിത്തീർത്തെങ്കിലോ എന്നുള്ള ഭയവും സ്വകുലാചാരവിരുദ്ധമായ അകൃതം പ്രവർത്തിക്കുന്നതിലുള്ള സങ്കടവും നിമിത്തം ആ അബല അത്യന്തം പരവശയായിത്തീർന്നു. എങ്കിലും ബുദ്ധിശാലിനിയായ ആ യുവതി തന്റെ പാരവശ്യം പുറത്തു കാണിക്കാതെയും അവനെ വെറുപ്പിക്കാതെയും തത്ക്കാലം ചില ഒഴികഴിവുകൾ പറഞ്ഞു പിരിഞ്ഞുപോയി. തണ്ടാന്റെ നിർബന്ധം പിന്നെയും ക്രമേണ വർദ്ധിച്ചുതുടങ്ങി. അതിനതിന് ആ മനസ്വിനി ഓരോ പ്രതിബന്ധങ്ങൾ പറഞ്ഞു കഴിച്ചുകൂട്ടിക്കൊണ്ടുമിരുന്നു.

ഇങ്ങനെ ഏതാനും ദിവസങ്ങൾ കഴിഞ്ഞതിന്റെ ശേഷം ഒരു ദിവസം തണ്ടാൻ ഈ സ്ത്രീ കോട്ടയ്ക്കകത്തേക്കു പോകുന്ന സമയമറിഞ്ഞു കോട്ടവാതിൽക്കലെത്തി കാത്തുനിന്നു. സ്ത്രീ അടുത്തു ചെന്നപ്പോൾ തണ്ടാൻ, "എന്താ, ഇങ്ങനെ ഓരോ ഒഴികഴിവുകൾ പറഞ്ഞുതന്നെ കഴിച്ചുകൂട്ടാമെന്നാണോ വിചാരിക്കുന്നത്? ഇതു നല്ല പന്തിയാകുമെന്നു തോന്നുന്നില്ല. വലിയതമ്പുരാൻ തിരുമനസ്സുകൊണ്ട് എന്റെ കൈയി ലാണെന്നു നല്ലവണ്ണംഓർമ്മ വേണം. ആളറിയാതെയാണ് കളിക്കു ന്നത്. ഇന്നു തിരികെ വരുമ്പോൾ തീർച്ച പറയണം. അല്ലെങ്കിൽ പിന്നെ യുണ്ടാകുന്ന ഫലം അനുഭവംകൊണ്ടറിയാം" എന്നു പറഞ്ഞു. ആ സ്ത്രീ ഇതു കേട്ടിട്ട് ഒന്നും ഉത്തരം പറയാതെ അകത്തേക്കു കടന്നുപോയി. "എന്റെ വടക്കുന്നാഥാ, ഈ ആപത്തിൽനിന്നൊഴിയുന്നതിന് എന്തെ ങ്കിലും മാർഗ്ഗമുണ്ടാക്കിത്തരണേ! ഞാൻ പതിവായി ഭഗവദ്ദർശനം നടത്തുന്നതിന്റെ ഫലം എനിക്കിങ്ങനെയാണല്ലോ വന്നു ചേർന്നത്!" എന്നിങ്ങനെ ഓരോന്നു വിചാരിക്കുകയും പതുക്കെപ്പതുക്കെ പറയു കയും ചെയ്തുകൊണ്ട് ആ സാധ്വി വ്യസനത്തോടുകൂടിപ്പോയി കുളിയും ദേവദർശനവും കഴിക്കുകയും വീണ്ടും വിചാരമഗ്നയായിത്തീരുകയും ചെയ്തു. "ഈശ്വരാ, എന്താണ് ചെയ്യേണ്ടത്? കോട്ടവാതിക്കൽ

ച്ചെല്ലുമ്പോൾ ആ ദുഷ്ടനോട് എന്താണ് പറയേണ്ടത്? ഇനി ഒഴികഴിവുകൾ പറഞ്ഞാൽ അവൻ സമ്മതിക്കുമെന്നു തോന്നുന്നില്ല. ഒരു നിവൃത്തിയുമില്ലാതെയായല്ലോ. ഏതെങ്കിലും ഈ ധർമ്മസങ്കടം വലിയ തമ്പുരാൻ തിരുമനസ്സിലെ തിരുമുമ്പാകെ ഒന്നറിയിച്ചു നോക്കാം. തണ്ടാൻ അവിടുത്തെ ഇഷ്ടനായിരിക്കുന്ന സ്ഥിതിക്ക് കൽപ്പനയുണ്ടാകുന്നത് ഏതു പ്രകാരമായിരിക്കുമോ, എന്തോ? എങ്ങനെയെങ്കിലുമാകട്ടെ. 'നിവേദ്യതേരക്ഷ്യജനേന ദുഃഖം തതഃപരസ്താൽ പ്രഭവഃ പ്രമാണം' എന്നുണ്ടല്ലോ. അതിനാൽ പറയാനുള്ളതു പറയേണ്ടുന്ന സ്ഥലത്തു പറയുക. ദുഷ്ടനിഗ്രഹവും ശിഷ്ടപരിപാലനവുമാണല്ലോ രാജധർമ്മം. തിരുമനസ്സുകൊണ്ട് നീതിമാനാണെന്നുള്ളതിനു സംശയമില്ല. അവിടെയ്ക്കും സ്വരാജ്യത്ത് ഈ അനീതി നടക്കുന്നതിനു സമ്മതമാണെങ്കിൽ ഇതെന്റെ കർമ്മഫലമാണെന്നു തീർച്ചയാക്കാം. അവിടുന്ന് ഇപ്പോൾ ഇവിടെ എഴുന്നള്ളി താമസിക്കുന്ന സ്ഥിതിക്ക് ഇതറിയിക്കാതെയിരിക്കുന്നതു ശരിയല്ല. ഏതായാലും ഒന്നറിയിച്ചു നോക്കുക തന്നെ" എന്നിങ്ങനെ വിചാരിച്ചു നിശ്ചയിച്ചിട്ട് ആ സ്ത്രീ കോവിലകത്തു മുറ്റത്തു ചെന്നു വിഷാദത്തോടുകൂടി അങ്ങനെ നിന്നു. അകസ്മാൽ ആ സ്ത്രീ അവിടെച്ചെന്നു നിന്നതു കണ്ടിട്ട് "എന്തിനാണ് വന്നു നിൽക്കുന്നത്?" എന്നു തിരുമനസ്സുകൊണ്ട് കൽപ്പിച്ച് ഒരാളെ അയച്ചു ചോദിപ്പിക്കുകയും "ഒരു സങ്കടം തിരുമനസ്സറിയിക്കാനാണ്" എന്ന് ആ സ്ത്രീ മറുപടി പറഞ്ഞയയ്ക്കുകയും ചെയ്തു. ഉടനെ തിരുമനസ്സുകൊണ്ട് ആ അബലയെ തിരുമുൻപാകെ വരുത്തി "സങ്കടമെന്താണ്?" എന്നു കൽപ്പിച്ചു ചോദിച്ചു. സ്ത്രീ സംഗതികളെല്ലാം വിവരമായി തിരുമനസ്സറിയിച്ചു.

തിരുമനസ്സുകൊണ്ട്: അവനങ്ങനെ ആഗ്രഹമുണ്ടെങ്കിൽ അതു സാധിപ്പിച്ചു കൊടുക്കേണ്ടതാണ്. അതിനെന്താ വിരോധം?

സ്ത്രീ: ഇങ്ങനെ കൽപ്പനയാകുന്നത് സങ്കടമാണ്.

തിരുമനസ്സുകൊണ്ട്: ഇതിൽ സങ്കടപ്പെടാനെന്താണുള്ളത്? ഒന്നുമില്ല. കാര്യം ഇന്നുതന്നെ നടക്കട്ടെ. ജനസഞ്ചാരം നിന്നിട്ട് അവനവിടെ വന്നാൽ മതി. പത്തു നാഴിക രാച്ചെന്നതിനുശേഷം അവൻ അവിടെ എത്തിക്കൊള്ളുന്നതിനു പറഞ്ഞേക്കണം. ആട്ടെ, പോയ്ക്കോ. ഇനി ഇവിടെ നിന്നതുകൊണ്ടു പ്രയോജനമൊന്നുമില്ല. നാം കാര്യം തീർച്ചപ്പെടുത്തിക്കഴിഞ്ഞു.

ഈ കൽപ്പന കേട്ട് ആ സ്ത്രീ അത്യന്തം വ്യസനാക്രാന്തയായി കരഞ്ഞുകൊണ്ട് അവിടെനിന്ന് ഇറങ്ങിപ്പോവുകയും സിംഹത്തിന്റെ അടുക്കൽ മാൻപേട എന്നപോലെ വിറച്ചു കൊണ്ടു തണ്ടാന്റെ അടുക്കൽ എത്തുകയും ചെയ്തു. അപ്പോൾ തണ്ടാൻ, "എന്താ നിശ്ചയിച്ചത്? തീർച്ച പറയണം" എന്നു പറയുകയും ആ സ്ത്രീ തിരുമനസ്സിലെ കൽപ്പനപ്രകാരമെല്ലാം സമ്മതിച്ചു പറഞ്ഞിട്ട് സ്വഗൃഹത്തിലേക്കു

പോവുകയും അവിടെ എത്തിയതിന്റെശേഷവും വ്യസനംനിമിത്തം ജലപാനംപോലും കഴിക്കാതെ ആപന്നിവാരണാർത്ഥം ഭക്തിപൂർവ്വം ഈശ്വരനെത്തന്നെ ധ്യാനിക്കുകയും പ്രാർത്ഥിക്കുകയും ചെയ്തു കൊണ്ടിരിക്കുകയും ചെയ്തു.

ആ സുന്ദരി സമ്മതിച്ചു പറഞ്ഞതുകൊണ്ടു തണ്ടാൻ സന്തോഷ സാഗരവീചികളിൽ മുഴുകി നീന്തിത്തുടിച്ചുകൊണ്ടു തന്റെ വാസ സ്ഥലത്തെത്തി പകലിന്റെ ദുസ്സഹമായ ദൈർഘ്യത്തെ ശപിച്ചുകൊണ്ടി രുന്നു.

ശക്തൻതമ്പുരാൻ തിരുമനസ്സുകൊണ്ടു യഥാകാലം നിത്യകർമ്മാ നുഷ്ഠാനാദികളും അത്താഴമമൃതേത്തും കഴിച്ചതിന്റെശേഷം വലിയ കപ്പിത്താനെ തിരുമുമ്പാകെ വരുത്തി, "ഇന്ന് ചില നേരംപോക്കുകളും ഒരു ദീപക്കാഴ്ചയുമൊക്കെ വേണമെന്നു നിശ്ചയിച്ചിട്ടുണ്ട്. അതിലേക്കു കുറെ എണ്ണയും തിരിത്തുണിയും നാലഞ്ചു പന്തവും കൊണ്ട് ചില പട്ടാളക്കാരോടുകൂടി പത്തുമണി കഴിയുമ്പോഴേക്ക് എത്തണം. ഞാൻ ഇപ്പോൾത്തന്നെ പോകുന്നു" എന്ന് അരുളിച്ചെയ്തു കപ്പിത്താനെ അയച്ചിട്ടു രണ്ടുമൂന്നു ഭൃത്യന്മാരോടുകൂടി പുറത്തേക്ക് എഴുന്നള്ളി, ആ സ്ത്രീയുടെ വീട്ടിന്നടുക്കലെത്തി ഒരു ഗൂഢസ്ഥലത്ത്, ഭീമസേനൻ കീചകന്റെ വരവിനെ കാത്തു നൃത്താഗാരത്തിലെന്നപോലെ, തണ്ടാന്റെ ആഗമനത്തെ പ്രതീക്ഷിച്ചുകൊണ്ടിരുന്നു. കുറച്ചുനേരം കഴിഞ്ഞപ്പോൾ തണ്ടാൻ അത്തർ, കളഭം, കസ്തൂരി, പനിനീർ മുതലായ സുഗന്ധ വർഗ്ഗങ്ങളാലും സുരഭിലകുസുമങ്ങളാലും വിശേഷപ്പെട്ട വസ്ത്ര ങ്ങളാലും മറ്റും അലംകൃതശരീരനായി, തന്നാൽ ആഗ്രഹിക്കപ്പെട്ട യുവതിയാലും ചേതോവഞ്ചകനായ പഞ്ചബാണനാലും അധർമ്മിഷ്ഠ മർമ്മഭേദിയായ ധർമ്മരാജാവിനാലും നിർദ്ദിഷ്ടമായ സങ്കേതസ്ഥല ത്തേക്ക് ഈശ്വരവിധിയാൽ നയിക്കപ്പെട്ടു. തണ്ടാൻ ആ സ്ത്രീയുടെ വീടിന്റെ പടിക്കകത്തേക്കു കടന്നപ്പോൾ ആസന്നമരണന്റെ പിന്നാലെ അന്തകനെന്നപോലെ, തിരുമനസ്സുകൊണ്ടു ഗൂഢമായിട്ടു കടന്നു. തണ്ടാൻ വീട്ടിനകത്തേക്കു കടക്കാനായി ഭാവിച്ചപ്പോൾ തിരുമനസ്സു കൊണ്ടു കടന്ന് അവന്റെ കുടുമ്മയ്ക്ക് ചുറ്റിപ്പിടിക്കുകയും "അങ്ങോ ട്ടല്ല, ഇങ്ങോട്ട്" എന്ന് അരുളിച്ചെയ്തുകൊണ്ട് പിന്നാക്കം ഒന്നു വലി ക്കുകയും അതോടുകൂടി തണ്ടാൻ നിലത്തു പതിക്കുകയും ചെയ്തു. തിരുമനസ്സുകൊണ്ട് തണ്ടാനെ അവിടെയിട്ട് അമർത്തിപ്പിടിച്ചുകൊണ്ട്, "ആരവിടെ? സാമാനങ്ങളൊക്കെ കൊണ്ടുവരട്ടെ. പന്തം കൊളുത്തട്ടെ. ഇവന്റെ ദേഹം മുഴുവനും തിരിത്തുണി ചുറ്റട്ടെ. എണ്ണ ഒഴിച്ചു നനയ് ക്കട്ടെ. തീ കൊളുത്തട്ടെ. ഇവന്റെ ആർത്തനാദം പുറത്തു കേൾക്കാതെ യിരിക്കത്തക്കവണ്ണം ഭേരി കൊട്ടിഗ്ഘോഷിക്കട്ടെ" എന്നിങ്ങനെ അരുളി ച്ചെയ്ത ക്ഷണത്തിൽ സകലസാധനങ്ങളുംകൊണ്ട് വലിയകപ്പിത്താൻ മുതലായവർ അവിടെ എത്തുകയും കൽപ്പനപോലെയെല്ലാം നടത്തു കയും തണ്ടാന്റെ ശരീരം മാത്രനേരംകൊണ്ടു ഭസ്മാവശേഷമായി

ത്തീരുകയും തിരുമനസ്സുകൊണ്ട് അപ്പോൾത്തന്നെ കോവിലകത്തേക്കെഴുന്നള്ളുകയും കപ്പിത്താൻമുതലായവരും അവരവരുടെ വാസസ്ഥലങ്ങളിലേക്കു മടങ്ങിപ്പോവുകയും ചെയ്തു.

ശക്തൻതമ്പുരാൻ തിരുമനസ്സുകൊണ്ട് ഒരിക്കൽ എറണാകുളത്ത് എഴുന്നള്ളിത്താമസിച്ചിരുന്നപ്പോൾ അവിടെനിന്നു രണ്ടുമൂന്നു നമ്പൂരിമാർ തൃശ്ശിവപേരൂർക്കായി പുറപ്പെട്ടു. അവർ എറണാകുളത്തുനിന്നു വഞ്ചി കയറി കരൂപ്പടന്നെ ഇറങ്ങി. അവർ അവിടെയെത്തിയപ്പോൾ ഏകദേശം രണ്ടു നാഴികപകലുണ്ടായിരുന്നു. അതിനാൽ അത്താഴത്തിനു വെള്ളാങ്ങല്ലൂരോ മറ്റോ വല്ലയിടത്തുമെത്താമെന്നു വിചാരിച്ച് അവർ അവിടെ നിന്നു കാൽനടയായി പുറപ്പെട്ടു. കുറച്ചു നടന്നതിന്റെ ശേഷം അവർ മദ്ധ്യേമാർഗ്ഗം ഒരു സ്ഥലത്തു മുറക്കാനായിട്ടിരുന്നു. അപ്പോഴേക്കും നേരം ഏകദേശം സന്ധ്യയായിത്തുടങ്ങി. അവർ വെറ്റില മുറുക്കു കഴിഞ്ഞ് അവിടെ നിന്നു പുറപ്പെടാൻ ഭാവിച്ചപ്പോൾ രണ്ടു ജോനകമാപ്പിളമാർ അവിടെയെത്തി. അവർ ആ നമ്പൂരിമാരോട് "നമ്പൂരിശ്ശന്മാർ എങ്ങോട്ടാണ് പുറപ്പെട്ടിരിക്കുന്നത്! അസമയത്ത് സഞ്ചരിക്കാൻ നിങ്ങൾക്ക് ഭയമില്ലയോ" എന്നു ചോദിച്ചു. അപ്പോൾ നമ്പൂരിമാർ, "ഇപ്പോൾ ശക്തൻതിരുമനസ്സിലെ കാലമല്ലേ? ഇക്കാലത്ത് ആരെ ഭയപ്പെടണം? ഇപ്പോൾ ആർക്കും എവിടെയും ഏതുസമയത്തും നിർഭയമായി സഞ്ചരിക്കാമല്ലോ" എന്നു പറഞ്ഞു. അതു കേട്ട് മാപ്പിളമാർ, "ശക്തൻ രാജാവിന്റെ ശക്തി കരൂപ്പടന്നയ്ക്ക് വടക്കോട്ട് ഫലിക്കയില്ല; ഇവിടെ ഞങ്ങളുടെ ശക്തിയേ നടക്കുകയുള്ളൂ. സംശയമുണ്ടെങ്കിൽ കാണിച്ചുതരാം. നിങ്ങളുടെ കയ്യിലുള്ളതൊക്കെ ഇങ്ങോട്ടു തന്നേക്കുക. തന്നില്ലെങ്കിൽ കുത്തി കമഴ്ത്തിക്കളയും" എന്ന് പറഞ്ഞ്, അരയിൽ തിരുകിയിരുന്ന ഉറയിൽനിന്നു കത്തി ഊരിയെടുത്തു. അതുകണ്ട് നമ്പൂരിമാർ ഭയപ്പെട്ട് അവരുടെ കൈയിലുണ്ടായിരുന്ന മോതിരങ്ങളും പണമടിശ്ശീലകളുമെല്ലാം മാപ്പിളമാരുടെ മുമ്പിൽ വച്ചുകൊടുത്തു. മാപ്പിളമാർ അവയെടുത്തുകൊണ്ട് അവരുടെ വഴിക്കുപോയി. നമ്പൂരിമാർ തിരിയെ കരൂപ്പടന്നെച്ചെന്നു വഞ്ചികയറി എറണാകുളത്തേക്കും പുറപ്പെട്ടു. പിറ്റേ ദിവസം രാവിലെ നമ്പൂരിമാർ എറണാകുളത്തെത്തി, ശക്തൻതിരുമനസ്സിലെ മുമ്പാകെ ചെന്നു തലേദിവസം വഴിക്കുവച്ചുണ്ടായ സംഗതികളെല്ലാം വിവരമായി അറിയിച്ചു. ഉടനെ തിരുമനസ്സുകൊണ്ട് വലിയ കപ്പിത്താനെ തിരുമുമ്പാകെ വരുത്തി, "ഈ നമ്പൂരിമാരുടെ പണവും പണ്ടങ്ങളും തട്ടിപ്പറിച്ചുകൊണ്ടുപോയ കള്ളന്മാരെപ്പിടിച്ചു കളവുമുതലുകളോടുകൂടി നാളെ രാവിലെ ഇവിടെ കൊണ്ടുവരണം. ഇപ്പോൾത്തന്നെ കരൂപ്പടന്നയ്ക്ക് പുറപ്പെട്ടോളൂ" എന്നരുളിച്ചെയ്തു. കൽപ്പന കേട്ട മാത്രയിൽത്തന്നെ വലിയ കപ്പിത്താൻ അവിടെനിന്നു പുറപ്പെട്ടു. അന്നുതന്നെ കരൂപ്പടന്നയെത്തി, കൗശലത്തിൽ അന്വേഷിച്ചറിഞ്ഞ്, ആ കള്ളന്മാരെ പിടികൂടി അവരുടെ കൈയ്ക്ക് വിലങ്ങുവയ്ക്കുകയും കളവുമുതലെടുപ്പിച്ചുകൊണ്ട് പിറ്റേദിവസം

രാവിലെ അവരെ തിരുമുമ്പാകെ കൊണ്ടുചെല്ലുകയും ചെയ്തു. ഉടനെ ശക്തൻതമ്പുരാൻ തിരുമനസ്സുകൊണ്ട് ആ നമ്പൂരിമാരെ തിരുമുമ്പാകെ വരുത്തി, ആ മാപ്പിളമാരെയും കളവുമുതലുകളും കാണിച്ചിട്ട്, "ആ മാപ്പിളമാർ ഇവർ തന്നെയോ, നിങ്ങളുടെ മോതിരങ്ങളും പണമടിശ്ശീലകളും ഇവതന്നെയോ?"എന്നു ചോദിച്ചു. അതുകേട്ട് നമ്പൂരിമാർ സൂക്ഷിച്ചുനോക്കീട്ട് "ആ മാപ്പിളമാർ ഇവർ തന്നെയാണെന്നാണ് തോന്നുന്നത്; മോതിരങ്ങളും മടിശ്ശീലകളും ഇവ തന്നെ, സംശയമില്ല" എന്നു തിരുമനസ്സുറിയിച്ചു. തിരുമനസ്സുകൊണ്ട് ആ മോതിരങ്ങളും പണമടിശ്ശീലകളും നമ്പൂരിമാർക്ക് കൊടുത്ത് അവരെ സന്തോഷിപ്പിക്കുകയും "ഇനി എപ്പോൾ വേണമെങ്കിലും എവിടെ വേണമെങ്കിലും സഞ്ചരിക്കാം. ലേശംപോലും ഭയപ്പെടേണ്ടാ" എന്ന് അരുളിച്ചെയ്ത് അയയ്ക്കുകയും ആ കള്ളന്മാരെ 'മനയ്ക്കൽ'ത്തന്നെ കൊണ്ടുപോകുന്നതിന് വലിയ കപ്പിത്താന് കൽപ്പന കൊടുക്കുകയും ചെയ്തു. വലിയകപ്പിത്താൻ ഉടനെതന്നെ ആ മാപ്പിളമാരെ വഞ്ചികളിൽക്കയറ്റിക്കൊണ്ടുപോയി കപ്പൽച്ചാലിൽ കെട്ടിത്താഴ്ത്തുകയും ചെയ്തു.

ശക്തൻ വലിയതമ്പുരാൻ തിരുമനസ്സിലെ കൂടെത്താമസിച്ചിരുന്നവരിൽ അവിടുത്തെ പ്രീതിക്കു പ്രത്യേകം പാത്രീഭവിച്ചിരുന്നത് കോട്ടപ്പുറത്തു കുഞ്ഞൻ തിരുമുൽപ്പാടെന്നും മാളിയയ്ക്കൽ വലിയ യജമാനൻ എന്നും രണ്ടുപേരായിരുന്നു. വലിയ യജമാനന് ആഭിജാത്യം സ്വല്പം കുറവായിരുന്നതിനാൽ കിരിയം, ഇല്ലം മുതലായ ഉയർന്നതരം നായന്മാർ അദ്ദേഹത്തിന്റെ ഗൃഹത്തിൽപ്പോയി ഭക്ഷണം കഴിക്കുകയും മറ്റും പതിവില്ലായിരുന്നു. അതു നിമിത്തം യജമാനനു വളരെ കുണ്ഠിതമായിരുന്നു. ആ വിവരം തിരുമനസ്സുകൊണ്ട് അറിയുകയും ചെയ്തിരുന്നു.

അങ്ങനെയിരിക്കുന്ന കാലത്ത് യജമാനന്റെ വീട്ടിൽ താലികെട്ടു കല്യാണമുണ്ടായി. ആ അടിയന്തിരത്തിന് ആ ദേശത്തുള്ള സകല നായന്മാരും അവരുടെ സ്ത്രീകളും യജമാനന്റെ വീട്ടിൽച്ചെന്ന് അടിയന്തിരം വേണ്ടതുപോലെ നടത്തിക്കൊടുക്കണമെന്നു കൽപ്പനയുണ്ടാവുകയും കൽപ്പനപ്രകാരം എല്ലാവരും പോവുകയും മുഹൂർത്ത സമയമായപ്പോൾ തിരുമനസ്സുകൊണ്ട് അവിടെ എഴുന്നള്ളുകയും ചെയ്തു. താലികെട്ടു കഴിഞ്ഞയുടനെ സദ്യയ്ക്ക് ഇലവയ്ക്കാൻ കൽപ്പനയായി. ഇലവച്ച് സകലവിഭവങ്ങളും വിളമ്പിക്കഴിഞ്ഞപ്പോൾ സ്ത്രീകളും പുരുഷന്മാരും എല്ലാവരും ഭക്ഷണത്തിനിരിക്കാൻ കൽപ്പിച്ചു. എല്ലാവരും ഇരുന്നയുടനെ തിരുമനസ്സുകൊണ്ടുതന്നെ രണ്ടുമൂന്നിലയ്ക്ക് ചോറു വിളമ്പുകയും ശേഷമിലകളിലെല്ലാം യജമാനനെക്കൊണ്ടു ചോറു വിളമ്പിക്കയും ചെയ്തു. അപ്പോൾ ഉണ്ടുതുടങ്ങാതെ എല്ലവരും സംശയിച്ചിരുന്നു. അതുകണ്ടിട്ട് ശക്തൻതമ്പുരാൻ തിരുമനസ്സുകൊണ്ട് "ഒട്ടും സംശയിക്കേണ്ട, എല്ലാവർക്കും ഊണു കഴിക്കാം; മാളിയയ്ക്കൻ ഇന്നു മുതൽ നല്ല നായരായിരിക്കുന്നു" എന്ന് അരുളിച്ചെയ്തിട്ട് വാളും

ഊന്നിപ്പിടിച്ചുകൊണ്ട് അവിടെത്തന്നെ എഴുന്നള്ളി നിന്നു. തിരുമനസ്സിലെക്കുറിച്ചുള്ള ഭയം നിമിത്തം സ്ത്രീകളും പുരുഷന്മാരും ആബാലവൃദ്ധം എല്ലാവരും ഭക്ഷണം കഴിച്ചു. അനന്തരം നല്ല നായന്മാരായിട്ടുള്ള നാലു വീട്ടുകാരെ മാളിയയ്ക്കൽ യജമാനന്റെ ഇണങ്ങരാക്കിക്കല്പിക്കയും "ഇന്നുമുതൽ നായന്മാരെല്ലാവരും മാളിയയ്ക്കനെ നല്ല നായരായി ഗണിച്ചുകൊള്ളണം" എന്ന് അരുളിച്ചെയ്കയും ചെയ്തിട്ടു തിരുമനസ്സുകൊണ്ട് കോവിലകത്തേഴുന്നള്ളി. ആ കല്പനപോലെ തന്നെ ഇന്നും നടന്നുവരുന്നു. വലിയ യജമാനന് ആ യജമാനസ്ഥാനം ശക്തൻ തിരുമനസ്സുകൊണ്ട് കൽപ്പിച്ചുകൊടുത്തതാണെന്നുള്ളതു വിശേഷിച്ചു പറയണമെന്നില്ലല്ലോ. അതു കൂടാതെ അദ്ദേഹത്തിനു നെടിയ കുട, ചങ്ങല വട്ടക മുതലായ പദവികളും തറവാട്ടേക്കു മേനവസ്ഥാനംകൂടി കൽപ്പിച്ചു കൊടുത്തു. മാളിയയ്ക്കൽ വലിയ യജമാനന്റെ വീടു തൃപ്പൂണിത്തുറയ്ക്കു സമീപം എരവൂർ എന്ന ദേശത്താണ്. മാളിയയ്ക്കൽ വലിയ യജമാന്റെ പേരിൽ ശക്തൻ തിരുമനസ്സിലേക്കു വളരെ കരുണയും വാത്സ്യല്യവുമുണ്ടായിരുന്നുവെങ്കിലും അവിടുന്ന് യജമാനന് അധീനനായിരുന്നുവെന്ന് ആരും വിചാരിച്ചുപോകരുത്. തിരുമനസ്സിലെ ഇഷ്ടംപോലെയല്ലാതെ യജമാനന്റെ ഇഷ്ടംപോലെ അവിടുന്ന് ഒരു കാര്യവും കൽപ്പിച്ചു ചെയ്തിരുന്നില്ല.

ഒരിക്കൽ ധനവാനായ ഒരീഴവൻ നിസ്സാരമായ ഒരു കുറ്റം (*ഒരു നമ്പൂരിയെ തീണ്ടുകയോ മറ്റോ*) ചെയ്തതിന് അവനെപ്പിടിച്ചു തടവിൽ വയ്ക്കുവാൻ തിരുമനസ്സുകൊണ്ട് കൽപ്പന കൊടുത്തു. ഈഴവനെ കൽപ്പനപ്രകാരം പിടിച്ചു തടവിൽ വച്ചയുടനെ അവന്റെ ബന്ധുക്കൾ ചെന്നു കുറെ പണം കാഴ്ചവച്ചു വലിയ യജമാനനെക്കണ്ടു സങ്കടം പറയുകയും ഏതുവിധവും അവനെ തടവിൽനിന്നു വിടുവിച്ചു കൊടുക്കണമെന്നു പ്രത്യേകം അപേക്ഷിക്കുകയും ചെയ്തു. "ആകട്ടെ, വല്ലതും കൗശലമുണ്ടാക്കാമോ എന്നു നോക്കാം" എന്നു പറഞ്ഞു യജമാനൻ ആ കാഴ്ചദ്രവ്യം സ്വീകരിച്ചുകൊണ്ട് അവരെ അയച്ചു. ഈ സംഗതി തിരുമനസ്സുകൊണ്ട് എങ്ങനെയോ ഉടൻ അറിയുകയും വലിയ കപ്പിത്താനെ തിരുമുൻപാകെ വരുത്തി, "തടവിലാക്കിയിരിക്കുന്ന ആ ഈഴവനെ നാളെ മാളിയയ്ക്കൻ എന്റെ അടുക്കൽ വരുന്ന സമയം വെടിവച്ചു കൊന്നേക്കണം" എന്നു കൽപ്പിക്കുകയും ചെയ്തു. ഇതൊന്നും അറിയാതെ വലിയ യജമാനൻ പിറ്റേദിവസം രാവിലെ തിരുമുൻപിലെത്തി, ആ ഈഴവനെ തടവിൽനിന്നു വിടുവിക്കേണ്ടുന്ന കാര്യത്തെപ്പറ്റി തിരുമനസ്സറിയിച്ചുകൊണ്ടുനിന്നപ്പോൾ ഒരു വെടിയുടെ ശബ്ദം കേട്ടിട്ടു അവിടെ പാറാവു നിന്നിരുന്ന ശിപായിയോട്, "എന്താണ് ആ കേട്ടത്?" എന്നു കൽപ്പിച്ചു ചോദിച്ചു.

ഉടനെ ശിപായി, "ഇന്നലെ കൽപ്പനപ്രകാരം തടവിലാക്കിയിരുന്ന ആ ഈഴവനെ വലിയ കപ്പിത്താൻ യജമാനൻ വെടിവെച്ചുകൊന്നു.

ആ വെടിയുടെ ശബ്ദമാണ്" എന്നു തിരുമനസ്സറിയിച്ചു. അതു കേട്ടു തിരുമനസ്സുകൊണ്ട് "ഓ! ശരി തന്നെ, അവനെ ഇന്നു രാവിലെ വെടി വെച്ചുകൊല്ലുന്നതിനു നാം ഇന്നലെത്തന്നെ ചട്ടംകെട്ടീട്ടുണ്ടായിരുന്നു. അവനെ വിട്ടയയ്ക്കണമെന്നു മാളിയേയ്ക്കനഭിപ്രായമുണ്ടായിരുന്നു വെങ്കിൽ ഇന്നലെ എന്നോടു പറയാമായിരുന്നില്ലേ? എന്നാൽ അങ്ങനെ ചെയ്യാമായിരുന്നു. ഇനി അതു പറഞ്ഞതുകൊണ്ട് പ്രയോജനമില്ലല്ലോ" എന്നരുളിച്ചെയ്തു. അതുകേട്ട് വലിയ യജമാനൻ ഏറ്റവും കുണ്ഠിത ത്തോടുകൂടി തിരുമുമ്പിൽനിന്നു പോവുകയും ചെയ്തു. ശക്തൻ തമ്പു രാൻ തിരുമനസ്സുകൊണ്ടു സേവകന്മാരുടെ ഇഷ്ടപ്രകാരം യാതൊന്നും പ്രവർത്തിച്ചിരുന്നില്ലെന്നുള്ളതിലേക്കു ദൃഷ്ടാന്തമായി ഇങ്ങനെ പല സംഗതികൾ പറയാനുണ്ട്. വിസ്തരഭയത്താൽ അവയൊന്നും ഇവിടെ വിവരിക്കണമെന്നു വിചാരിക്കുന്നില്ല.

ശക്തൻതമ്പുരാൻ തിരുമനസ്സിലേക്ക് ചിറ്റമ്മയുടെ പുത്രന്മാരായി ട്ടുണ്ടായിരുന്ന സഹോദരന്മാർ രണ്ടുപേരും (*ഇളയ തമ്പുരാനും വീര കേരള മൂന്നാംകൂർ തമ്പുരാനും*) ശാസ്ത്രജ്ഞന്മാരായിരുന്നു. അവർക്കു വേദാന്തശാസ്ത്രംകൂടി ഗ്രഹിച്ചാൽ കൊള്ളാമെന്ന് ഒരാഗ്രഹം ജനി ക്കുകയാൽ അതു പഠിപ്പിക്കുന്നതിനു വേദാന്തികളായ പല മലയാള ബ്രാഹ്മണരോടും ആവശ്യപ്പെട്ടതിൽ "വേദാന്തം ക്ഷത്രിയർക്ക് അർഹ മായിട്ടുള്ളതല്ല'' എന്നു പറഞ്ഞതല്ലാതെ ആരും പഠിപ്പിച്ചില്ല. അതി നാൽ ആ തമ്പുരാക്കന്മാർ തൃശ്ശിവപേരൂർ എഴുന്നെള്ളിത്താമസിച്ചു കൊണ്ട് തുളു എമ്പ്രാന്മാരുടെ സ്വാമിയാരായ ഒരു വേദാന്തിയെ അവിടെ വരുത്തിത്താമസിപ്പിക്കുകയും അദ്ദേഹത്തിന്റെ അടുക്കൽ വേദാന്ത ശാസ്ത്രം പഠിച്ചുതുടങ്ങുകയും അതോടുകൂടി വിഷ്ണുമുദ്ര ധരിക്കു കയും വിഗ്രഹാരാധന മുതലായ ചില കർമ്മങ്ങൾ ആചരിച്ചുതുടങ്ങു കയും ചെയ്തു. എന്നു മാത്രമല്ല, ആ തമ്പുരാക്കന്മാർക്കു ക്രമേണ വിഷ്ണുമതത്തിൽ പ്രതിപത്തി വർദ്ധിച്ചുവരികയാൽ തുളു എമ്പ്രാന്മാ രുടെ ആചാരനടപടികളെ അവർ മിക്കവാറും സ്വീകരിക്കുകയും ചെയ്തു. ഇത്രയുമൊക്കെ ആയതിനുശേഷം ആ തമ്പുരാക്കന്മാരെ പഠിപ്പിക്കുന്നതിന് തന്റെ ശിഷ്യന്മാരിലൊരാളെ തൃശ്ശിവപേരൂർ താമസി പ്പിച്ചിട്ട് ആ സ്വാമിമാർ സ്വദേശത്തേക്കു പോയി.

അക്കാലത്ത് ശക്തൻതമ്പുരാൻ തിരുമനസ്സുകൊണ്ട് എഴുന്നെള്ളി ത്താമസിച്ചിരുന്നതു തൃപ്പൂണിത്തുറെയായിരുന്നു. ഏതാനും ദിവസ ങ്ങൾ കഴിഞ്ഞപ്പോൾ തന്റെ സഹോദരന്മാർ വേദാന്തശാസ്ത്രം പഠിച്ചു തുടങ്ങുകയും വിഷ്ണുമുദ്ര ധരിക്കുകയും വിഗ്രഹാരാധന മുതലായ ചില കർമ്മങ്ങൾ ആചരിച്ചു തുടങ്ങുകയും തുളു എമ്പ്രാന്മാരുടെ ആചാരനടപടികളെ മിക്കവാറും സ്വീകരിക്കുകയും ചെയ്തിരിക്കു ന്നതായി അവിടേക്ക് അറിവു കിട്ടി. ആ സഹോദരന്മാരുടെ പ്രവൃത്തി കൾ തിരുമനസ്സിലേക്ക് ഒട്ടും രസിച്ചില്ല. എങ്കിലും താൻ അവർക്കു

വിരോധമായി വല്ലതും പ്രവർത്തിച്ചാൽ ചിറ്റമ്മയ്ക്കു മനഃസ്താപമുണ്ടായെങ്കിലോ എന്നു വിചാരിച്ചു തത്ക്കാലം അവിടുന്ന് ഒന്നും ചെയ്തില്ല. അങ്ങനെയിരിക്കുന്ന കാലത്ത് ഇളയ തമ്പുരാനും വീരകേരള തമ്പുരാനുംകൂടി തങ്ങൾ ചെലവിനുവച്ചിരിക്കുന്ന സംഖ്യ ഒട്ടും മതിയാകുന്നില്ലെന്നും അതിനാൽ കുറച്ചു കൂട്ടികൊടുക്കണമെന്നും ശക്തൻ വലിയതമ്പുരാൻ തിരുമനസ്സിലെ അടുക്കലേക്ക് ഒരപേക്ഷ അയച്ചു. അതിനു ശക്തൻ തിരുമനസ്സുകൊണ്ട്, "ക്രമപ്രകാരമുള്ള ചെലവിന് ഇപ്പോൾ നിശ്ചയിച്ചിരിക്കുന്ന സംഖ്യകൊണ്ടു മതിയാകും. സ്വകീയാചാരവിരുദ്ധങ്ങളായ നടപടികൾക്കായി കൂടുതൽ സംഖ്യ അനുവദിക്കുന്നതല്ല" എന്നു മറുപടി കെടുത്തു. ഈ മറുപടി ആ അനുജൻ തമ്പുരാക്കന്മാർക്ക് ഒട്ടും രസിച്ചില്ലെന്നു മാത്രമല്ല, അന്നുമുതൽ അവർക്ക് ശക്തൻ തിരുനസ്സിലെ പേരിൽ വൈരം വർദ്ധിച്ചുവരികയും ചെയ്തു. അതിനാൽ ആ തമ്പുരാക്കന്മാർ ശക്തൻ തിരുമനസ്സിലെ നടപടിദോഷങ്ങളെ സവിസ്തരം വിവരിച്ച് ഒരെഴുത്തെഴുതി അക്കാലത്ത് ഇംഗ്ലീഷുകാരുടെ പ്രതിനിധിയായി (*റസിഡന്റായി*) വന്നുതാമസിച്ചിരുന്ന മെക്കാളിസ്സായ്പിന്റെ പേർക്കയച്ചു. സായ്പ് ആ എഴുത്ത് ശക്തൻ തിരുമനസ്സുകൊണ്ട് കാണുന്നതിനായി അവിടേക്കയച്ചുകൊടുത്തു. ആ എഴുത്തു കണ്ടപ്പോൾ ശക്തൻ തിരുമനസ്സിലേക്കുണ്ടായ കോപം അതിദുസ്സഹമായിരുന്നു എന്നുള്ളതു പറയണമെന്നില്ലല്ലോ. എഴുത്തു കണ്ട ക്ഷണത്തിൽ തിരുമനസ്സുകൊണ്ട്, ആ എഴുത്തുംകൊണ്ട് ചിറ്റമ്മത്തമ്പുരാട്ടിയുടെ തിരുമുമ്പാകെ എഴുന്നള്ളി, അപ്പോൾ തമ്പുരാട്ടി, "കുഞ്ഞിപ്പിള്ള ഈ മദ്ധ്യാഹ്നസമയത്ത് ഇത്ര ബദ്ധപ്പെട്ടു വന്നത് എന്തിനാണ്?" എന്നു കൽപ്പിച്ചു ചോദിച്ചു. (*അന്നു വലിയ തമ്പുരാട്ടിയായിരുന്ന ചിറ്റമ്മത്തമ്പുരാട്ടി ശക്തൻ തിരുമേനിയെ ഓമനപ്പേരായി കുഞ്ഞിപ്പിള്ള എന്നാണ് വിളിച്ചുവന്നിരുന്നത്*) ഉടനെ ശക്തൻ തമ്പുരാൻ "വിശേഷിച്ചൊന്നുമില്ല; ചിറ്റമ്മയുടെ പുത്രന്മാരുടെ പ്രവൃത്തികളെക്കുറിച്ച് സ്വല്പം തിരുമനസ്സറിയിക്കാനുണ്ട്. അതിനായിട്ടാണ് ഞാനിപ്പോൾ വന്നത്. അത് അവരെക്കൂടി ഇവിടെ വരുത്തീട്ടാണ് നല്ലതെന്നു തോന്നുന്നു" എന്നു തിരുമനസ്സറിയിച്ചു. ആ തമ്പുരാക്കന്മാർ അപ്പോൾ തൃപ്പൂണിത്തുറെത്തന്നെയുണ്ടായിരുന്നതിനാൽ തമ്പുരാട്ടി ഉടനെ ആളയച്ച് അവരെ അവിടെ വരുത്തി. അപ്പോൾ ശക്തൻ തിരുമനസ്സുകൊണ്ട് ആ എഴുത്തു വായിച്ചു കേൾപ്പിച്ചിട്ട് ഇതു ചിറ്റമ്മയുടെ പ്രിയപുത്രന്മാരായ ഇവർ മെക്കാളിയുടെ പേർക്കയച്ചിട്ടു ഞാൻ കാണാനായി അയാൾ എനിക്കയച്ചുതന്നിട്ടുള്ളതിനാണ് എന്നരുളിച്ചെയ്തു. അതു കേട്ടിട്ട് തമ്പുരാട്ടി "ഇവരുടെ കാര്യമൊന്നും എന്നോടു പറയേണ്ടാ. കുഞ്ഞിപ്പിള്ളയുടെ ഇഷ്ടംപോലെ എന്തെങ്കിലും ചെയ്തോളൂ. എനിക്കു യാതൊരു വിരോധവുമില്ല" എന്നരുളിച്ചെയ്തു. അപ്പോൾ തിരുമനസ്സുകൊണ്ട് "ഇതിനൊക്കെ പകരം ചെയ്യാനും ഇവരെ നല്ലശീലം പഠിപ്പിച്ചു മര്യാദയ്ക്കു നടത്താനും എനിക്കു

വയ്യായ്കയില്ല. ഞാൻ വല്ലതും പ്രവർത്തിച്ചാൽ അതു ചിറ്റമ്മയ്ക്കു വ്യസനകരമായിത്തീരുമല്ലോ എന്നുമാത്രം വിചാരിച്ചു ഞാൻ ഇതുവരെ ക്ഷമിച്ചു പോന്നതാണ്. ചിറ്റമ്മയെ വിചാരിച്ചു ഞാൻ ഈ പ്രാവശ്യംകൂടി ക്ഷമിക്കുന്നു. ഇവർ ഇനിയും ഇപ്രകാരം വല്ലതും പ്രവർത്തിച്ചാൽ അതിന്റെ ഫലം അപ്പോളറിയാം" എന്നരുളിച്ചെയ്തിട്ട് അവിടെനിന്നെഴുന്നള്ളി. ഉടനെ അനുജൻ തമ്പുരാക്കന്മാരും പേടിച്ചു വിറച്ചുകൊണ്ട് അവിടെനിന്ന് എഴുന്നള്ളി.

ഒരിക്കൽ ശക്തൻ തമ്പുരാൻ തിരുമനസ്സുകൊണ്ട് തൃശ്ശിവപേരൂരെഴുന്നള്ളി താമസിച്ചിരുന്നപ്പോൾ വടക്കുന്നാഥക്ഷേത്രത്തിന്റെ നാലുവശത്തും തേക്കുങ്കാട് നിറഞ്ഞിരിക്കുന്നതായും തന്നിമിത്തം അവിടെക്കൂടി ഗതാഗതംചെയ്യുന്നതിന് ജനങ്ങൾക്ക് വളരെ ഭയവും അസൗകര്യവും ഉള്ളതായിട്ടും കാണുകയാൽ ആ കാടെല്ലാം വെട്ടിമാറ്റിച്ചു ക്ഷേത്രത്തിനു ചുറ്റും വിസ്താരത്തിൽ പ്രദക്ഷിണവഴി ഉണ്ടാക്കിക്കണമെന്നു നിശ്ചയിച്ചു. ഒരു ദിവസം തിരുമനസ്സുകൊണ്ടുകൂടി എഴുന്നള്ളി നിന്നു കാടുവെട്ടിച്ചുതുടങ്ങിയപ്പോൾ 'പാറമേൽക്കാവ്' എന്നു പ്രസിദ്ധമായ അവിടെയുള്ള ഭഗവതിക്ഷേത്രത്തിലെ വെളിച്ചപ്പാടു വാളുംചിലമ്പും ധരിച്ചു തുള്ളിക്കൊണ്ടു തിരുമുമ്പാകെ ചെന്ന്, "ഇതെന്റെ അച്ഛന്റെ ജടയാണ്; ഇതിങ്ങനെ വെട്ടിക്കളയാൻ പാടില്ല" എന്നു കോപഭാവത്തോടുകൂടി പറഞ്ഞു. അപ്പോൾ തിരുമനസ്സുകൊണ്ട് "ഞാനിതൊക്കെ വെട്ടിക്കളയിച്ച് ഇവിടം വെടിപ്പും വൃത്തിയും വരുത്തി ഇടുവിക്കാനാണ് നിശ്ചയിച്ചിരിക്കുന്നത്. അനാവശ്യമായി ഒന്നും പറയാതെ പൊയ്ക്കോ, അതാണ് നല്ലത്. ടിപ്പുസുൽത്താൻ വന്ന് ക്ഷേത്രത്തിൽ കടന്ന് വടക്കുന്നാഥന്റെ ബിംബം ഇളക്കിപ്പറിച്ചു പറുത്തു കളഞ്ഞപ്പോൾ നീയും നിന്റെ അച്ഛനും എവിടെപ്പോയിരുന്നു?" എന്ന് അരുളിച്ചെയ്തു. ഇതുകേട്ടപ്പോൾവെളിച്ചപ്പാടിനു കോപം കുറച്ചുകൂടി വർദ്ധിച്ചു. തുള്ളൽ ഒന്നുകൂടികടുത്തു. "ആഹാ, ഉണ്ണീ എന്നോടു കളിക്കുന്നു, അല്ലേ? അനുഭവം കാണിച്ചുതരാം" എന്നുപറഞ്ഞുകൊണ്ട് അയാൾ തല വെട്ടിപ്പൊളിക്കാൻ തുടങ്ങി. വെളിച്ചപ്പാടിന്റെ വാൾ മൂർച്ചയില്ലാതിരുന്നതുകൊണ്ട് തല നല്ലപോലെ മുറഞ്ഞിരുന്നില്ല. അപ്പോൾ തിരുമനസ്സുകൊണ്ട്, "നീ വിചാരിച്ചാൽ നമ്മോട് എന്തു ചെയ്വാൻ കഴിയും? ആ വാളിനു മൂർച്ചയില്ലെങ്കിൽ മൂച്ചയുള്ള വാൾ എന്റെ കയ്യിലുണ്ട്. ഇതായിരിക്കും നല്ലത്" എന്നരുളിച്ചെയ്തിട്ടു തിരുമനസ്സിലെ തൃക്കൈയിലിരുന്ന പള്ളിവാൾ തിരുമനസ്സുകൊണ്ടുതന്നെ വെളിച്ചപ്പാടിന്റെ ശിരസ്സിൽവച്ചു ചിലമ്പുകൊണ്ടു മുട്ടിയിറക്കി. ആ വാൾ നല്ലപോലെ മൂർച്ചയുള്ളതായിരുന്നതിനാൽ വെളിച്ചപ്പാടിന്റെ ശരീരം ക്ഷണത്തിൽ രണ്ടായി പിളർന്നു നിലത്തുപതിച്ചു. അതിന്റെശേഷം തിരുമനസ്സുകൊണ്ട് അവിടെയുണ്ടായിരുന്ന കാടുകളെല്ലാം വെട്ടിക്കളയിച്ചു വെടിപ്പാക്കിച്ചു ക്ഷേത്രത്തിനു ചുറ്റും പ്രദക്ഷിണവഴി ഉണ്ടാക്കിച്ചു. അതിനാൽ അവിടെ ജനങ്ങൾക്കു ഗതാഗതസൗകര്യവും നിർഭയതയും സിദ്ധിച്ചു.

ചുമ്മുക്കുട്ടിയമ്മ നൈത്യാരമ്മയ്ക്ക് അക്കാലംവരെ അവർ പ്രസവിച്ചു സന്തതിയുണ്ടാകാതെയിരുന്നതിനാൽ അത്യന്തം മനഃസ്താപത്തോടുകൂടി "സന്തത്യർത്ഥമായി വല്ലതുംചില സല്ക്കർമ്മങ്ങൾ ചെയ്താൽ കൊള്ളാമായിരുന്നു" എന്ന് അവർ തിരുമനസ്സറിയിച്ചു. അതുകേട്ട് ശക്തൻ തിരുമനസ്സുകൊണ്ട്, "അതിനെന്താ വിരോധം? ചുമ്മുവിന്റെ ഇഷ്ടംപോലെയൊക്കെ ചെയ്യാമല്ലോ" എന്ന് അരുളിച്ചെയ്യുകയും അവരുടെ ഇഷ്ടപ്രകാരം പലവിധത്തിലുള്ള ദാനഹോമാദിസല്ക്കർമ്മങ്ങളും ബ്രാഹ്മണർക്കു പരക്കെ സദ്യയും പ്രതിഗ്രഹവുമെല്ലാം തൃശ്ശിവപേരൂർവച്ചുതന്നെ നടത്തിക്കുകയും ചെയ്തു.

ഇവയെല്ലാം നടത്തിയതിന്റെശേഷം കുറച്ചുദിവസം കഴിഞ്ഞിട്ടു ശക്തൻ തമ്പുരാൻ തിരുമനസ്സുകൊണ്ട് തൃപ്പൂണിത്തുറയ്ക്കെഴുന്നള്ളി. ഒരു ദിവസംഅവിടുന്ന് ചിറ്റമ്മത്തമ്പുരാട്ടിയുടെ തിരുമുമ്പാകെ എഴുന്നള്ളിയ സമയം തമ്പുരാട്ടി, "കുഞ്ഞിപ്പിള്ള പാറമേൽക്കാവിലെ വെളിച്ചപ്പാടിനെ കൊന്നു എന്നു കേട്ടു, ഭഗവതിയോട് ഇങ്ങനെ ചെയ്യാമോ? ഇനി ഇതു നിമിത്തം എന്തെല്ലാമനർത്ഥങ്ങളാണാവോ ഉണ്ടാവുന്നത്? ഈശ്വരന്മാരോടും മറ്റും കളിക്കുന്നത് ഒട്ടും നല്ലതല്ല" എന്നരുളിച്ചെയ്തു. അതിനു മറുപടിയായി ശക്തൻ തിരുമനസ്സുകൊണ്ട്, "ഞാൻ ഭഗവതിയോട് യാതൊന്നും ചെയ്തില്ല, ഞാൻ കൊന്നത് കോമരത്തെയാണ്. അവൻ അനാവശ്യമായി തുള്ളിക്കൊണ്ടു വന്നു ചില അസംബന്ധങ്ങൾ പറയുകയും ചില ധാർഷ്ട്യങ്ങൾ കാണിക്കുകയും ചെയ്തു. അതുകൊണ്ടാണ് ഞാനങ്ങനെ ചെയ്തത്. അതു നിമിത്തം ഭഗവതിക്ക് എന്നോട് ഒരു വിരോധവും തോന്നുകയുമില്ല. ഇവിടെ ഒരനർത്ഥവും സംഭവിക്കുകയുമില്ല."

തമ്പുരാട്ടി: ആട്ടെ, ഇനി മേലാൽ ഇങ്ങനെയുള്ള സാഹസമൊന്നും പ്രവർത്തിക്കരുത്. ഇതിന്റെയൊക്കെ ഫലം എന്നെങ്കിലും ഒരിക്കൽ അനുഭവിക്കേണ്ടതായി വരും.

ശക്തൻ തിരുമനസ്സുകൊണ്ട്: ഈശ്വരവിരോധം വരത്തക്കവണ്ണം ഞാനൊരിക്കലും യാതൊന്നും പ്രവർത്തിക്കുകയില്ല; ഇതുവരെ പ്രവർത്തിച്ചിട്ടുമില്ല. ക്ഷേത്രത്തിൽ ചുറ്റുമുണ്ടായിരുന്ന കാട് കളയിച്ചു പ്രദക്ഷിണവഴി ഉണ്ടാക്കിച്ചതുകൊണ്ട് ഈശ്വരപ്രസാദമല്ലാതെ ഈശ്വരവിരോധം ഒരിക്കലുമുണ്ടാകാനിടയില്ലല്ലോ.

തമ്പുരാട്ടി: ചുമ്മൂനു സന്തതിയുണ്ടാകാനായിട്ടു കുഞ്ഞിപ്പിള്ള വളരെ സല്ക്കർമ്മങ്ങൾ ചെയ്യിച്ചുവെന്നു കേട്ടുവല്ലോ. ഇവിടെ നമുക്കും സന്തതി ചുരുക്കമായിട്ടല്ലേ ഇരിക്കുന്നത്? അതിനായിട്ടൊന്നും ചെയ്യിച്ചില്ലല്ലോ. ഇതിനൊന്നും ചെയ്യിക്കാതെ മറ്റേതു നടത്തിച്ചതു നന്നായില്ല. നമ്മുടെ കാര്യം കഴിഞ്ഞിട്ടല്ലേ മറ്റെല്ലാം വേണ്ടത്?

ശക്തൻതിരുമനസ്സുകൊണ്ട്: ചിറ്റമ്മ ഇങ്ങനെ അന്യഥാ ശങ്കിക്കരുത്. ആ സല്ക്കർമ്മങ്ങളെല്ലാം ഞാൻ ചെയ്യിച്ചതുകൂടിയായിരുന്നു. പക്ഷേ,

ചുമ്മുവിനു സന്തതിയുണ്ടാകാനായിട്ടാണെന്നു ചുമ്മുവും ജനങ്ങളും വിചാരിച്ചിരിക്കാം. അതുകൊണ്ട് നമുക്കെന്താണ്? നമ്മുടെ മുതൽ ചെലവു ചെയ്തു ചെയ്യിക്കുന്ന സല്ക്കർമ്മങ്ങളുടെ ഫലം അന്യന്മാർക്ക് അനുഭവിക്കാൻ കഴിയുമോ? "പൊരുൾ പോകുന്നിടത്തു പുണ്യം" എന്നല്ലേ അഭിജ്ഞവചനം? വൃക്ഷത്തിന്റെ ചുവട്ടിൽ നനച്ചാൽ ഫലമുണ്ടാകുന്നതു മുകളിലല്ലേ? അതുപോലെ ചുമ്മുവിനു വേണ്ടി എന്നു പറഞ്ഞു ചെയ്യിച്ച സല്ക്കർമ്മങ്ങളുടെ ഫലമുണ്ടാകുന്നത് ഇവിടെയായിരിക്കും.

ഇങ്ങനെ അരുളിച്ചെയ്തു ചിറ്റമ്മത്തമ്പുരാട്ടിയെ സമ്മതിപ്പിക്കുകയും സന്തോഷിപ്പിക്കുകയും ചെയ്തിട്ട് അവിടുന്ന് തിരുമുമ്പിൽ നിന്ന് എഴുന്നള്ളുകയും ചെയ്തു.

ശക്തൻതമ്പുരാൻ തിരുമനസ്സുകൊണ്ട് നായാട്ടിനായി ഒരിക്കൽ ഒരു വനത്തിൽ എഴുന്നള്ളിയ സമയം ഒരു പുലി തിരുമനസ്സിലെ നേരെ ചാടിച്ചെന്നു.തിരുമനസ്സുകൊണ്ടു തല്ക്കാലം അല്പമൊന്നു പരിഭ്രമിച്ചു. എങ്കിലും ഉടൻ ധൈര്യത്തെ അവലംബിക്കുകയും തൃക്കൈയിലുണ്ടായിരുന്ന ഇരട്ടക്കുഴൽ തോക്കിൽനിന്ന് ഒരു നിറ ഒഴിക്കുകയും ആ വെടിയേറ്റു പുലി തൽക്ഷണം നിലത്തുവീഴുകയും ചെയ്തു. തിരുമനസ്സിലെ സഹായത്തിനായി വേറൊരു വെടിക്കാരൻ കൂടെയുണ്ടായിരുന്നു. പുലിയെ കണ്ട മാത്രയിൽ അവനെ കാണാതായി. പുലിയെ കൊന്നതിന്റെശേഷം തിരുമനസ്സുകൊണ്ട് അവൻ എവിടേക്ക് പോയി ഒളിച്ചുവെന്ന് അറിയാനായിട്ട് നാലുവശത്തേക്കും നോക്കി. അപ്പോൾ അവൻ ഒരു മരത്തിന്റെ മുകളിൽ നിന്ന് ഇറങ്ങിവരുന്നതായി കണ്ടു. തന്റെ ദേഹരക്ഷക്കായി താൻ കൊണ്ടുവന്നവൻ അതു നോക്കാതെ സ്വദേഹരക്ഷയെ മാത്രം കരുതി പ്രവർത്തിച്ചതിനാൽ തിരുമനസ്സിലേക്ക് അവന്റെ പേരിൽ വളരെ അപ്രീതിയും കോപവുമുണ്ടായി. അതിനാൽ തിരുമനസ്സുകൊണ്ട് തന്റെ തോക്കിന്റെ മറ്റേക്കുഴലിലുണ്ടായിരുന്ന നിറ അവന്റെ നേരെ ഒഴിക്കുകയും അവനും ചത്തുനിലത്തു വീഴുകയും ഉടനെ തിരുമനസ്സുകൊണ്ട് നായാട്ടു മതിയാക്കി കോവിലകത്തേക്ക് എഴുന്നള്ളുകയും ചെയ്തു.

973-ാംമാണ്ടു നാടുനീങ്ങിയ തിരുവിതാംകൂർ രാമവർമ്മ മഹാരാജാവു തിരുമനസ്സുകൊണ്ട് ഒരിക്കൽ ആലുവാ കൊട്ടാരത്തിൽ എഴുന്നെള്ളിത്താമസിച്ചിരുന്നപ്പോൾ ഒരു ദിവസം മദ്ധ്യാഹ്നസമയത്ത്, കയ്യിൽ ഒരു പീലിക്കുന്തവും ചുമലിൽ ഒരു വലിയ ഭാണ്ഡവും വഹിക്കുകയും ധാരാളമായി വളർന്നിരുന്ന തലമുടി കെട്ടിവയ്ക്കുകയും ചെയ്തിരുന്ന ഒരു മനുഷ്യൻ അവിടെ സമീപത്തുള്ള ഒരു മലയിൽനിന്ന് ഇറങ്ങി പുഴയിലേക്ക് വരുകയും കൊട്ടാരത്തിനു വടക്കുവശത്തുള്ള മണൽപ്പുറത്ത്, പീലിക്കുന്തവും ഭാണ്ഡവുംവച്ചിട്ടു കുളിയും നിത്യകർമ്മാനുഷ്ഠാനാദികളും കഴിച്ചതിന്റെശേഷം ആ മണൽപ്പുറത്തു തന്നെ ഒരടുപ്പുകൂട്ടി, ഭാണ്ഡത്തിൽനിന്ന് അരിയും വിറകും പാത്രവുമെടുത്ത്

സ്വയംപാകവും ഉപ്പും മുളകും മാത്രംകൂട്ടി ഭക്ഷണവും കഴിച്ചിട്ട് പാത്രം തേച്ച് മുക്കി ഭാണ്ഡത്തിൽവച്ചുകെട്ടി ആ ഭാണ്ഡവും പീലിക്കുന്തവു മെടുത്തുകൊണ്ട് വന്ന വഴിയേ തന്നെ പോവുകയും ചെയ്തു. രാമവർമ്മ മഹാരാജാവ് തിരുമനസ്സുകൊണ്ട് ഇതെല്ലാം കണ്ടുകൊണ്ടാണ് കൊട്ടാരത്തിൽ എഴുന്നള്ളിയിരുന്നത്. ആ മനുഷ്യൻ തിരിച്ചുപോയിക്കഴിഞ്ഞപ്പോൾ മഹാരാജാവ് തിരുമനസ്സുകൊണ്ട് അടുക്കൽ നിന്നിരുന്ന കേശവപിള്ള ദിവാൻജിയോട്, "ആ മണൽപ്പുറത്ത് ഊണുകഴിച്ചുപോയ മനുഷ്യൻ ആരാണെന്നു മനസ്സിലായോ?" എന്നു കൽപിച്ചു ചോദിച്ചു. "അടിയനു മനസ്സിലായില്ല" എന്നു ദിവാൻജി തിരുമനസ്സറിയിച്ചപ്പോൾ തിരുമനസ്സുകൊണ്ട്, "അതു നമ്മുടെ പെരുമ്പടപ്പിൽ മൂപ്പീന്നാണ്. അവിടത്തേക്കു വയ്യാത്ത കാര്യം ഒന്നുമില്ല. ഇങ്ങനെ ഒരു നേരം കഴിച്ചു കൂട്ടാൻ എന്നാൽ സാധ്യമല്ല. ഇനിയൊരു ദിവസം ഇങ്ങോട്ടും വരവുണ്ടായേക്കാം. അതിനി എന്നാണാവോ? എല്ലാവരും കരുതിയിരുന്നു കൊള്ളണം. ആളറിയാതെ അബദ്ധമൊന്നും പറ്റാനിടയാകരുത് എന്നരുളിച്ചെയ്തു. പിന്നെ നാലഞ്ചു ദിവസം കഴിഞ്ഞപ്പോൾ ഒരു ദിവസം ശക്തൻ തമ്പുരാൻ തിരുമനസ്സുകൊണ്ട്, ആലുവാക്കൊട്ടാരത്തിലെഴുന്നള്ളി, രാമവർമ മഹാരാജാവു തിരുമനസ്സിലെ കാണുകയും കുറച്ചു നേരം പരസ്പരം സംഭാഷണം ചെയ്തിരുന്നതിന്റെ ശേഷം തിരിയേ എഴുന്നള്ളുകയും ചെയ്തു.

ഒരാണ്ടിൽ ഇടവപ്പാതിയല്ല, മിഥുനപ്പാതികഴിഞ്ഞിട്ടും മഴപെയ്യാതിരുന്നതിനാൽ തൃശ്ശിവപേരൂർ മുതലായ സ്ഥലങ്ങളിലുള്ള ജനങ്ങൾ കൂടി ശക്തൻതിരുമനസ്സിലെ അടുക്കൽ സങ്കടമറിയിച്ചു. ഉടനെ തിരുമനസ്സുകൊണ്ടു തൃശ്ശിവപേരൂരെഴുന്നള്ളി വാധ്യാർ നമ്പൂരി മുതലായ മഹാബ്രാഹ്മണരെ തിരുമുമ്പാകെ വരുത്തി, "മഴ പെയ്യിക്കാൻ വല്ലതും മാർഗമുണ്ടോ?" എന്നു കൽപിച്ചു ചോദിച്ചു. "ജലജപം തുടങ്ങിയാൽ പന്ത്രണ്ടു ദിവസത്തിനകം മഴ പെയ്യും" എന്നവർ തിരുമനസ്സറിയിച്ചു. വരുന്ന ബ്രാഹ്മണർക്കൊക്കെ അതികേമമായിട്ടു സദ്യയും ദക്ഷിണയുമായിട്ടു സദ്യയുമായിട്ടു പിറ്റേ ദിവസംതന്നെ ജലജപം കൽപിച്ചു തുടങ്ങിച്ചു. അങ്ങനെ പതിനൊന്നു ദിവസം കഴിഞ്ഞിട്ടും മഴ പെയ്തില്ല. പന്ത്രണ്ടാം ദിവസം ജലജപത്തിനുള്ള സമയമായപ്പോൾ തിരുമനസ്സുകൊണ്ട് വാളുമൂരിപ്പിടിച്ചു ജലജപസ്ഥലത്ത് എഴുന്നള്ളുകയും നമ്പൂരിമാരെ കൽപിച്ചു വിളിച്ച് "ജലജപം തുടങ്ങീട്ട് ഇന്ന് പന്ത്രണ്ടാം ദിവസമായിരിക്കുന്നു. ഇതുവരെ മഴ പെയ്തില്ല. ഇന്നുംമഴ പെയ്യാത്തപക്ഷം നിങ്ങളെയാരെയും വെറുതെവിട്ടയക്കുകയില്ല. എല്ലാവരും നല്ലപോലെ കരുതിക്കൊള്ളണം" എന്നരുളിച്ചെയ്കയും ചെയ്തു. കൽപന കേട്ടപ്പോഴേക്കും നമ്പൂരിമാർക്കു ഭയവും വ്യസനവും പരിഭ്രമവും കലശലായി. ശക്തൻ തമ്പുരാൻ തിരുമനസ്സുകൊണ്ട് കോപം വന്നാൽ കഴുത്തു വെട്ടിക്കളയാനും മടിക്കുന്ന ആളല്ലെന്ന് എല്ലാവർക്കും അറിയാമായിരുന്നതുകൊണ്ട് നമ്പൂരിമാരെല്ലാവരും ഭക്തിയോടുകൂടി

ഈശ്വരനെ സ്മരിച്ചുകൊണ്ട് മനസ്സിരുത്തി ജലജപം തുടങ്ങി. അങ്ങനെ കുറച്ചുനേരം കഴിഞ്ഞപ്പോഴേക്കും കാർമേഘം കൊണ്ട് ആകാശ മണ്ഡലം നിറയുകയും അതികേമമായി മഴപെയ്തു തുടങ്ങുകയും ചെയ്തു. തിരുമനസ്സുകൊണ്ടു സന്തോഷിച്ച് അന്നു നമ്പൂരിമാർക്കെല്ലാ വർക്കും പതിവിലിരട്ടി ദക്ഷിണ കഴിച്ച് അവരെ സന്തോഷിപ്പിക്കുകയും അന്നു മുതൽ മുടക്കംകൂടാതെ ധാരാളമായി മഴ പെയ്തു തുടങ്ങു കയും ചെയ്തു.

ഒരാട്ടത്തിരുനാൾ ദിവസം ശക്തൻ തമ്പുരാൻ തിരുമനസ്സുകൊണ്ട് പതിവു സമയത്ത് അമൃതേത്തിന് എഴുന്നള്ളാതെയിരുന്നതിനാൽ വലിയ (*ചിറ്റമ്മ*) തമ്പുരാട്ടിയും മറ്റുള്ള തമ്പുരാക്കന്മാരും കാത്തിരുന്നു. അങ്ങനെ വളരെ നേരം കഴിഞ്ഞപ്പോൾ ശക്തൻ തിരുമനസ്സുകൊണ്ട് എഴുന്നള്ളുകയും അവിടുന്നും മറ്റുള്ള തമ്പുരാക്കന്മാരും അമൃതേത്തി നിരിക്കുകയും ചെയ്തു. ഉടനെ പതിവു പോലെ ശക്തൻ തിരുമനസ്സി ലേക്കു വിളമ്പിക്കൊടുത്തിട്ടു വലിയ തമ്പുരാട്ടിയും അമൃതേത്തി നിരുന്നു. പിന്നെ വലിയ തമ്പുരാട്ടി "കുഞ്ഞിപ്പിള്ള ഇന്നിത്ര താമസി ച്ചതെന്താണ്?" എന്നു ചോദിച്ചു.

ശക്തൻ: ഇന്നു രാവിലെ ഞാൻ കുളിക്കാനായിട്ടു പുറപ്പെട്ടപ്പോൾ ഒരു മാപ്പിള ഒരു പശുവിനെ അറത്തു എന്നു കേട്ടു. എന്നാൽ അവന്റെ കഥ കഴിച്ചിട്ടാവാം കുളി എന്നു വിചാരിച്ച് ഉടനെ പോയി, അന്വേഷിച്ച് അവനെ പിടികൂടി കൊന്നതിന്റെശേഷമാണ് കുളിച്ചത്. അതുകൊണ്ടു സ്വല്പം താമസം പറ്റിപ്പോയി.

തമ്പുരാട്ടി: കഷ്ടം! ഇന്ന് ആട്ടപ്പുറന്നാളായിട്ട് ഇങ്ങനെ ചെയ്തത് ഒട്ടും നന്നായില്ല. സൽക്കർമ്മം ചെയ്യേണ്ടുന്ന ദിവസം ദുഷ്ക്കർമ്മം ചെയ്യാമോ? നരഹത്യതന്നെ കഷ്ടം! വിശേഷിച്ച് ജന്മനക്ഷത്രദിവസം അതു മഹാകഷ്ടംതന്നെ.

ശക്തൻ: ജന്മനക്ഷത്രദിവസം ഗോഹത്യ ചെയ്യുന്നതു നല്ലതാണോ? അതു നല്ലതാണെങ്കിൽ ഞാൻ ചെയ്തതു തെറ്റുതന്നെ.

തമ്പുരാട്ടി: അവൻ ചെയ്തതു നന്നായില്ല. എങ്കിലും അതിന്റെ പാപം അവനല്ലേ അനുഭവിക്കുന്നത്?

ശക്തൻ: ചിറ്റമ്മേ, അതിനു കുറച്ചു ഭേദമുണ്ട്. അവൻ ചെയ്ത പാപം അവനനുഭവിക്കുമായിരിക്കാം. എങ്കിലും അതു കേട്ടിട്ടു ഞാനൊന്നും ചെയ്യാതിരുന്നാൽ അതും പാപമല്ലേ? അതു ഞാൻ അനുഭവിക്കേണ്ടി തായിവരുമല്ലോ. യഥാക്രമം ശിക്ഷാരക്ഷകൾ ചെയ്ത് ഈ രാജ്യത്തു നീതി നടത്താനുള്ള ചുമതല എനിക്കാണ്. അതു ഞാൻ ചെയ്യാതിരു ന്നാൽ പരലോകത്തു ചെല്ലുമ്പോൾ അതിനെക്കുറിച്ച് എന്നോടു ചോദിക്കാൻ ആളുണ്ടല്ലോ. അതുകൊണ്ട് എന്റെ കാലത്ത് ഇപ്രകാ രമുള്ള ദുഷ്ടകൃത്യം ഈ രാജ്യത്ത് ആരുംചെയ്വാൻ ഞാൻ സമ്മതി ക്കയില്ല.

ഇങ്ങനെ അരുളിച്ചെയ്തുകൊണ്ട് അമൃതേത്തും കഴിച്ച് അവിടുന്ന് അവിടെനിന്ന് എഴുന്നള്ളി.

പ്രസിദ്ധമായ തൃശ്ശിവപേരൂർ പൂരം ശക്തൻതിരുമനസ്സിലെക്കാലത്ത് അവിടുത്തെ കൽപനപ്രകാരം ഉണ്ടാക്കിയതാണ്. അതിനുമുമ്പ് അവിടെ അങ്ങനെ ഒരാഘോഷമുണ്ടായിരുന്നില്ല. ഒരിക്കൽ തിരുമനസ്സുകൊണ്ട് തൃശ്ശിവപേരൂരെഴുന്നള്ളി താമസിച്ചിരുന്നപ്പോൾ ആ ദേശക്കാരെയെല്ലാം തിരുമുമ്പാകെ വരുത്തി, "ഇവിടെ ആണ്ടുതോറും മേടമാസത്തിൽ പൂരം ഒരാഘോഷദിവസമായി കൊണ്ടാടണം; അതിനു നാട്ടുകാർ തിരുവമ്പാടി, പാറമേക്കാവ് ഇങ്ങനെ രണ്ടു ഭാഗമായി പിരിഞ്ഞു സംഘം ചേർന്ന് അതു നടത്തണം. അന്നു സമീപത്തുള്ള ഭഗവതിമാരെയും ശാസ്താവു മുതലായ ദേവന്മാരെയും എഴുന്നള്ളിച്ചു വടക്കുന്നാഥക്ഷേത്ര സന്നിധിയിൽ കൊണ്ടുവരണം; അവയിൽ തിരുവമ്പാടിയിൽനിന്നും പാറമേക്കാവിൽനിന്നുമുള്ള എഴുന്നള്ളത്തുകൾ പ്രധാനങ്ങളായിരിക്കണം; ഈവകയ്ക്കു വേണ്ടുന്ന പണം ജനങ്ങൾ വീതിച്ചെടുത്തു ചെലവുചെയ്യണം; പിന്നെ വേണ്ടുന്ന സഹായങ്ങളെല്ലാം നാം ചെയ്തുതരുകയും ചെയ്യാം" എന്നരുളിച്ചെയ്യുകയും എഴുന്നള്ളത്തു സംബന്ധിച്ചും മറ്റും വേണ്ടുന്ന മുറകളും ചടങ്ങുകളുമെല്ലാം പ്രത്യേകം പ്രത്യേകം കൽപിക്കുകയും ചെയ്തു. ജനങ്ങളെല്ലാവരും ആ കൽപനയെ സമ്മതിക്കുകയും ആ ആണ്ടിൽത്തന്നെ പൂരമഹോത്സവം തുടങ്ങുകയും ചെയ്തു. തൃശ്ശിവപേരൂർ പൂരത്തിന് ഇപ്പോഴും തുടർന്നു വരുന്ന ചിട്ടവട്ടങ്ങളെല്ലാം ശക്തൻതിരുമനസ്സുകൊണ്ട് അന്നു കൽപിച്ചു നിശ്ചയിച്ചിട്ടുള്ളവയാണ്. പൂരം തുടങ്ങിയകാലം മുതൽ ആജീവനാന്തം അവിടുന്നുകൂടി എഴുന്നള്ളിയിരുന്നാണ് ആ മഹോത്സവം നടത്തിയിരുന്നത്.

തിരുമനസ്സുകൊണ്ടു പൂരം സംബന്ധിച്ചുള്ള ശ്രമങ്ങളും ചട്ടംകെട്ടുകളും ചെയ്തുകൊണ്ട് രണ്ടുമൂന്നു മാസത്തോളം തൃശ്ശിവപേരൂർതന്നെ എഴുന്നള്ളിത്താമസിച്ചു പോയതുകൊണ്ട് അക്കാലത്ത് അമ്മത്തമ്പുരാൻ കോവിലകത്തേക്കു ചെലവിനുള്ള പണം അയച്ചുകൊടുന്നതിന് അവിടേക്കു സാധിച്ചില്ല. അതിനാൽ വലിയ തമ്പുരാട്ടി തന്റെ പുത്രിമാരോട്, "കുഞ്ഞിപ്പിള്ള നമ്മുടെ കാര്യം മറന്നുപോയിരിക്കുമോ? ചെലവിനുള്ള പണം ഇതുവരെ അയച്ചുതന്നില്ലല്ലോ. ഇനി എവിടെനിന്നെങ്കിലും കുറച്ചു പണം കടം വാങ്ങുകതന്നെ; അല്ലാതെ നിവൃത്തിയില്ലല്ലോ" എന്നരുളിച്ചെയ്തു. അപ്പോൾ കൊച്ചുതമ്പുരാട്ടിമാർ, "അമ്മയ്ക്ക് ഇങ്ങനെതന്നെ പറ്റണം. അമ്മ ഓപ്പയെ ക്രമത്തിലധികം വാൽസല്ലിച്ച് എടുത്തു തലയിൽവയ്ക്കുന്നതിന്റെ ഫലമാണിത്" എന്നു തിരുമനസ്സറിയിച്ചു. അതു കേട്ടു വലിയതമ്പുരാട്ടി, "അതു ശരിയാണ്. ആട്ടെ, ഇനി കുഞ്ഞിപ്പിള്ള ഇവിടെ വന്നാൽ ഞാൻ മിണ്ടുകപോലുമില്ല, നിശ്ചയം തന്നെ" എന്നും അരുളിച്ചെയ്തു. പൂരം കഴിഞ്ഞതിന്റെ

ശേഷം ശക്തൻതിരുമനസ്സിലേക്ക് ഈ സംഗതി (*പണം അയച്ചു കൊടുത്തില്ല എന്നുള്ളത്*) ഓർമ്മവരുകയും ഉടനെ തൃപ്പൂണിത്തുറയ്ക്ക് എഴുന്നള്ളുകയും തൽക്ഷണം വലിയ തമ്പുരാട്ടിയുടെ തിരുമുമ്പാകെ എത്തി, ഒരു കുടന്ന സ്വർണ്ണപുഷ്പം (*സ്വർണ്ണംകൊണ്ടുണ്ടാക്കിയ പൂവ്*) തൃപ്പാദത്തിങ്കൽ ചൊരിഞ്ഞു സാഷ്ടാംഗമായി നമസ്കരിച്ചിട്ട്, "ചിറ്റമ്മേ, എനിക്കു കുറച്ചൊരു അന്ധാളിത്തം പറ്റിപ്പോയി, അത് അവിടുന്നു സദയം ക്ഷമിക്കണം. ചെലവിനുള്ള പണം പലിശയോടുകൂടി കൊണ്ടുവന്നിട്ടുണ്ട്" എന്ന് അരുളിച്ചെയ്യുകയും പണം തിരുമുമ്പാകെ വയ്ക്കുകയും ചെയ്തു. അപ്പോൾ വലിയ തമ്പുരാട്ടി, എനിക്കു കുഞ്ഞിപ്പിള്ളയോടു യാതൊരു രസക്കേടുമില്ല. പണത്തിനു തല്ക്കാലമുണ്ടായ ബുദ്ധിമുട്ടുകൊണ്ടും എന്റെ ശുദ്ധഗതികൊണ്ടും സ്വല്പമായി വല്ലതും മനസ്സിൽ തോന്നിയിരുന്നുവെങ്കിലും കുഞ്ഞിപ്പിള്ളയെക്കണ്ടപ്പോൾത്തന്നെ അതെല്ലാം തീർന്നുപോയി" എന്നരുളിച്ചെയ്തു. ശക്തൻതിരുമനസ്സുകൊണ്ട് അതുകേട്ടു സന്തോഷിക്കുകയും ഉടനെ തിരുമുമ്പാകെ നിന്ന് എഴുന്നള്ളുകയും ചെയ്തു.

ശക്തൻതമ്പുരാൻ തിരുമനസ്സിലെക്കാലത്ത് തിരുവിതാംകൂർ രാജ്യം വാണിരുന്നത് 973-ാമാണ്ടു നാടുനീങ്ങിയ രാമവർമ്മമഹാരാജാവു തിരുമനസ്സുകൊണ്ടായിരുന്നു എന്നു മുൻപു പറഞ്ഞിട്ടുണ്ടല്ലോ. അവിടുത്തെ ദിവാനായിരുന്ന കേശവപിള്ള ഒരിക്കൽ ആ മഹാരാജാവു തിരുമനസ്സിലെ അടുക്കൽ, "വല്ല പ്രകാരവും കൊച്ചിരാജ്യംകൂടി പിടിച്ചടക്കിയാൽക്കൊള്ളാമെന്ന് അടിയന് ആഗ്രഹമുണ്ട്" എന്നറിയിച്ചു. അപ്പോൾ മഹാരാജാവുതിരുമനസ്സുകൊണ്ട്, "ഇപ്പോഴത്തെ പെരുമ്പടപ്പിൽ മൂപ്പിലെ കാലത്ത് അത് അസാധ്യംതന്നെയാണ്. സംശയമുണ്ടെങ്കിൽ കേശവൻ കൊച്ചിയോളംപോയി അവിടുത്തെ സ്വഭാവം ആകപ്പാടെ ഒന്ന് അറിഞ്ഞുപോരൂ" എന്നരുളിച്ചെയ്തു. അന്നുതന്നെ കേശവൻപിള്ള ദിവാൻജി കൊച്ചിയിലേക്കു പുറപ്പെട്ടു. തൃപ്പൂണിത്തുറെയെത്തി, ശക്തൻ തിരുമനസ്സിലെ ഒന്നു കണ്ടാൽക്കൊള്ളാമെന്ന് അവിടുത്തെ സേവകന്മാരിലൊരാൾ മുഖാന്തരം തിരുമനസ്സറിയിക്കുകയും തിരുമുൻപാകെ ചെല്ലാൻ കൽപനയാവുകയും ചെയ്തു. കേശവൻപിള്ള ദിവാൻജി കാണാനായി ചെന്ന സമയം ശക്തൻ തിരുമനസ്സുകൊണ്ടു തൃക്കയ്യിൽ വാളുമൂരിപ്പിടിച്ചു കളിക്കോട്ടയിൽ ലാത്തിക്കൊണ്ടിരിക്കുകയായിരുന്നു. തിരുമനസ്സിലെ കണ്ടപ്പോൾത്തന്നെ ദിവാൻജിയുടെ ദേഹം വിയർക്കുകയും വിറച്ചുതുടങ്ങുകയും ചെയ്തു. അടുത്തുചെല്ലാൻ ഭയം തോന്നുകയാൽ അകലെനിന്നു വന്ദിച്ചു. അപ്പോൾ തിരുമനസ്സുകൊണ്ട് "എന്തേ ദൂരെ നിൽക്കുന്നത്? അടുത്തു വരൂ" എന്ന് അരുളിച്ചെയ്യുകയാൽ കേശവൻപിള്ള വളരെ ഭയത്തോടുകൂടി അടുത്തു ചെല്ലുകയും തിരുമനസ്സുകൊണ്ട് കുശലപ്രശ്നാനന്തരം "കേശവനെ കണ്ടാൽക്കൊള്ളാമെന്നു നാം വളരെ നാളായി വിചാരിക്കുന്നു. ഇപ്പോൾ കാണാൻ സംഗതിയായത് സന്തോഷമായി. കേശവനെ നാം നമ്മുടെ ഒരു

സ്വന്തമാളായിട്ടാണു വിചാരിച്ചിരിക്കുന്നത്" എന്നരുളിച്ചെയ്യുകയും തൃക്കൈയിലിരുന്ന വാളും രണ്ടു കൈയ്ക്കും വീരശൃംഖലയും ഒരു കുത്തുപാവുമുണ്ടും കൽപിച്ചു കൊടുത്തു യാത്രയയ്ക്കുകയും ചെയ്തു. കേശവപിള്ള സന്തോഷത്തോടും ഭയത്തോടും കൂടിയാണ് സമ്മാനങ്ങൾ വാങ്ങിക്കൊണ്ടു തിരുമുമ്പിൽനിന്നു പോയത്. അദ്ദേഹം തിരുവനന്തപുരത്തെത്തി മഹാരാജാവു തിരുമനസ്സിലെ തിരുമുൻപാകെ ചെന്നപ്പോൾ, "എന്തെല്ലാമാണ് കേശവൻ പോയിട്ട് വർത്തമാനങ്ങൾ, കേശവന്റെ ആഗ്രഹം ഫലിക്കുമോ, എന്തു തോന്നുന്നു" എന്നു കൽപിച്ചുചോദിച്ചു. "ആ തിരുമനസ്സിലെ കാലത്ത് അസാദ്ധ്യം തന്നെയാണ്" എന്നു കേശവപിള്ള തിരുമനസ്സറിയിക്കുകയും "അതു ഞാൻ മുൻപേ തന്നെ പറഞ്ഞില്ലേ? അദ്ദേഹത്തിന്റെ അടുക്കൽ കേശവന്റെ വിദ്യയൊന്നും പറ്റുകയില്ല. അദ്ദേഹം ഒരു രാജസിംഹമാണ്"എന്നു അരുളിച്ചെയുകയും ചെയ്തു.

അനന്തരം കുറച്ചുകാലം കഴിഞ്ഞപ്പോൾ വലിയമ്മത്തമ്പുരാൻ തീപ്പെട്ടു. ആ വലിയതമ്പുരാട്ടി ചിറ്റമ്മ ആയിരുന്നുവെങ്കിലും പെറ്റമ്മയെപ്പോലെത്തന്നെയാണ് ശക്തൻതിരുമനസ്സുകൊണ്ട് വിചാരിച്ചുപോന്നത്. അതിനാൽ ശവസംസ്കാരം മുതലായതിന് അവിടുന്നു കൂടി കൂടുകയും തിരുവന്തളി(*പിണ്ഡം*) അടിയന്തിരം കേമമായി നടത്തുകയും ചെയ്തു. ഒരു കൊല്ലത്തെ പള്ളിദീക്ഷ ശക്തൻതിരുമനസ്സുകൊണ്ടും യഥാവിധി ആചരിച്ചു. തിരുമാസടിയന്തിരം എറണാകുളത്തുവെച്ചു വളരെ ഭംഗിയായും കെങ്കേമമായുമാണ് കൽപിച്ചു നടത്തിയത്. ഇങ്ങനെ കേമമായിട്ടൊരു തിരുമാസം ഇതിനുമുമ്പുണ്ടായിട്ടില്ലെന്ന് അന്നവിടെ കൂടിയിരുന്ന സകല ജനങ്ങളും സമ്മതിച്ചു. എങ്കിലും ആ തിരുമാസത്തിനു സ്വല്പമായിട്ട് ഒരാക്ഷേപം വന്നുകൂടി. സദ്യവകയ്ക്കുവേണ്ടുന്ന പഞ്ചസാരയ്ക്ക് ഏല്പിച്ചിരുന്നതു കൊച്ചിയിൽ ഒരു വലിയ കച്ചവടക്കാരനായിരുന്ന ദേവരേശക്കിണി എന്നൊരു കൊങ്ങിണിയെ ആയിരുന്നു. അയാൾ പഞ്ചസാര യഥാകാലം എത്തിച്ചുകൊടുക്കാതെയിരുന്നതിനാൽ സദ്യയ്ക്കു പഞ്ചസാര വിളമ്പാൻ സ്വല്പം താമസം വന്നുപോയി. വിളമ്പിയപ്പോൾ ധാരാളം വിളമ്പിയെങ്കിലും അതു വേണ്ടുന്ന സമയത്തായില്ല എന്നു ചില ബ്രാഹ്മണർ ആക്ഷേപം പറഞ്ഞു. ആ ആക്ഷേപം തീർക്കുന്നതിനായി ശക്തൻതിരുമനസ്സുകൊണ്ടു നമ്പൂരിപ്പാടന്മാർക്കു നാലും നമ്പൂരിമാർക്കു മൂന്നും എമ്പ്രാന്മാർ, തിരുമുല്പാടന്മാർ മുതലായവർക്കു രണ്ടും പരദേശബ്രാഹ്മണർക്ക് ഒന്നും അമ്പലവാസികൾക്ക് അരയും രൂപാ വീതം പ്രതിഗ്രഹം കൊടുത്തു. പ്രതിഗ്രഹം പതിവിൽ കൂടുതൽ കിട്ടിയപ്പോൾ എല്ലാവർക്കും വളരെ സന്തോഷമായി. മുമ്പേ ആക്ഷേപിച്ചിരുന്നവർതന്നെയും പിന്നെ സ്തുതിച്ചു തുടങ്ങി. തൃശ്ശിവപേരൂർ വാധ്യാൻനമ്പൂരി, വൈദികന്മാർ, പ്രഭുക്കന്മാർ മുതലായി തിരുമാസമടിയന്തിരത്തിനു വന്നുകൂടിയിരുന്ന യോഗ്യന്മാർക്കെല്ലാം പിറ്റേദിവസം വൻമുറി സദ്യ കഴിഞ്ഞതിന്റേശേഷം

തിരുമനസ്സുകൊണ്ട് യഥാക്രമം സമ്മാനങ്ങളും കൽപിച്ചു കൊടുത്തു സന്തോഷിപ്പിച്ച് അവരെയും യാത്ര അയച്ചു. അന്ന് അത്താഴമമൃതേത്തു കഴിഞ്ഞു പള്ളിക്കുറുപ്പിന് എഴുന്നള്ളാറായപ്പോൾ പണിക്കരു വലിയകപ്പിത്താനെ തിരുമുമ്പാകെ വരുത്തി, "ദേവരേശൻ പഞ്ചസാര സമയത്തിന് എത്തിച്ചു തന്നിരുന്നില്ലെന്നുള്ള വിവരം പണിക്കരും അറിഞ്ഞിരിക്കുമല്ലോ. അവന്റെ പാർപ്പു കൊച്ചിയിൽ കോട്ടയ്ക്കകത്താകയാൽ നമ്മെ കൂട്ടാക്കീട്ട് എന്തു വേണമെന്നു വിചാരിച്ചായിരിക്കണം അവൻ അങ്ങനെ ചെയ്തത്. അതിനാൽ നാളെ രാവിലെ ഞാനുണരുമ്പോൾ കണികാൺമാൻ തക്കവണ്ണം അവന്റെ തല എന്റെ മുൻപിൽ കൊണ്ടുവരണം. കൊച്ചിയിൽ കോട്ടവാതിൽ അടയ്ക്കുന്നതിനു മുൻപ് അകത്തു കടക്കണം. അതിനാൽ ഇപ്പോൾത്തന്നെ പൊയ്ക്കോളൂ. ഞാൻ ഉറങ്ങാൻ പോകുന്നു" എന്നരുളിച്ചെയ്തിട്ടു പള്ളിക്കുറിപ്പിനെഴുന്നള്ളി.

ഇവിടെ കൊച്ചിക്കോട്ടയുടെയും ദേവരേശക്കിണിയുടെയും സ്ഥിതിയെപ്പറ്റി സ്വല്പം വിവരിക്കേണ്ടിയിരിക്കുന്നു. ഇപ്പോൾ ബ്രിട്ടീഷുകൊച്ചി എന്നു പറയപ്പെടുന്ന സ്ഥലം പണ്ടു കൊച്ചീരാജാവിന്റെ വകയായിരുന്നു. പോർത്തുഗീസ്സുകാർ ആദ്യം കൊച്ചിയിൽ വന്ന സമയം അവരുടെ അപേക്ഷപ്രകാരം ആ സ്ഥലം രാജാവ് അവർക്കു കൊടുക്കയും രാജാവിന്റെ അനുമതിയോടുകൂടി അവരവിടെ ഒരു കോട്ട കെട്ടിക്കുകയും ചെയ്തു. കോട്ടയുടെ പടിഞ്ഞാറുവശം സമുദ്രവും വടക്കുവശം അഴിയും (*തുറമുഖവും*) കിടങ്ങുമുണ്ടാക്കിക്കുകയും രണ്ടുമൂന്നു കോട്ടവാതിലുകളുണ്ടാക്കിച്ചു കോട്ടവാതിൽക്കലെല്ലാം പട്ടാളക്കാരെ കാവലേർപ്പെടുത്തുകയും ചെയ്തിരുന്നു. രാത്രി പത്തുമണിമുതൽ നാലുമണിവരെ കോട്ടവാതിലുകൾ അടച്ചിടുക പതിവായിരുന്നതിനാൽ ആ സമയത്ത് ആർക്കും കോട്ടയ്ക്കകത്തുനിന്നു പുറത്തേക്കും പുറത്തുനിന്ന് അകത്തേക്കും ഗതാഗതങ്ങൾ ചെയ്വാൻ നിവൃത്തിയില്ലായിരുന്നു. കോട്ടവാതിലുകൾ അടച്ചിരിക്കുന്ന സമയങ്ങളിൽ കോട്ടയ്ക്കകത്തും പട്ടാളക്കാരുടെ കാവലുണ്ടായിരുന്നു. പോർത്തുഗീസുകാർ അവിടം വിട്ടുപോയതിന്റെ ശേഷം ആ സ്ഥലം ലന്തക്കാർ കൈവശപ്പെടുത്തി. അവരും ഏകദേശം ആറു കൊല്ലത്തോളം കാലം പോർത്തുഗീസ്സുകാരെപ്പോലെ സൈന്യസമേതം അവിടെപ്പാർത്തിരുന്നു. ലന്തക്കാർ അവിടെനിന്നു പോയതിന്റെ ശേഷമാണ് ആ സ്ഥലം ഇംഗ്ലീഷുകാരുടെ കൈവശമായിത്തീർന്നത്. തദനന്തരം കോട്ട നശിച്ചു പോവുകയും ആ സ്ഥലത്തിനു 'ബ്രിട്ടീഷുകൊച്ചി' എന്നു നാമം സിദ്ധിക്കുകയും ചെയ്തു. ഇപ്രകാരമാകുന്നു ബ്രിട്ടീഷുകൊച്ചിയുടെ ചരിത്രം. ഇനി ദേവരേശക്കിണിയെക്കുറിച്ചും പറയാം.

ദേവരേശക്കിണി വലിയ ധനവാനും പല സ്ഥലങ്ങളിൽ കച്ചവടം നടത്തിവന്നിരുന്ന ആളും കൊങ്ങിണികളുടെ പ്രധാനപ്പെട്ട ദേവസ്ഥലമായ തിരുമലദേവസ്വത്തിലെ അധികാരിയുമായിരുന്നു. എന്നുമാത്രമല്ല,

സകല കൊങ്ങിണികളും അയാളുടെ വരുതിയിലുമായിരുന്നു. അയാളുടെ ശമ്പളത്തിൽ കാര്യസ്ഥന്മാരും കണക്കെഴുത്തുകാരും ഗുമസ്തന്മാരും ശേവുകക്കാരും മറ്റുമായി അനേകം പേരുമുണ്ടായിരുന്നു. അയാളുടെ പ്രധാനപ്പെട്ട കച്ചവടസ്ഥലവും ഭവനവും കൊച്ചിയിൽ കോട്ടയ്ക്കകത്തായിരുന്നതിനാൽ അയാൾക്കു കൊച്ചീരാജാവിനെപ്പോലും ഭയവും ബഹുമാനവും ഉണ്ടായിരുന്നില്ല. അക്കാലത്തു കോട്ട ലന്തക്കാരുടെ കൈവശമായിരുന്നതിനാൽ അവരെക്കുറിച്ചുമാത്രമേ അയാൾക്കു സ്വല്പം ബഹുമാനമുണ്ടായിരുന്നുള്ളൂ. ഇപ്രകാരമായിരുന്നു ദേവരേശന്റെ സ്ഥിതി. ഇനി പ്രകൃതത്തിൽ പ്രവേശിക്കാം.

കൽപന കേട്ടമാത്രയിൽ വലിയകപ്പിത്താൻ തന്റെ അരവാളും കുറച്ചു പണവും എടുത്തുകൊണ്ട് ഒരു വഞ്ചിയിൽ കയറി കൊച്ചിയിൽ ഇറങ്ങുകയും കോട്ടവാതിൽ അടയ്ക്കുന്നതിനുമുമ്പു കോട്ടയ്ക്കകത്തു കടക്കുകയും ചെയ്തു. കപ്പിത്താൻ പാണ്ടികശാലയിൽ ചെന്നപ്പോൾ ദേവരേശൻ അന്നത്തെ പിരിവിന്റെയും വരവു ചെലവുകളുടെയും കണക്കുകൾ പരിശോധിച്ചുകൊണ്ടിരിക്കുകയായിരുന്നു. ദേവരേശൻ കപ്പിത്താനെ കണ്ടയുടനെ (*ഒരു കസേര ചൂണ്ടിക്കാണിച്ചിട്ട്*) "യജമാനൻ ഇവിടെ ഇരിക്കാമല്ലോ. എന്താ ഈ രാത്രിയിൽ ഇങ്ങോട്ടു പുറപ്പെട്ടത്? വിശേഷിച്ചു വല്ല കാര്യവുമുണ്ടോ" എന്നു ചോദിച്ചു.

കപ്പിത്താൻ: കുറച്ചു പട്ടിന് അത്യാവശ്യമുണ്ടായിട്ടാണ് ഞാൻ വന്നത്.

ദേവരേശൻ: ഇതിനു യജമാനൻതന്നെ ബുദ്ധിമുട്ടി വരണമെന്നില്ലായിരുന്നു. ഒരാളെ അയച്ചാൽ വേണ്ടുന്ന സാമാനങ്ങളുംകൊണ്ടു ഞാനങ്ങോട്ടു വരുമായിരുന്നുവല്ലോ.

കപ്പിത്താൻ: ഞാൻതന്നെ വന്നു വാങ്ങിക്കൊണ്ടു ചെല്ലണമെന്നാണ് കൽപന. വല്ലവരെയുമയച്ചാൽ ശരിയാവുകയില്ലെന്നാണ് തിരുമനസ്സിലെ വിചാരം. ഉടനെ വേണമെന്നും ഞാൻ തന്നെ വേണമെന്നുമാണ് കൽപിച്ചത്. കൽപനയായതും ഇപ്പോളാണ്. അതിനാലാണ് ബദ്ധപ്പെട്ടു ഞാൻതന്നെ പോന്നത്. ആട്ടെ, പട്ടെടുക്കൂ. നോക്കട്ടെ.

ദേവരേശൻ: താഴ്ന്നതരം പട്ടുകൾ മാത്രമേ ഇവിടെ ഇരിക്കുന്നുള്ളൂ. മേൽത്തരം പട്ടുകളെല്ലാം മാളികയുടെ മുകളിലാണിരിക്കുന്നത്.

കപ്പിത്താൻ: അധികം വേണ്ടതു മേൽത്തരത്തിലാണ്. താഴ്ന്ന തരത്തിലും കുറച്ചു വേണം.

ഉടനെ ദേവരേശൻ താഴ്ന്നതരം പട്ട് കപ്പിത്താൻ പറഞ്ഞിടത്തോളം മുറിച്ചു കൊടുത്തിട്ടു മേത്തരം പട്ടെടുക്കുന്നതിനായി കപ്പിത്താനോടുകൂടി മാളികയുടെ മുകളിലത്തെ നിലയിലേക്കു പോയി. അവിടെ ചെന്നയുടനെ ദേവരേശൻ വിശേഷപ്പെട്ട ചില പട്ടുതരങ്ങളെടുത്തു മേശപ്പുറത്തുവയ്ക്കുകയും രണ്ടുപേരും ഓരോ കസേരയിലിരുന്നുകൊണ്ടു സംഭാഷണമാരംഭിക്കുകയും ചെയ്തു.

ദേവരേശൻ: പഞ്ചസാരയെത്തിക്കാൻ സ്വൽപം താമസം വന്നു പോയതുകൊണ്ട് എന്റെ പേരിൽ ഇപ്പോൾ തിരുവുള്ളക്കേടായിരിക്കും, അല്ലേ? എന്റെ ജോലിത്തിരക്കുകൾകൊണ്ടു ഞാനക്കാര്യം അന്ധാളിച്ചുപോയി. ഓർമ്മവന്നയുടനെ കൊടുത്തയയ്ക്കുകയും ചെയ്തു.

കപ്പിത്താൻ: തിരുവുള്ളക്കേടൊന്നും സാരമില്ല. നിങ്ങളൊന്നു തിരുമുമ്പാകെ ചെന്നാൽ അതൊക്കെ തീരും.

ദേവരേശൻ: എന്റെ താമസം ആ തമ്പുരാന്റെ രാജ്യത്തായിരുന്നുവെങ്കിൽ എന്റെ കഥ ഇപ്പോൾ കഴിയുമായിരുന്നു. ഈ കോട്ടയ്ക്കകത്തായതുകൊണ്ട് ഒട്ടും ഭയം തോന്നുന്നില്ല.

ഇങ്ങനെ ഓരോന്നു പറഞ്ഞുകൊണ്ടിരിക്കുന്നതിനിടയ്ക്ക് കപ്പിത്താൻ ഉപായത്തിൽ അരവാളെടുത്തു ദേവരേശന്റെ കഴുത്തിന് ഒരു വെട്ടുകൊടുത്തു. തൽക്ഷണം തലമുറിഞ്ഞു താഴെ വീണു. കപ്പിത്താൻ ആ തല ഒരു പട്ടിൽ പൊതിഞ്ഞെടുത്തുകൊണ്ടു താഴത്തേക്കു പോന്നു. ദേവരേശൻ താഴത്തേക്ക് ഇറങ്ങിവരാതിരുന്നതിനാലും രാത്രി വളരെ അധികമായിരുന്നതുകൊണ്ടും അയാൾ മാളികയുടെ മുകളിൽ കിടന്നുറങ്ങുകയായിരിക്കുമെന്നു വിചാരിച്ച് അയാളുടെ ഭൃത്യന്മാരും മറ്റും താഴത്തു കിടന്നുറങ്ങി. കപ്പിത്താൻ ദേവരേശന്റെ തലയും കൊണ്ട് അപ്പോൾത്തന്നെ അവിടെന്നിന്നിറങ്ങി. കോട്ടവാതിലിനു സമീപം ഒരു സ്ഥലത്തു ചെന്നിരുന്നു. നാലുമണിക്കു കോട്ടവാതിൽ തുറന്ന ഉടനെ പുറത്തിറങ്ങി, അങ്ങോട്ടു പോയ വഞ്ചിയിൽത്തന്നെ കയറി കപ്പിത്താൻ എറണാകുളത്തെത്തുകയും കോവിലകത്തു ചെന്നപ്പോൾതിരുമനസ്സു കൊണ്ടു പള്ളിക്കുറുപ്പുണർന്നിട്ടില്ലായിരുന്നതിനാൽ ദേവരേശന്റെ തല പട്ടിൽനിന്നെടുത്തു പള്ളിയറവാതിൽക്കൽ കെട്ടിതൂക്കീട്ട് പള്ളിക്കുറുപ്പുണരാനായി കാത്തുനിൽക്കുകയും ചെയ്തു. കുറച്ചു സമയം കഴിഞ്ഞപ്പോൾ തിരുമനസ്സുകൊണ്ടു പള്ളിക്കുറുപ്പുണർന്നു പള്ളിയറവാതിൽ തുറന്നു. ആ സമയം തിരുമനസ്സുകൊണ്ട് ആദ്യം ദേവരേശന്റെ തലയും രണ്ടാമതു വലിയ കപ്പിത്താനെയുമാണ് കണി കണ്ടത്. തിരുമനസ്സുകൊണ്ട് ഏറ്റവും സന്തോഷിച്ചു കപ്പിത്താനോട്, “പണിക്കർ കുറച്ചു ബുദ്ധിമുട്ടിയിരിക്കും, എങ്കിലും വിചാരിച്ച കാര്യം സാധിച്ചു വല്ലോ; വളരെ സന്തോഷമായി. പണിക്കർ വലിയ ധീരനും നല്ല ശൂരനും തന്നെ, സംശയമില്ല” എന്നരുളിച്ചെയ്തു.

തിരുമനസ്സുകൊണ്ട് അമൃതേത്തു കഴിഞ്ഞ് എഴുന്നള്ളിയപ്പോഴേക്കും വലിയ കപ്പിത്താൻ തിരുമുമ്പാകെ എത്തി. കപ്പിത്താനെക്കണ്ടയുടനെ തിരുമനസ്സുകൊണ്ട്, “പണിക്കർ കുറച്ചുകൂടി ബുദ്ധിമുട്ടേണ്ടിയിരിക്കുന്നു. ദേവരേശന്റെ പ്രാഭവവും പ്രതാപവും നിമിത്തം കൊച്ചിയിലുള്ള കൊങ്ങിണികളെല്ലാവരും തന്നെ ഏറ്റവും ഗർവ്വിഷ്ഠന്മാരായിത്തീർന്നിട്ടുണ്ട്. അതിനാൽ കൊച്ചിയിൽപോയി സകല കൊങ്ങിണികളുടെയും അവരുടെ ദേവസ്വത്തിന്റെയും സകല ജംഗമസ്വത്തുക്കളും കൊള്ളയിട്ടു

കുത്തിവാരി ഇവിടെ കൊണ്ടുവരണം. ഇതിലേക്ക് ആവശ്യമുള്ള സൈന്യങ്ങളെക്കൂടെ കൊണ്ടുപൊയ്ക്കോളൂ" എന്നരുളിച്ചെയ്തു. വലിയ കപ്പിത്താൻ ഉടനെ സൈന്യസമേതം കൊച്ചിയിലെത്തി കൊങ്ങിണികളുടെ സ്വന്തവും ദേവസ്വംവകയുമായുള്ള സകല സ്വത്തുക്കളും കൊള്ളയിട്ടു കുത്തിവാരിത്തുടങ്ങിയപ്പോൾ കൊങ്ങിണികളെല്ലാം പരവശരായിത്തീരുകയും അവരുടെ വിഗ്രഹം കൂടി കപ്പിത്താൻ ഇളക്കിയെടുത്തു കൊണ്ടുപോയേക്കുമെന്നു ശങ്കിച്ച് അവരിൽ ചിലർ ആ വിഗ്രഹമിളക്കിയെടുത്തുംകൊണ്ടു തിരുവിതാംകൂറിലെത്തി അഭയംപ്രാപിക്കുകയും ചെയ്തു. കപ്പിത്താൻ അവരുടെ ഭരണിപാത്രങ്ങളും പൊൻവെള്ളിപ്പണ്ടങ്ങളും പണവും രത്നങ്ങളുമെല്ലാം കൊണ്ടുപോയി തിരുമുമ്പാകെവച്ചു. ഉടനെ തിരുമനസ്സുകൊണ്ട്, "ഇവയെല്ലാം നമ്മുടെ ഈടുവയ്പിൽ കൊണ്ടുപോയി സൂക്ഷിക്കട്ടെ" എന്നു കല്പിക്കുകയും കപ്പിത്താൻ അവയെല്ലാം ഈടുവയ്പിൽ ഏല്പിക്കുകയും ചെയ്തു. 'തിരുമല ദേവസ്വംവക' എന്ന പേരുവെട്ടീട്ടുള്ള പാത്രങ്ങളും മറ്റും ഇപ്പോഴും തൃപ്പൂണിത്തുറ ഈടുവെപ്പിൽ കാണുന്നുണ്ട്.

ഒരിക്കൽ ശക്തൻതമ്പുരാൻ തിരുമനസ്സുകൊണ്ടു തിരുവനന്തപുരം പട്ടണവും രാമവർമ്മമഹാരാജാവു തിരുമനസ്സിലെയും ഒന്നു കാണാമെന്നു നിശ്ചയിച്ചു അഞ്ചെട്ടു ഭൃത്യന്മാരോടുകൂടി അങ്ങോട്ടെഴുന്നള്ളി. അവിടുന്ന് തിരുവനന്തപുരത്തെത്തിയത് ഒരു ദിവസം വെളുപ്പാൻ കാലത്തായിരുന്നു. ആദ്യംതന്നെ മഹാരാജാവിനെക്കണ്ടുകളയാമെന്നു നിശ്ചയിച്ചു വലിയ കൊട്ടാരത്തിലേക്കെഴുന്നള്ളി. അപ്പോൾ, മഹാരാജാവു തിരുമനസ്സുകൊണ്ടു പള്ളിക്കുറുപ്പുണർന്നു പുറത്തേക്കെഴുന്നള്ളിയില്ലെന്നും അതിന് ഏകദേശം രണ്ടുനാഴികകൂടി താമസമുണ്ടായേക്കുമെന്നും തവണക്കാരൻ പറയുകയാൽ മഹാരാജാവു പള്ളിക്കുറപ്പുണരുമ്പോഴേക്കും ചില സ്ഥലങ്ങൾ കണ്ടിട്ടു തിരിച്ചുവരാമെന്നു നിശ്ചയിച്ച് ശക്തൻ തമ്പുരാൻ തിരുമനസ്സുകൊണ്ട് ഉടനെ അവിടെനിന്ന് പുറപ്പെട്ടു. അവിടുന്ന് ഓരോ സ്ഥലങ്ങൾ കണ്ടു ക്രമേണ കുതിരലായത്തിൽ ചെന്നെത്തി. അപ്പോൾ ലക്ഷണയുക്തങ്ങളായ ചില ഒന്നാംതരം കുതിരകൾ വളരെ ചടച്ചും ക്ഷീണിച്ചുമിരിക്കുന്നതായി കണ്ടു. "ലായം വിചാരിപ്പുകാരനെവിടെ?" എന്നു കൽപിച്ചു ചോദിച്ചു. ഉടനെ ചില കുതിരക്കാർ "വിചാരിപ്പുകാരങ്ങുന്ന് ഇതാ വരുന്നു" എന്നു ചൂണ്ടിക്കാണിച്ചുകൊണ്ട് പറഞ്ഞു. വിചാരിപ്പുകാരൻ അടുത്തു ചെന്നപ്പോൾ തിരുമനസ്സുകൊണ്ട് "ഈ കുതിരകൾ ഇങ്ങനെ ക്ഷീണിച്ചിരിക്കുന്നതെന്താണ്?" എന്നു കൽപിച്ചു ചോദിച്ചു.

വിചാരിപ്പുകാരൻ: ചിലത് അങ്ങനെയിരിക്കും. അത് അവയുടെ സ്വഭാവമാണ്.

ശക്തൻതിരുമനസ്സുകൊണ്ട്: ഇതു സ്വാഭാവികമായിട്ടുള്ള ക്ഷീണമാണെന്നു തോന്നുന്നില്ല. ശരിയായി പുല്ലും മുതിരയും മറ്റും കൊടുത്താൽ ഇവ ഇങ്ങനെ ക്ഷീണിക്കുന്നവയല്ല.

വിചാരിപ്പുകാരൻ: എന്നാൽ അങ്ങനെയായിക്കൊള്ളട്ടെ. അതു കൊണ്ടു തനിക്കു നഷ്ടമൊന്നുമില്ലല്ലോ.

ശക്തൻ: എടാ! സ്വാമിദ്രോഹീ, എനിക്കു നഷ്ടമൊന്നും ഉണ്ടായിട്ടല്ല. ഈ കുതിരകളെ വേണ്ടതുപോലെ നോക്കി രക്ഷിക്കുന്നതിനായി നിയമിക്കപ്പെട്ടിരിക്കുന്ന നീ ആ വകയ്ക്കുള്ള ശമ്പളം വാങ്ങി സാപ്പാടു കഴിച്ചിട്ടു നിന്റെ ജോലി ശരിയായി ചെയ്യാത്തതെന്താണെന്നാണ് ചോദിച്ചത്?

വിചാരിപ്പ്: ഇതു ചോദിക്കാൻ തനിക്കെന്തധികാരമാണ്? താനെന്റെ മേലാവാണോ?

ശക്തൻ: മേലാവല്ലെങ്കിലും അന്യായമായ പ്രവൃത്തി കണ്ടാൽ ആർക്കും ചോദിക്കാം. കുതിരകളുടെ തീറ്റിസ്സാമാനങ്ങൾക്കുപതിവുള്ള പണം വാങ്ങിഅപഹരിക്കുകയും ഈ മിണ്ടാപ്രാണികളെ പട്ടിണിയിടുകയുമല്ലേ നീ ചെയ്യുന്നത്? സ്വാമിദ്രോഹീ! നിന്നോടു ചോദിച്ചാൽ മതിയോ? നിന്റെ ദുഷ്ടപ്രവൃത്തിക്കുള്ള സമ്മാനം ഇതാ പിടിച്ചോ.

എന്നരുളിച്ചെയ്തിട്ടു വിചാരിപ്പുകാരന്റെ ചെകിടത്തു തൃക്കൈകൊണ്ടുതന്നെ ഒരടിവെച്ചുകൊടുത്തു. അടികൊണ്ട ക്ഷണത്തിൽ വിചാരിപ്പുകാരൻ നിലത്തു പതിച്ചു. ഉടനെ തിരുമനസ്സുകൊണ്ടു ഭൃത്യസമേതം അവിടെനിന്ന് എഴുന്നള്ളുകയും ചെയ്തു. ഒരു നാഴിക കഴിഞ്ഞപ്പോൾ വിചാരിപ്പുകാരനു ബോധം വീണു. ഉടനെ അയാൾ ഒരു വിധത്തിൽ അവിടെനിന്നെണീറ്റു സങ്കടമറിയിക്കാനായി കരഞ്ഞു കൊണ്ടു വലിയ കൊട്ടാരത്തിലെത്തി. അപ്പോൾ മഹാരാജാവു തിരുമനസ്സുകൊണ്ടു പള്ളിയറയിൽനിന്നു പുറത്തെഴുന്നള്ളിയതിനാൽ വിചാരിപ്പുകാരൻ തിരുമുമ്പിൽച്ചെന്നു രാവിലെ ഉണ്ടായ സംഗതികളെല്ലാം തിരുമനസ്സറിയിച്ചു.

വിചാരിപ്പുകാരൻ: ഇവിടെ അടിയങ്ങളെയൊക്കെ ശിക്ഷിക്കാനും രക്ഷിക്കാനും അധികാരമുണ്ട്. കൽപിച്ച് എന്തുചെയ്താലും അതൊക്കെ അടിയങ്ങൾ സഹിക്കണം. അതിനു സങ്കടമില്ല. വല്ലവരുമൊക്കെ ഇവിടെ വന്ന് അടിയങ്ങളെ ഇങ്ങനെയൊക്കെ ചെയ്യുന്നതു വലിയ സങ്കടമാണ്. ഇതിനെക്കുറിച്ചു കൽപിച്ചന്വേഷിച്ചു വേണ്ടതു പോലെ കൽപിച്ചു ചെയ്യണം.

മഹാരാജാവ്: ആ മനുഷ്യൻ ആരായിരിക്കും? അയാളുടെ വേഷം എങ്ങനെയിരിക്കുന്നു?

വിചാരിപ്പുകാരൻ: ഒരു നമ്പൂരിയാണെന്നാണ് തോന്നുന്നത്. പൂണൂലുണ്ട്. തലമുടി വളർത്തീട്ടുണ്ട്. കയ്യിൽ ഒരു വാളുമുണ്ട്. അയാളുടെ കൂടെ അഞ്ചെട്ടു ഭൃത്യന്മാരുമുണ്ട്.

മഹാരാജാവ്: എന്നാൽ പെരുമ്പടപ്പുമൂപ്പീന്നായിരിക്കണം. അല്ലാതെയാർക്കും ഇവിടെ വന്ന് ഇങ്ങനെ പ്രവർത്തിക്കാൻ ധൈര്യമുണ്ടാകുമെന്നു തോന്നുന്നില്ല. ആട്ടെ, നീ പോയ്ക്കോ, ഞാൻ ഇതിനെക്കുറിച്ച് അന്വേഷിക്കാം.

ഇങ്ങനെ അരുളിച്ചെയ്തു വിചാരിപ്പുകാരനെ അയച്ചു. അപ്പോഴേയ്ക്കും ശക്തൻ തിരുമനസ്സുകൊണ്ടു കൊട്ടാരത്തിലെഴുന്നള്ളി. തിരുമനസ്സിലെ കണ്ട ക്ഷണത്തിൽ മഹാരാജാവു തിരുമനസ്സുകൊണ്ട് അഭ്യുത്ഥാനംചെയ്തു തൃക്കയ്യുംപിടിച്ചുകൊണ്ടുപോയി, ആസനസൽക്കാരം ചെയ്തിരുത്തീട്ട് തിരുമനസ്സുകൊണ്ടും ഇരുന്നു കുശലപ്രശ്നാദികൾ ചെയ്തു. പരസ്പരം കുറഞ്ഞൊന്നു സൈ്വരസല്ലാപം ചെയ്തതിന്റെ ശേഷം ശക്തൻതിരുമനസ്സുകൊണ്ട്, "ഇന്നു ഞാൻ ഇവിടെ ഒരു സാഹസം പ്രവർത്തിച്ചു. അത് അവിടെ അറിഞ്ഞിരിക്കുമല്ലോ. ലക്ഷണയുക്തങ്ങളായ ആ ഒന്നാന്തരം കുതിരകളുടെ കഷ്ടസ്ഥിതി കണ്ടപ്പോൾ എനിക്കു കുറച്ചു കോപം വന്നുപോയി. അതുകൊണ്ടാണ് അങ്ങനെ ചെയ്തത്."

മഹാരാജാവ്: അവിടുത്തെ പ്രവൃത്തി വളരെ ഉചിതമായി. ഇതു ഞാൻ ചെയ്യേണ്ടതായിരുന്നു. ജോലിത്തിരക്കുകളും ഔദാസീന്യവും നിമിത്തം ഈ വക കാര്യങ്ങളിൽ ദൃഷ്ടിവയ്ക്കാൻ എനിക്കു സാധിക്കുന്നതല്ല. അതിനാൽ ഈ കള്ളന്മാരൊക്കെ വല്ലാതെ മൂത്തുപോയി. ഇവരുടെ കള്ളത്തരത്തിന് ഇങ്ങനെയൊക്കെ ചിലപ്പോൾ ചെയ്യേണ്ടതാണ്. അല്ലെങ്കിൽ അതു ക്രമത്തിലധികം വർദ്ധിച്ചു പോകുമല്ലോ. ആട്ടെ, അവിടുന്ന് ഇങ്ങോട്ടു പുറപ്പെടുന്ന വിവരം മുൻകൂട്ടി എന്നെ അറിയിക്കാഞ്ഞതെന്താണ്? ഇവിടെ എപ്പോൾ എത്തി? വന്നയുടനെ ലായത്തിലേക്കായിരിക്കുമോ പോയത്?

ശക്തൻ: ഞാൻ അരുണോദയമായപ്പോൾ ഇവിടെയെത്തി. അപ്പോൾ ഇവിടെ ഉറക്കമുണർന്നിട്ടില്ലായിരുന്നതിനാൽ ഉണർന്നു പുറത്തു വരുമ്പോഴേക്കും ചില സ്ഥലങ്ങളൊക്കെ നോക്കിക്കണ്ടു വരാമെന്നു വിചാരിച്ചു പുറപ്പെട്ടു. ആ വഴി ലായത്തിലും കയറാനിടയായി. ആ കുതിരകളുടെ പാരവശ്യം കണ്ടിട്ട് എനിക്കൊട്ടും സഹിച്ചില്ല. അതുകൊണ്ടാണ് വിചാരിപ്പുകാരനെ പ്രഹരിക്കാനിടയായത്. ഞാൻ ഇങ്ങോട്ടു പുറപ്പെടണമെന്നു മുൻകൂട്ടി വിചാരിച്ചിരുന്നില്ല. ഒരു ദിവസം അങ്ങനെ തോന്നി. ഉടനെ പുറപ്പെടുകയും ചെയ്തു. അതാണ് മുൻകൂട്ടി അറിയിക്കാതിരുന്നത്.

മഹാരാജാവ്: ഇവിടെ വന്നിട്ടെങ്കിലും കാണണമെന്നു തോന്നിയല്ലോ. അതും കൂടാതെ കഴിച്ചുകളയാമെന്നു വിചാരിക്കാഞ്ഞതു തന്നെ ഭാഗ്യം. ആട്ടെ, ഇനി നമുക്കു കുളി മുതലായതു കഴിക്കാൻ പോകാം. നേരം അധികമായിരിക്കുന്നു.

ഇങ്ങനെ കുറച്ചുനേരം പരസ്പരസംഭാഷണം കഴിഞ്ഞതിന്റശേഷം നീരാട്ടുകുളി, അമൃതേത്ത് മുതലായതിനായി രണ്ടു തിരുമേനിമാരും എഴുന്നള്ളി. ശക്തൻ തിരുമനസ്സിലേക്ക് എഴുന്നള്ളിത്താമസിക്കുന്നതിനു പ്രത്യേകമൊരു കൊട്ടാരം ഒഴിഞ്ഞുകൊടുത്തിരുന്നു. എങ്കിലും അമൃതേത്തു രണ്ടു തിരുമേനിമാർക്കും ഒരുമിച്ച് ഒരു സ്ഥലത്തുതന്നെയായിരുന്നു. രാമവർമ്മമഹാരാജാവു തിരുമനസ്സിലെ ആതിഥ്യം സ്വീകരിച്ചുകൊണ്ടു ശക്തൻതിരുമനസ്സുകൊണ്ട് സുഖമായി നാലു

ദിവസം തിരുവനന്തപുരത്ത് എഴുന്നള്ളിത്താമസിച്ചു. അതിനിടയ്ക്കു രണ്ടു തിരുമേനിമാരും ഒരുമിച്ചെഴുന്നള്ളി തിരുവനന്തപുരത്തുള്ള പ്രധാന സ്ഥലങ്ങളെല്ലാം സന്ദർശിച്ചു.

ഒരുദിവസം ഉച്ചതിരിഞ്ഞ സമയം രണ്ടു തിരുമേനികളുംകൂടി കരുവേലപ്പുര മാളികയുടെ മുകളിൽ ഓരോ സംഗതികളെക്കുറിച്ചു സംഭാഷണംചെയ്തുകൊണ്ടിരിക്കുന്നതിനിടയ്ക്ക് രാമവർമ്മ മഹാരാജാവു തിരുമനസ്സുകൊണ്ട്, "ഈ മാളികയുടെ മുകളിൽനിന്നു താഴത്തേക്കു ചാടാൻ ആരെങ്കിലുമുണ്ടാകുമോ?" എന്നു കൽപിച്ചു ചോദിച്ചു. "ഓഹോ, ഉണ്ടാവും" എന്നു ശക്തൻതിരുമനസ്സുകൊണ്ട് അരുളിച്ചെയ്തു. അതു കേട്ട മഹാരാജാവു തിരുമനസ്സുകൊണ്ട് തന്റെ അടുക്കൽ നിന്നിരുന്ന ഭൃത്യന്മാരോട് "എന്താ ചാടാമോ?" എന്നു കൽപിച്ചു ചോദിച്ചു. അവർ ഓരോരുത്തരും മുകളിൽനിന്നു താഴേക്കു നോക്കീട്ടു പ്രയാസമാണെന്നുള്ള ഭാവത്തോടുകൂടി പിൻമാറി നിന്നു. അപ്പോൾ ശക്തൻതിരുമനസ്സുകൊണ്ടു തന്റെ ഭൃത്യന്മാരുടെ നേരെ ഒന്നു കൽപിച്ചു നോക്കി. അവരെല്ലാവരും ഉടനെ താഴത്തേക്കു ചാടി. എല്ലാവർക്കും ഓരോ തരത്തിൽ പരിക്കുകൾപറ്റി. ചിലർ ബോധരഹിതരാവുകയും ചെയ്തു. ഉടനെ രാമവർമ്മമഹാരാജാവു തിരുമനസ്സുകൊണ്ട്, "അവരെ എടുത്തുകൊണ്ടുപോയി ചികിത്സിക്കട്ടെ. കഴിയുന്നതും വേഗത്തിൽ അവരെ സുഖപ്പെടുത്തണം" എന്നരുളിച്ചെയ്തു. കൽപന കേട്ടമാത്രയിൽ ചിലർ വന്ന് അവരെ എടുത്തു കൊണ്ടുപോവുകയും ചെയ്തു.

ശക്തൻതിരുമനസ്സുകൊണ്ട് നാലു ദിവസം കഴിഞ്ഞു തിരിച്ചെഴുന്നള്ളത്തായപ്പോൾ ആ യാത്രയ്ക്കു വേണ്ടുന്ന സകലസൗകര്യങ്ങളും കാര്യങ്ങളുമെല്ലാം രാമവർമ്മമഹാരാജാവു തിരുമനസ്സുകൊണ്ടു പ്രത്യേകം കൽപിച്ചുചട്ടംകെട്ടിയതിനാൽ വഴിക്കു യാതൊരു ബുദ്ധിമുട്ടിനുമിടയാകാതെ ശക്തൻതിരുമനസ്സുകൊണ്ടു സസുഖം തിരിയെ തൃപ്പൂണിത്തുറെ എഴുന്നള്ളി. ആ എഴുന്നള്ളത്തുവകയ്ക്കുവേണ്ടിവന്ന ചെലവു മുഴുവനും മഹാരാജാവുതിരുമനസ്സുകൊണ്ടാണ് ചെയ്തത്.

മാളികയുടെ മുകളിൽനിന്നു ചാടി പരിക്കുകൾ പറ്റി ചികിത്സയിൽ തിരുവനന്തപുരത്തു താമസിച്ചിരുന്നവർ ഒരു മാസംകൊണ്ടു സുഖക്കേടെല്ലാം മാറി പൂർവ്വസ്ഥിതിയെ പ്രാപിച്ചു. അനന്തരം മഹാരാജാവു തിരുമനസ്സുകൊണ്ട് അവരെ തിരുമുൻപാകെ വരുത്തി, "നിങ്ങൾ എന്തു വിചാരിച്ചാണ് മാളികയുടെ മുകളിൽനിന്നു ചാടിയത്?" എന്നു കൽപിച്ചു ചോദിച്ചു. അപ്പോൾ അവർ, "അടിയങ്ങൾ അപ്പോൾ ചാടിയില്ലെങ്കിൽ അടിയങ്ങളുടെ കഥ അപ്പോൾതന്നെ കഴിയും; ചാടിയാൽ ഒരു സമയം ജീവിച്ചുവെന്നും വരാമല്ലോ എന്നു വിചാരിച്ചിട്ടാണ് ചാടിയത്" എന്നു തിരുമനസ്സറിയിച്ചു. അതു കേട്ടു തിരുമനസ്സുകൊണ്ടു വളരെ സന്തോഷിക്കുകയും അവരുടെ സ്വാമിഭക്തിയെക്കുറിച്ച് ഏറ്റവും പ്രശംസിക്കുകയും അവർക്കു പലവിധ സമ്മാനങ്ങൾ കൽപിച്ചു കൊടുത്തു സന്തോഷിപ്പിച്ചയയ്ക്കുകയും ചെയ്തു.

ശക്തൻതിരുമനസ്സുകൊണ്ടു തൃപ്പൂണിത്തുറെ എഴുന്നള്ളിയതിന്റെ ശേഷം അധികം താമസിയാതെ തൃശ്ശിവപേരൂർക്കെഴുന്നള്ളുകയും രണ്ടു മാസത്തോളം അവിടെ താമസിക്കുന്നതിനു നിശ്ചയിക്കുകയും ചെയ്തു. ആ കാലത്ത് അനുജൻ തമ്പുരാക്കന്മാർ തങ്ങളുടെ ഉപദേഷ്ടാവായ തുളുനാടൻസ്വാമിയാരെ തൃപ്പൂണിത്തുറെ വരുത്തുകയും കുറച്ചു ദിവസം സൽക്കാരപൂർവ്വം താമസിപ്പിച്ചതിന്റെശേഷം ഗുരുദക്ഷിണയും മറ്റും കഴിച്ചു സന്തോഷിപ്പിച്ചയയ്ക്കുന്നതിനു നിശ്ചയിക്കുകയും ചെയ്തു. ഈ സംഗതി എങ്ങനെയോ ശക്തൻതിരുമനസ്സുകൊണ്ട് അറിയുകയും "ഞാൻകൂടി തൃപ്പൂണിത്തുറെ വന്നു വന്ദിച്ച് അനുഗ്രഹം വാങ്ങിയല്ലാതെ സ്വാമിയാരെ യാത്രയയ്ക്കരുത്"എന്നൊരു തിരുവെഴുത്ത് ഇളയതമ്പുരാന്റെ പേർക്കു തൃപ്പൂണിത്തുറെക്ക് അയയ്ക്കുകയും ചെയ്തു. തിരുവെഴുത്തു കണ്ട് ഇളയതമ്പുരാൻ വളരെ സന്തോഷിക്കുകയും "ജ്യേഷ്ഠന് ഈ കാര്യത്തിൽ തൃപ്തിയില്ലെന്നായിരുന്നു ഞാൻ വിചാരിച്ചിരുന്നത്. തിരുവെഴുത്തു കണ്ടിട്ട് അങ്ങനെ തോന്നുന്നില്ല. അവിടേക്കും സ്വാമിയാരെക്കുറിച്ചു വളരെ ഭക്തിയും ബഹുമാനവുമുണ്ടെന്നു തിരുവെഴുത്തുകൊണ്ടു സ്പഷ്ടമാകുന്നുണ്ട്" എന്നു അവിടുത്തെ അനുജനായ വീരകേരളതമ്പുരാനോട് അരുളിച്ചെയ്യുകയും സ്വാമിയാരെ അയയ്ക്കാതെ അവിടെ താമസിപ്പിക്കുകയും ചെയ്തു.

അനന്തരം പത്തു ദിവസം കഴിഞ്ഞപ്പോൾ ശക്തൻവലിയതമ്പുരാൻ തിരുമനസ്സുകൊണ്ടു തൃപ്പൂണിത്തുറെ എഴുന്നള്ളുകയും ഉടനെ സ്വാമിയാരെച്ചെന്നു കാണുകയും കാഴ്ചകൾവച്ചു വന്ദിച്ചു കുശലപ്രശ്നാദികൾ ചെയ്തു യാത്രയയയ്ക്കുകയും ചെയ്തു. സ്വാമിയാരെ ഡോലിയിൽ (*മേലാവിൽ*)ക്കയറ്റി വാദ്യഘോഷങ്ങളോടുകൂടിയാണ് അയച്ചത്. കോട്ടവാതിൽവരെ ശക്തൻതിരുമനസ്സുകൊണ്ടും അനുയാത്രയായി എഴുന്നള്ളുകയും അവിടെയെത്തിയപ്പോൾ സ്വാമിയാരെ ഇറക്കിയെഴുന്നള്ളിച്ചു താഴെയിരുത്തുകയും "എമ്പ്രാന്മാർക്കു ഭസ്മം കുറിയിടുക വളരെ നിന്ദ്യമാണല്ലോ; അതുകൊണ്ടു ധാരയാവട്ടെ" എന്ന് അരുളിച്ചെയ്യുകയും ശക്തൻതിരുമനസ്സിലെ കൽപനപ്രകാരം ഒരു വഞ്ചി നിറച്ചു ചാരം കൊഴുക്കെ കലക്കി അവിടെ വച്ചിരുന്നതു മുഴുവനും സ്വാമിയാരുടെ ശിരസ്സിൽ അഭിഷേകം കഴിച്ച് അവിടെനിന്ന് അയക്കുകയും ചെയ്തു. ഇതു കണ്ടിട്ട് അനുജൻ തമ്പുരാക്കന്മാർക്കു സഹിക്കവയ്യാതെ വ്യസനവും കോപവുമുണ്ടായി. എങ്കിലും ശക്തൻതിരുമനസ്സിലെക്കുറിച്ചുള്ള ഭയം നിമിത്തം അവർ എല്ലാം സഹിച്ചു മൗനത്തെ അവലംബിച്ചുകൊണ്ടുതന്നെ നിന്നു. ആ സ്വാമിയാർ അന്നു പോയിട്ടുപിന്നെ ശക്തൻതിരുമനസ്സിലെ കാലംകഴിയുന്നതുവരെ കൊച്ചീ രാജ്യത്തു കടന്നിട്ടില്ല.

ഒരിക്കൽ ശക്തൻതിരുമനസ്സുകൊണ്ട് എറണാകുളത്തുനിന്നു തൃശ്ശിവപേരൂർക്ക് ഒരു ഓടിവഞ്ചിയിൽക്കയറി എഴുന്നള്ളിയപ്പോൾ ഇടയ്ക്കുവച്ചു വടക്കുനിന്നു വേറെ ഒരു വഞ്ചി വരുന്നതു കണ്ടു. ആ

വഞ്ചി അടുത്തുവന്നപ്പോൾ അതിലിരുന്നിരുന്ന സോമയാജി (*ചോമാതിരി*) "ഇന്നിടത്ത് ഇന്ന ചോമാതിരി ഇന്നു രാവിലെ മരിച്ചുപോയിരിക്കുന്നതിനാൽ അദ്ദേഹത്തിന്റെ പേരിലുള്ള പട്ടത്താനം എനിക്കാക്കിത്തരണം" എന്നു തിരുമനസ്സറിയിച്ചു. ഒരു ചോമാതിരി മരിച്ചാൽ ആ വർത്തമാനം ആദ്യം ചെന്ന് തിരുമനസ്സറിയിക്കുന്ന ആൾക്കാണ് മരിച്ച ആൾക്ക് പതിവുള്ള പണക്കിഴിയുടെ അവകാശം. അങ്ങനെ ആദ്യം ചെന്ന് അറിയിക്കുന്നതിന്റെ പേര് 'വീഴില്ലം പറയുക' എന്നാണ്. ചോമാതിരി വീഴില്ലം പറഞ്ഞയുടനെ തിരുമനസ്സുകൊണ്ട്, "ആട്ടെ അതങ്ങനെ ചെയ്യാം. ചോമാതിരി ഈ വഴി ഇനി തിരുവനന്തപുരത്തേക്കാണെങ്കിൽ എന്റെ ഈ ഓടിവഞ്ചിയിൽക്കയറി പൊയ്ക്കോളൂ. എന്നാൽ വേഗത്തിലെത്താം. ഞാൻ ചോമാതിരിയുടെ വഞ്ചിയിലുംപൊയ്ക്കൊള്ളാം"എന്ന് അരുളിച്ചെയ്യുകയും അപ്രകാരം പരസ്പരം വഞ്ചി മാറുകയും ചെയ്തിട്ടു വഞ്ചിക്കാരോട്, "നാളെ ഉദിക്കുന്നതിനുമുമ്പേ നിങ്ങൾ ചോമാതിരിയെ കുലശേഖരപ്പെരുമാളുടെ മുമ്പിലെത്തിക്കണം" എന്നുകൂടി അരുളിച്ചെയ്തയയ്ക്കുകയും തിരുമനസ്സുകൊണ്ടു ചോമാതിരിയുടെ വഞ്ചിയിൽത്തന്നെ എഴുന്നള്ളുകയും ചെയ്തു. അന്ന് അർദ്ധരാത്രിയായപ്പോൾ ഓടിവഞ്ചി 'ഇടവ' എന്ന സ്ഥലത്തെത്തി. അവിടെനിന്നു തിരുവനന്തപുത്തേക്കു വഞ്ചിക്കു പോകുവാൻ അക്കാലത്തു മാർഗ്ഗമില്ലാതിരുന്നതിനാൽ വഞ്ചിക്കാർ ചോമാതിരിയെ കെട്ടിയെടുത്തുംകൊണ്ട് ഓടി. ഒരുവിധത്തിൽ നേരം വെളുത്തപ്പോഴേക്കും അവർ ചോമാതിരിയെ തിരുവനന്തപുരത്തു വലിയ കൊട്ടാരത്തിലെത്തിച്ചു. മഹാരാജാവുതിരുമനസ്സുകൊണ്ടു പള്ളിക്കുറുപ്പുണർന്നു പുറത്തെഴുന്നള്ളിയ ഉടനെ ചോമാതിരി, "ഇന്നിടത്ത് ഇന്ന ചോമാതിരി ഇന്നലെ രാവിലെ മരിച്ചിരിക്കുന്നു. അതിനാൽ അദ്ദേഹത്തിന്റെ പേരിലുള്ള പട്ടത്താനങ്ങൾ എന്റെ പേരിൽ പതിച്ചുതരുന്നതിനു കൽപനയുണ്ടാകണം" എന്നു തിരുമനസ്സറിയിച്ചു. അതുകേട്ടപ്പോൾ, ആറു ദിവസത്തെ വഴിക്കപ്പുറത്തുണ്ടായ ഒരു വർത്തമാനം അറുപതു നാഴിക കഴിയുന്നതിനുമുമ്പ് ഒരാൾ ഇവിടെ വന്നു പറയണമെങ്കിൽ ശക്തൻ തിരുമനസ്സിലെ സഹായം കൂടാതെ സാധിക്കുകയില്ലന്നു തിരുമനസ്സിൽ തോന്നുകയാൽ മഹാരാജാവു തിരുമനസ്സുകൊണ്ടു ചോമാതിരിയോട്, "പോരുന്ന വഴിക്കു പെരുമ്പടപ്പിൽ മൂപ്പിലെ കാണുകയുണ്ടായോ?" എന്നു കൽപിച്ചു ചോദിച്ചു. ഉടനെ ചോമാതിരി, "കണ്ടു; എന്നുമാത്രമല്ല, അവിടുന്ന് അവിടുത്തെ ഓടിവഞ്ചിയിൽക്കയറ്റി എന്നെ ഇന്ന് ഉദിക്കുന്നതിനു മുമ്പേ ഇവിടെയെത്തിക്കണമെന്നു വഞ്ചിക്കാരോടു പ്രത്യേകം ചട്ടംകെട്ടി അയയ്ക്കുകയും ചെയ്തു. അതുകൊണ്ടാണ് ഞാൻ ഇത്രവേഗത്തിൽ ഇവിടെ എത്തിയത്. എങ്കിലും മൂത്രവിസർജ്ജനത്തിനു കരയ്ക്കിറക്കാതെ വഞ്ചിക്കാർ എന്നെ വളരെ ബുദ്ധിമുട്ടിച്ചു" എന്നറിയിച്ചു. അപ്പോൾ തിരുമനസ്സുകൊണ്ട്, "ആട്ടെ, ചോമാതിരി ഇവിടെത്താമസിക്കൂ. ആ ബുദ്ധിമുട്ടിനിടയാകാതെ ഞാൻ അയച്ചു

കൊള്ളാം. ചോമാതിരി പോകുമ്പോൾ പറഞ്ഞേ പോകാവൂ. ഇപ്പോൾ വന്നിട്ടുള്ള വഞ്ചിക്കാർ മടങ്ങിപ്പോയ്ക്കൊള്ളട്ടെ" എന്നു കൽപിക്കു കയാൽ ആ വഞ്ചിക്കാർ മടങ്ങിപ്പോവുകയും ചോമാതിരി തിരുവനന്തപു രത്തു താമസിക്കുകയും ചെയ്തു. നാലഞ്ചു ദിവസം കഴിഞ്ഞപ്പോൾ ചോമാതിരി യാത്രയറിയിച്ചു. ഉടനെ മഹാരാജാവു തിരുമനസ്സുകൊണ്ടു കൽപിച്ചു ചോമാതിരിയെ ഒരു വഞ്ചിയിൽക്കയറ്റി, പിറ്റേ ദിവസം അദ്ദേഹത്തെ തൃശ്ശിവപേരൂരെത്തിക്കണമെന്നും വഴിക്കു കാണുന്ന കടവുകളിലെല്ലാമിറക്കി മൂത്രവിസർജ്ജനം കഴിപ്പിക്കണമെന്നും പ്രത്യേകം കൽപിച്ചയച്ചു. കൽപനപ്രകാരം വഞ്ചിക്കാർ ചോമാതിരി യെയുംകൊണ്ടു പുറപ്പെട്ടു. വഴിക്കു കടവു കണ്ട സ്ഥലങ്ങളിലെല്ലാം അവർ ചോമാതിരിയെ കരയ്ക്കിറക്കി മൂത്രമൊഴിപ്പിച്ചു. ചോമാതിരിക്കു മൂത്രവിസർജ്ജനം വേണ്ടെന്നു പറഞ്ഞാലും വഞ്ചിക്കാർ സമ്മതിക്കു കയില്ല. കൽപന ലംഘിക്കാൻ പാടില്ലെന്നു പറഞ്ഞ് അവർ ചോമാതി രിയെപ്പിടിച്ചു കരയ്ക്കിറക്കി മൂത്രമൊഴിപ്പിക്കാതെ കടവും കടന്നുപോ യില്ല. ഒട്ടും വേണ്ടെന്നു ചോമാതിരി പറഞ്ഞാലും വഞ്ചിക്കാർ നിർ ബന്ധിച്ച് അദ്ദേഹത്തെക്കൊണ്ടു കുറച്ചെങ്കിലും മൂത്രമൊഴിപ്പിക്കും. അങ്ങനെ കൊണ്ടുപോയി അവർ അദ്ദേഹത്തെ പിറ്റേദിവസം തന്നെ തൃശ്ശിവപേരൂരെത്തിച്ചു. ചോമാതിരി ശക്തൻതിരുമനസ്സിലെ തിരുമു മ്പാകെച്ചെന്നപ്പോൾ "എന്താ ചോമാതിരീ, സുഖമായി പോയിപ്പോന്നു, ഇല്ലേ" എന്നു കൽപിച്ചു ചോദിച്ചു. അപ്പോൾ ചോമാതിരി, "അങ്ങോട്ടു പോയപ്പോൾ മൂത്രവിസർജ്ജനത്തിനു കരയ്ക്കിറക്കാതെയും ഇങ്ങോട്ടു പോന്നപ്പോൾ എനിക്കു വേണ്ടെങ്കിലും കണ്ട സ്ഥലത്തൊക്കെ കരയ് ക്കിറക്കി മൂത്രവിസർജ്ജനത്തിനു നിർബന്ധിച്ചും വഞ്ചിക്കാർ എന്നെ വളരെ ബുദ്ധിമുട്ടിച്ചു. അതല്ലാതെ വിശേഷമൊന്നുമുണ്ടായില്ല" എന്നു തിരുമനസ്സറിയിച്ചു. ഉടനെ തിരുമനസ്സുകൊണ്ട്, "ചോമാതിരിക്ക് ഒരു പ്രാവശ്യം കൂടി തിരുവനന്തപുരത്തോളം പോയിവാരാമോ" എന്നു കൽപിച്ചുചോദിച്ചു. അതിനു മറുപടിയായി ചോമാതിരി, "നിങ്ങൾ തമ്മിൽ മത്സരിക്കുന്നതിനൊക്കെ ബുദ്ധിമുട്ടാൻ ഞാൻ വേണമോ? അതു കൂടാതെ കഴിച്ചാൽക്കൊള്ളാം" എന്നുണർത്തിച്ചു. ഉടനെ തിരു മനസ്സുകൊണ്ട്, "ബുദ്ധിമുട്ടാണെന്നുണ്ടെങ്കിൽ വേണമെന്നില്ല" എന്നരു ളിച്ചെയ്തു ചോമാതിരിയെ അയച്ചു.

ശക്തൻതിരുമനസ്സുകൊണ്ട് അവിടുത്തെ നൈത്യാരമ്മയ്ക്ക് ഒരു വീടുപണിയിച്ചു കൊടുത്തു. പുരപണികുറ തീർന്നു പാലുകാച്ച് അടു ത്തപ്പോൾ നൈത്യാരമ്മ, "പാലുകാച്ചടിയന്തിരം ഒരുവിധം കേമമായും ഭംഗിയായും നടത്തിയാൽക്കൊള്ളാമെന്ന് അടിയന് ആഗ്രഹമുണ്ട്. ദേശക്കാരെയെല്ലാം ക്ഷണിച്ച് ഒരു സദ്യ നടത്തിയാൽകൊള്ളാ മെന്നാണ് അടിയന്റെ ആഗ്രഹം" എന്നു തിരുമനസ്സറിയിച്ചു. ഉടനെ തിരുമനസ്സുകൊണ്ട്, "അതിനെന്താ വിരോധം? ചുമ്മുവിന്റെ ഇഷ്ടം പോലെയാകാമല്ലോ. സദ്യയ്ക്കു വേണ്ടുന്ന വട്ടങ്ങൾക്കു ചുമ്മുതന്നെ

ഒരു വര്യോല എഴുത്തെഴുതിത്തന്നേക്കൂ. അപ്രകാരമെല്ലാം ചട്ടംകെട്ടിയേക്കാം" എന്നരുളിച്ചെയ്തു. നൈത്യാരമ്മ വേണ്ടുന്ന സാമാനങ്ങൾക്കെല്ലാം ഒരു വര്യോല എഴുതിക്കൊടുക്കുകയും ആ വര്യോലപ്രകാരമെല്ലാം കൽപിച്ചു ചട്ടംകെട്ടി വട്ടംകൂട്ടിക്കുകയും ചെയ്തു. സദ്യയുടെ വട്ടമൊക്കെ വളരെ കേമമായിരുന്നു. അരിമാത്രം വര്യോലയിലെഴുതാൻ നൈത്യാരമ്മ മറന്നു പോയിരുന്നതിനാൽ അതുമാത്രമില്ലായിരുന്നു. അടിയന്തിരദിവസം കറിക്കുവെട്ടും ദേഹണ്ഡവുമെല്ലാം കഴിഞ്ഞു. സദ്യയ്ക്കു കൽപനപ്രകാരം ദേശക്കാരെയൊക്കെ ക്ഷണിച്ചിരുന്നതിനാൽ അവരെല്ലാവരും വന്നു. സദ്യയ്ക്ക് ഇലവയ്ക്കുകയും എല്ലാവരും ഉണ്ണാനിരിക്കുകയും സകല വിഭവങ്ങളും വിളമ്പുകയും ചെയ്തു. ചോറു മാത്രമില്ല. അപ്പോഴാണ് ചോറുണ്ടാക്കീട്ടില്ലെന്നു നൈത്യാരമ്മ അറിഞ്ഞത്. കൽപനപ്രകാരം വട്ടംകൂട്ടി നടത്തുന്ന അടിയന്തിരമാകയാൽ എല്ലാം മുറയ്ക്ക് നടക്കുമെന്നു വിചാരിച്ച് നൈത്യാരമ്മ ഇടയ്ക്കൊന്നും അന്വേഷിച്ചിരുന്നില്ല. എല്ലാവരും ഉണ്ണാനിരുന്നു കഴിഞ്ഞിട്ടറിഞ്ഞാൽ പിന്നെ നിവൃത്തിയൊന്നുമില്ലല്ലോ. എല്ലാവരും ചോറുകൂടാതെതന്നെ സദ്യയൂണും കഴിച്ചുപോയി. ഇതു നൈത്യാരമ്മയ്ക്കു വലിയ അപമാനത്തിനും കുണ്ഠിതത്തിനും കാരണമായി. നൈത്യാരമ്മ തിരുമുമ്പാകെ ച്ചെന്ന് ഇതിനെക്കുറിച്ചു വളരെ മനസ്താപത്തോടുകൂടി സങ്കടമറിയിച്ചു. അപ്പോൾ തിരുമനസ്സുകൊണ്ട്,

"ചുമ്മു വര്യോലയിൽ അരി എഴുതിയിരുന്നില്ലായിരിക്കും. അതാണ് ചോറില്ലാതെയിരുന്നത്. അത് ഇനി പറഞ്ഞതുകൊണ്ടു പ്രയോജനമൊന്നുമില്ലല്ലോ" എന്നരുളിച്ചെയ്തു.

പണ്ടു കൊച്ചിരാജ്യത്തു പണിക്കർ, കൈമൾ, കർത്താവ് ഇങ്ങനെ പല നാടുവാഴികളുമുണ്ടായിരുന്നു. അവരെല്ലാവരും വലിയ ധനവാന്മാരും ഗർവ്വിഷ്ഠന്മാരുമായിരുന്നു. അവരിൽ ചിലർ മാത്രമേ രാജഭോഗം കൊടുത്തും രാജകൽപന അനുസരിച്ചും നടന്നിരുന്നുള്ളൂ. മിക്കവരും രാജഭോഗം കൊടുക്കാതെയും രാജകൽപന അനുസരിക്കാതെയും നടക്കുന്ന മുഷ്കരന്മാരായിരുന്നു. അപ്രകാരമുള്ള ധിക്കാരികളെയെല്ലാം ശക്തൻതിരുമനസ്സുകൊണ്ടു പിടിച്ചമർത്തുകയും അവരുടെ സർവ്വസ്വവും കൊള്ളചെയ്തു കുത്തിവാരി അപഹരിക്കുകയും ചെയ്തു. എന്നാൽ രാജഭോഗം ശരിയായി കൊടുക്കുകയും കൽപനയനുസരിച്ചു നടക്കുകയും ചെയ്തിരുന്നവരെ തിരുമനസ്സുകൊണ്ടു വേണ്ടതുപോലെ രക്ഷിക്കുകയും സഹായിക്കുകയും ചെയ്തുകൊണ്ടിരുന്നു.

മേല്പറഞ്ഞ നാടുവാഴികളുടെ കൂട്ടത്തിൽ 'മുരിയാടത്തു നമ്പ്യാർ' എന്നൊരാളുണ്ടായിരുന്നു. അയാൾ ജാതിയിൽ നായരായിരുന്നു. നമ്പ്യാർ എന്നുള്ളതു കൽപിച്ചു കൊടുത്ത ഒരു സ്ഥാനപ്പേരായിരുന്നു. അയാളുടെ ഭവനത്തിൽ സന്തതിയില്ലാതെ ഒടുക്കം ഒരു വൃദ്ധ മാത്രം ശേഷിച്ചു. അതിനാൽ ആ സ്ത്രീ തന്റെ കുടുംബത്തിലേക്കു ചിലരെ

ദത്തെടുക്കണമെന്നു നിശ്ചയിക്കുകയും ആ വിവരം ശക്തൻതിരുമനസ്സിലെ അടുക്കൽ അറിയിക്കുകയും ചെയ്തു. ആ കുടുംബം ഏറ്റവും ധനപുഷ്ടിയുള്ളതായിരുന്നതിനാൽ അവരുടെ വസ്തുവകകളെല്ലാം കൈവശപ്പെടുത്തണമെന്നുള്ള ഉദ്ദേശ്യത്തോടുകൂടി ശക്തൻതിരുമനസ്സുകൊണ്ട് ആ സ്ത്രീയുടെ പേർക്ക്, "ദത്തിനു വേണ്ടുന്നതെല്ലാം വട്ടംകൂട്ടി, ദിവസവും മുഹൂർത്തവും നിശ്ചയിച്ചു വിവരമറിയിച്ചാൽ ദത്തെടുക്കാനുള്ളവരെയുംകൊണ്ടു ഞാനവിടെ വന്നുകൊള്ളാം. ഞാൻ കൊണ്ടുവരുന്നവരെ അല്ലാതെ വേറെ ആരെയും ദത്തെടുത്തു പോകയുമരുത്" എന്നൊരു കൽപനയയച്ചു.

ആ സ്ത്രീ അപ്രകാരം ദത്തിനു വേണ്ടുന്നതെല്ലാം വട്ടംകൂട്ടി മുഹൂർത്തവും നിശ്ചയിച്ചു വിവരം തിരുമനസ്സറിയിച്ചു. മുഹൂർത്തസമയമായപ്പോൾ പുരുഷനും സ്ത്രീയുമായിട്ടുള്ള രണ്ടു കുട്ടികളെയുംകൊണ്ട് ശക്തൻതിരുമനസ്സുകൊണ്ട് ആ സ്ഥലത്തെഴുന്നള്ളി. ആ കുട്ടികൾ ഒരു തമ്പാന്റെ കോവിലകത്തേതായിരുന്നു. കുട്ടികൾ തമ്പാന്റെ ജാതിയിലുള്ളവരാണെന്ന് അറിഞ്ഞപ്പോൾ ആ സ്ത്രീക്കു സീമാതീതമായ സന്തോഷമുണ്ടായി. ഉടനെ ദത്തിന്റെ ക്രിയകളും ചടങ്ങുകളുമൊക്കെ മുറയ്ക്കു നടത്തുകയും അവ കഴിഞ്ഞതിന്റെശേഷം സദ്യ ആരംഭിക്കുകയും ചെയ്തു. സദ്യ അതികേമമായിട്ടുണ്ടായിരുന്നു. അപ്പോൾത്തന്നെ ദത്തെടുക്കപ്പെട്ട കുട്ടികളെയും ഭക്ഷണത്തിനിരുത്തി. അവർക്ക് ആ വൃദ്ധ തന്നെ ചോറു വിളമ്പിക്കൊടുത്തു. അവർ ഉണ്ണാതെ വിഷാദഭാവത്തോടുകൂടിയിരുന്നതു കണ്ടിട്ട് വൃദ്ധ തിരുമുമ്പാകെച്ചെന്ന്, "അടിയന്റെ അവകാശികളാക്കി ദത്തെടുക്കപ്പെട്ടവർ അടിയൻ വിളമ്പിക്കൊടുത്ത അന്നം ഭക്ഷിക്കാതെയിരിക്കുന്നതെന്താണ്? ഇത് അടിയനു വളരെ സങ്കടകരമാണ്" എന്നുണർത്തിച്ചു. ഉടനെ തിരുമനസ്സുകൊണ്ടു കുട്ടികളോട്, "ആട്ടെ, ഊണുകഴിക്കുന്നതിനു വിരോധമില്ല. പിന്നീടു വേണ്ടതു ഞാൻ നോക്കിക്കൊള്ളാം" എന്ന് അരുളിച്ചെയ്യുകയും കുട്ടികൾ മനസ്സോടുകൂടിയല്ലെങ്കിലും ഭക്ഷണം കഴിക്കുകയും ചെയ്തു. ദത്തു സംബന്ധിച്ചുള്ള സദ്യ മുതലായവയെല്ലാം കഴിഞ്ഞതിന്റെശേഷം ആ കുട്ടികളെ അവിടെത്തന്നെ താമസിപ്പിച്ചിട്ടു തിരുമനസ്സുകൊണ്ടു കോവിലകത്തേക്കെഴുന്നള്ളി. കുറച്ചുകാലം കഴിഞ്ഞപ്പോൾ ആ സ്ത്രീ മരിക്കുകയും അവരുടെ ശേഷക്രിയാദികൾ ആ കുട്ടികളെക്കൊണ്ടുതന്നെ ചെയ്യിക്കുകയും ചെയ്തു.

അനന്തരം ശക്തൻതിരുമനസ്സുകൊണ്ടു വൈദികന്മാർ മുതലായവരെ വരുത്തി, നായരുടെ അന്നം ഭക്ഷിച്ച ഈ ക്ഷത്രിയക്കുട്ടികളെ ഏതു സ്ഥിതിയിലാണ് ഇരുത്തേണ്ടതെന്ന് ആലോചിച്ചു. കുട്ടികൾ കൽപനയെ നിരസിക്കാൻ നിവൃത്തിയില്ലാതെ വരുകയാൽ മനസ്സുകൂടാതെ ഭക്ഷിച്ചതാകയാൽ അവർക്ക് ഭ്രഷ്ട് കൽപിക്കാൻ പാടില്ലെന്നും അവരെ ഒരു പ്രത്യേകജാതിക്കാരായി ഇരുത്തേണ്ടതാണെന്നും അവരുടെ

ആചാരങ്ങളെല്ലാം ക്ഷത്രിയരെപ്പോലെ ആയിരിക്കേണ്ടതാണെന്നും ക്രിയാദികൾ മന്ത്രം കൂടാതെ ബ്രാഹ്മണർ നടത്തിക്കൊടുക്കേണ്ടതാണെന്നും ഉപനയനം പൂണൂലിടാതെ നടത്തണമെന്നും അവരെ ദേവാലയവും ബ്രാഹ്മണാലയവുമില്ലാത്തതായ ഒരു ദേശത്ത് ഒരു നദീതീരത്തു താമസിപ്പിക്കേണ്ടതാണെന്നും മഹാബ്രാഹ്മണർ കൂടിയാലോചിച്ചു വിധിച്ചു. അതിനാൽ തിരുമനസ്സുകൊണ്ട് 'മലയാറ്റൂർ' എന്ന ദേശത്ത് അവർക്കൊരു ഭവനം പണികഴിപ്പിച്ചു കൊടുക്കുകയും അവരെ അവിടെത്താമസിപ്പിക്കുകയും അവരുടെ ചെലവിനു പതിവായി സർക്കാരിൽനിന്നു കൊടുക്കുന്നതിനു കൽപിച്ചു ഏർപ്പാടുചെയ്യുകയും ചെയ്തു. ആ സ്ഥലത്ത് ഈ കുട്ടികളുടെ വംശ്യന്മാർ ഇപ്പോഴും താമസിക്കുന്നുണ്ട്. അവരുടെ ചെലവിന് ഇപ്പോഴും കൊച്ചീസർക്കാരിൽനിന്നാണ് കൊടുത്തുവരുന്നത്.അവർ ആദ്യം തമ്പാക്കന്മാരായിരുന്നതിനാൽ അവരെ നായന്മാർ മുതലായവർ ഇപ്പോഴും വിളിച്ചുവരുന്നതു തമ്പാക്കന്മാരെന്നു തന്നെയാണ്. എന്നാൽ നമ്പ്യാരുടെ കുടുംബത്തിൽ ദത്തു കേറിയവരായതുകൊണ്ട് ബ്രാഹ്മണരും മറ്റും അവരെ ഇപ്പോഴും നമ്പ്യാന്മാരെന്നാണു പറഞ്ഞുവരുന്നത്. ആ കുടുംബത്തിൽ ഒടുക്കം ശേഷിച്ചിരുന്ന സ്ത്രീ മരിച്ചതിന്റെ ശേഷം അവരുടെ സർവ്വസ്വവും കൊച്ചീസർക്കാരിലേക്കു ചേർത്തു. പാത്രങ്ങളും പണ്ടങ്ങളുമെല്ലാം വരുത്തി തിരുമനസ്സുകൊണ്ട് ഈടുവയ്പിൽ വെയ്പിച്ചു.

നമ്പ്യാരുടെ പാത്രങ്ങളിന്മേലും മറ്റും പേരു വെട്ടിയിരുന്നത് 'മുകുന്ദപുരം' എന്നായിരുന്നു. അങ്ങനെ പേരുവെട്ടീട്ടുള്ള പണ്ടങ്ങളും പാത്രങ്ങളും തൃപ്പൂണിത്തുറെ ഈടുവെയ്പിൽ ഇപ്പോഴും കാണുന്നുണ്ട്.

തിരുവനന്തപുരത്തെ മുറജപത്തിന്റെ വട്ടങ്ങളും കേമത്തങ്ങളും മറ്റും ചില നമ്പൂരിമാർ പറഞ്ഞുകേട്ടിട്ട് ശക്തൻതിരുമനസ്സുകൊണ്ട് അതൊക്കെ ഒന്നു പോയി കണ്ടും അനുഭവിച്ചും മനസ്സിലാക്കണമെന്നു നിശ്ചയിച്ച് ഒരു മുറജപക്കാലത്ത് അങ്ങോട്ടു പുറപ്പെട്ടു. പരിവാരങ്ങളൊന്നും കൂടാതെ ഏറ്റവും ഗൂഢമായിട്ടായിരുന്നു ആ എഴുന്നള്ളത്ത്. ഒരു കട്യാവുഭാണ്ഡവും ഒരോലക്കുടയും ഒരു വടിയുമായി ഒരു നമ്പൂരിയുടെ മട്ടിലാണ് എഴുന്നള്ളിയത്. മുറജപക്കാലത്തു വഴിക്ക് ഓരോ സ്ഥലങ്ങളിലും നമ്പൂരിമാർക്കു ഭക്ഷണത്തിനു സർക്കാരിൽനിന്നു കേമമായി വട്ടംകൂട്ടിയിരിക്കുമല്ലോ. തിരുമനസ്സുകൊണ്ട് ആ സ്ഥലങ്ങളിലൊക്കെയിറങ്ങി നമ്പൂരിമാരുടെ കൂട്ടത്തിൽഅമൃതേത്തു കഴിച്ചുകൊണ്ടാണ് എഴുന്നള്ളിയത്. എങ്കിലും ഈശ്വരാനുകൂല്യംകൊണ്ടു വഴിക്ക് അറിയുന്നവരാരും കണ്ടില്ല. അങ്ങനെ ക്രമേണ തിരുവനന്തപുരത്തെത്തി. പത്മതീർത്ഥത്തിൽ ഒരൊതുങ്ങിയ സ്ഥലത്തിറങ്ങി, കുടയും വടിയും ഭാണ്ഡവും കരയ്ക്കുവച്ചിട്ടു നീരാട്ടുകുളിയും നിത്യകർമ്മാനുഷ്ഠാനാദികളും കഴിച്ചു ശീവേലിപ്പുരിയിൽച്ചെന്ന് അമൃതേത്തും കഴിച്ചു. അപ്പോഴും ആരും കണ്ടറിഞ്ഞില്ല. അമൃതേത്തു കഴിഞ്ഞു കൈ

കഴുകാനായി നേരത്തെ നീരാട്ടുകുളി കഴിച്ച കടവിൽത്തന്നെ ചെന്നിറങ്ങി കൈ കഴുകി. ആ സമയം രാമവർമ്മമഹാരാജാവു തിരുമനസ്സുകൊണ്ടു കരുവേലപ്പുര മാളികയുടെ മുകളിലിരുന്നുകൊണ്ടു കാണുകയും കണ്ടയുടനെ ആളറിയുകയും ചെയ്തു. എങ്കിലും അവിടുന്ന് അപ്പോൾ അറിഞ്ഞതായി ഭാവിക്കുകയും ഒന്നും പ്രവർത്തിക്കുകയും ചെയ്തില്ല. രാത്രിയായപ്പോൾ പത്മതീർത്ഥക്കരയിലെല്ലാം കൽപനപ്രകാരം തീവെട്ടി (*ദീപയഷ്ടി*) കൊളുത്തിപ്പിടിപ്പിക്കുകയും തിരുമനസ്സുകൊണ്ടു കരുവേലപ്പുരമാളികയുടെ മുകളിലേക്കെഴുന്നള്ളി നോക്കിക്കൊണ്ടിരിക്കുകയും ചെയ്തു. കുറച്ചുകഴിഞ്ഞപ്പോൾ നമ്പൂരിമാർ അത്താഴം കഴിഞ്ഞു കൈ കഴുകാനായി പത്മതീർത്ഥത്തിൽ വന്നിറങ്ങിത്തുടങ്ങി. ആ കൂട്ടത്തിൽ ശക്തൻതിരുമനസ്സുകൊണ്ടു കൈ കഴുകാനായിറങ്ങിയത് രാവിലെ നീരാട്ടുകുളി കഴിച്ച കടവിൽത്തന്നെയായിരുന്നു. അപ്പോഴും അവിടുത്തെ തൃക്കയ്യിൽ ഓലക്കുടയും വടിയും കട്യാവുഭാണ്ഡവുമുണ്ടായിരുന്നു. അവിടുന്നു കടവിൽ വന്നിറങ്ങിയ ഉടനെ രാമവർമ്മമഹാരാജാവു തിരുമനസ്സുകൊണ്ടു രണ്ടു പട്ടക്കാരെ വിളിച്ച് "വടക്കേക്കരയിലുള്ള ആ ഇടുക്കു കടവിലിറങ്ങി കൈ കഴുകുന്ന ആ കട്യാവുഭാണ്ഡക്കാരനെ വിളിച്ച് ഇവിടെ കൊണ്ടുവരണം. ഞാൻ പറഞ്ഞു എന്നു പറഞ്ഞാൽ അദ്ദേഹം വരും. നിങ്ങൾ ബലം പ്രയോഗിച്ചു കൊണ്ടുവരണമെന്നില്ല" എന്നു കൽപിച്ചയച്ചു. പട്ടക്കാർ ഓടിച്ചെന്ന് "കരുവേലപ്പുരമാളികയിൽ ചെല്ലാൻ കൽപനയായിരിക്കുന്നു" എന്നു പറഞ്ഞു. "അദ്ദേഹം ആളറിഞ്ഞുകഴിഞ്ഞു. ഇനി ഇവിടെ മടിക്കുകയും ഒളിക്കുകയും ചെയ്യുന്നതു യുക്തമല്ല" എന്നു വിചാരിച്ചു ശക്തൻതിരുമനസ്സുകൊണ്ടു നേരെ കരുവേലപ്പുരമാളികയിലേക്കുതന്നെ എഴുന്നള്ളി. എഴുന്നള്ളത്തു കോവണിച്ചുവട്ടിലായപ്പോൾ രാമവർമ്മ മഹാരാജാവു തിരുമനസ്സുകൊണ്ട് താഴെ എഴുന്നള്ളി തൃക്കൈയ്ക്കു പിടിച്ചു മുകളിലേക്കുകൊണ്ടുപോയി. ആസനസല്ക്കാരം ചെയ്തിരുത്തീട്ട് അവിടുന്നും ഒരു കസാലയിലിരിക്കുകയും ഉടനെ സംഭാഷണമാരംഭിക്കുകയും ചെയ്തു.

രാമവർമ്മ: ഇതെന്തു നേരംപോക്കാണ്? ഈ ഗൂഢസഞ്ചാരത്തിന്റെ ഉദ്ദേശ്യമെന്താണ്?

ശക്തൻ: ഇങ്ങനെയായാലല്ലാതെ ഈ ഘോഷങ്ങളൊക്കെ വേണ്ടതുപോലെ കാണാനും മറ്റും സാധിക്കയില്ലല്ലോ. നമ്പൂരിമാരുടെ ബഹളങ്ങളും മറ്റും കാണുകയും ആ കൂട്ടത്തിൽച്ചെന്നു സദ്യയുണ്ടു നോക്കുകയും മറ്റും ചെയ്യുന്നതിന് ഇങ്ങനെയായാലല്ലാതെ സാധിക്കുമോ?

രാമവർമ്മ: അതില്ല. ഞാൻ അത് ഊഹിക്കാതിരുന്നില്ല. ഞാൻ രാവിലെതന്നെ അവിടുത്തെക്കണ്ടു. ആഗ്രഹം സാധിച്ചുകഴിയട്ടെ എന്നു വിചാരിച്ചാണ് ഇതുവരെ ക്ഷമിച്ചത്. ഇതൊക്കെ അവിടേക്കല്ലാതെ സാധിക്കയില്ല.

ശക്തൻ: ഈവക കളവുകൾ കണ്ടുപിടിക്കാൻ അവിടേക്കും.

രാമവർമ്മ: കൂടെ വേറെ ആരുണ്ട്?

ശക്തൻ: ഇതാ ഈ കുടയും വടിയും ഭാണ്ഡവും മാത്രം.

രാമവർമ്മ: അതും അദ്ഭുതംതന്നെ. ഭൃത്യന്മാരാരും കൂടാതെ വേണ്ടുന്ന കാര്യങ്ങളൊക്കെ സ്വയമേവ സാധിക്കുന്ന അവിടുത്തെ, ജനങ്ങൾ ശക്തനെന്നു പറയുന്നതു യഥാർത്ഥംതന്നെ. ശക്തൻ എന്നു പോര, സർവ്വശക്തൻ എന്നുതന്നെ പറയേണ്ടതാണ്. ആട്ടെ, ആ വടിക്കകത്തു വാളായിരിക്കുമല്ലോ.

ശക്തൻ: അതങ്ങനെതന്നെ. അതും ഇല്ലാതെ തനിച്ചു സഞ്ചരിക്കുന്നതു ചിലപ്പോൾ ആപല്ക്കരമായി വന്നേക്കുമല്ലോ.

രാമവർമ്മ: എന്നെ അറിയിക്കാതെ മടങ്ങിപ്പോകണമെന്നായിരിക്കുമോ വിചാരിച്ചത്?

ശക്തൻ: സാധിച്ചുവെങ്കിൽ അങ്ങനെ വേണമെന്നുതന്നെയായിരുന്നു വിചാരം. സാധിക്കുന്നകാര്യം അസാധ്യമാണെന്നും വിചാരിക്കാതെയിരുന്നില്ല.

രാമവർമ്മ: ആട്ടെ, കാണാൻ സാധിച്ചുവല്ലോ; സന്തോഷമായി. ഇനി മുറജപം കഴിഞ്ഞിട്ടു പോയാൽ മതി.

ശക്തൻ: അതിനു നിവൃത്തിയില്ല. ഇന്നുതന്നെ തിരിയെ മടങ്ങണമെന്നാണ് വിചാരിച്ചത്. അതു തെറ്റിയല്ലോ. നാളെയെങ്കിലും പോകണം.

രാമവർമ്മ: ആട്ടെ, അതു നാളെ നിശ്ചയിക്കാം. ഇപ്പോൾ നമുക്കു കിടക്കാൻ ശ്രമിക്കാം. നേരം രാത്രി അധികമായി.

ഇങ്ങനെ സംഭാഷണം അവസാനിപ്പിച്ചതിന്റെശേഷം രണ്ടു തിരുമേനികളും പള്ളിക്കുറുപ്പിനെഴുന്നള്ളി. കുലശേഖരപ്പെരുമാൾ തിരുമനസ്സിലെ നിർബന്ധം നിമിത്തം ശക്തൻതിരുമനസ്സുകൊണ്ട് ആ പ്രാവശ്യവും നാലു ദിവസം തിരുവനന്തപുരത്ത് എഴുന്നള്ളിത്താമസിച്ചു. രാമവർമ്മമഹാരാജാവു തിരുമനസ്സുകൊണ്ടു വേണ്ടുന്ന ഭൃത്യന്മാരെയും മറ്റും ഏർപ്പെടുത്തിക്കൊടുത്തു. രാജപദവിയോടുകൂടിത്തന്നെയാണ് ശക്തൻതിരുമേനിയെ അവിടെ താമസിപ്പിച്ചിരുന്നത്. തിരിച്ചെഴുന്നള്ളിയ സമയം വഴിക്കു വേണ്ടുന്ന സൗകര്യങ്ങളെല്ലാം കൽപനപ്രകാരം ചട്ടം കെട്ടിയിരുന്നു എന്നു മാത്രമല്ല, തിരുവനന്തപുരത്തുനിന്നു ബോട്ടിൽ ക്കയറ്റിയാണ് തൃപ്പൂണിത്തുറെ എത്തിച്ചത്.

ശക്തൻതിരുമനസ്സുകൊണ്ട് ആരുമറിയാതെ തിരുവനന്തപുരത്തു വന്നുപോകണമെന്നു വിചാരിച്ചുവല്ലോ. അതിനു പകരമൊന്നു പറ്റിക്കണമെന്ന് രാമവർമ്മമഹാരാജാവു തിരുമനസ്സുകൊണ്ടു നിശ്ചയിച്ചു. എന്നാൽ അത് ആരോടും കൽപിച്ചില്ലതാനും. ഒരിക്കൽ തിരുമനസ്സുകൊണ്ട് അഷ്ടമിദർശനത്തിനായി വൈക്കത്തെഴുന്നള്ളുകയും അവിടെ

ഏതാനും ദിവസം താമസിക്കുകയും ചെയ്തു. അനന്തരം തിരിയെ എഴുന്നള്ളത്തു നിശ്ചയിച്ച് ഒരുദിവസം അത്താഴമമൃതേത്തുകഴിഞ്ഞു ബോട്ടിലെഴുന്നള്ളി. ബോട്ടു നീക്കാറായപ്പോൾ തൃപ്പൂണിത്തുറയ്ക്കു പിടിക്കട്ടെ എന്നും നിശ്ശബ്ദമായിരിക്കണമെന്നും ബോട്ടു തൃപ്പൂണിത്തുറെ ക്ഷേത്രത്തിനു പടിഞ്ഞാറുവശത്തുള്ള തോട്ടുകടവിലടുക്കണമെന്നും കൽപിച്ചു. അപ്രകാരം ബോട്ട് അവിടെ അടുത്ത ഉടനെ തിരുമനസ്സുകൊണ്ട് ഒരു സാധാരണ മനുഷ്യനെപ്പോലെ ഒരു മുണ്ടും ഒരു തോർത്തുമുണ്ടും മാത്രമുടുത്തുകൊണ്ടു കരയ്ക്കിറങ്ങി നേരെ കിഴക്കോട്ടു കാൽനടയായി എഴുന്നള്ളി. അമ്പലക്കുളത്തിലെത്തി നീരാട്ടുകുളി കഴിച്ച്, ആ ഈറൻതന്നെ ധരിച്ചുകൊണ്ട് അമ്പലത്തിലെഴുന്നള്ളി. ഒരു ശരപ്പൊളിമാലയും പതക്കവും നടയ്ക്കുവച്ചു സ്വാമിദർശനം കഴിച്ചു പുറത്തിറങ്ങി. ക്ഷണത്തിൽ ബോട്ടിലെഴുന്നള്ളി തിരിയെ എഴുന്നെള്ളുകയും ചെയ്തു. അപ്പോൾ അവിടെ ഉത്സവമായിരുന്നു എന്നു തന്നെയല്ല, അന്നു തൃക്കേട്ട പുറപ്പാടുമായിരുന്നു. വിളക്കിനെഴുന്നള്ളിച്ചു പടിഞ്ഞാറേ നടയിൽ മേളം പൊടിപൊടിച്ചിരുന്ന സമയത്താണ് തിരുമനസ്സുകൊണ്ടു സ്വാമിദർശനംകഴിച്ച് എഴുന്നള്ളിയത്. അതിനാൽ ആരും കണ്ടറിയുന്നതിനിടയായില്ല. തിരുമനസ്സുകൊണ്ടു തിരിയെ എഴുന്നള്ളി കുറച്ചുകഴിഞ്ഞപ്പോൾ അപരിചിതനായ ഒരാൾ അമ്പലത്തിൽ വന്നു വളരെ വിലപിടിപ്പുള്ളതായ ഒരു ശരപ്പൊളിമാലയും പതക്കവും നടയ്ക്കുവച്ചു സ്വാമിദർശനം കഴിച്ചുപോയതായി ശക്തൻതിരുമനസ്സിലേക്ക് അറിവുകിട്ടി. മാലയും പതക്കവും വരുത്തി പരിശോധിച്ചപ്പോൾ പതക്കത്തിന്റെ പുറകുവശത്ത് 'തിരുവിതാംകൂർ രാമവർമ്മ' എന്നു പേരുവെട്ടിയിരിക്കുന്നതായിക്കണ്ടു. ഉടനെ ആളുകളെ അയച്ച് അന്വേഷിച്ചപ്പോൾ കുറച്ചു സമയം മുമ്പേ പടിഞ്ഞാറെ ബോട്ടുകടവിൽ ഒരു ബോട്ട് അടുത്തുകിടന്നിരുന്നുവെന്നും അതുവിട്ടു പോയിട്ട് ഏകദേശം നാലു നാഴിക കഴിഞ്ഞിരിക്കുന്നുവെന്നും അറിവു കിട്ടി. ഈ വന്നുപോയത് ഇന്നാരാണെന്നും ഇതു തന്നെ പറ്റിക്കുകയാണ് ചെയ്തതെന്നും ശക്തൻതിരുമനസ്സുകൊണ്ടു മനസ്സിലാക്കിയെന്നുള്ളതു വിശേഷിച്ചുപറയണമെന്നില്ലല്ലോ. രാമവർമ്മമഹാരാജാവു തിരുമനസ്സുകൊണ്ടു പിറ്റേദിവസം രാവിലെ അമ്പലപ്പുഴെഎത്തുകയും ആ വഴി തിരുവനന്തപുരത്തിന് എഴുന്നള്ളുകയുംചെയ്തു.

രാമവർമ്മ മഹാരാജാവു തിരുമനസ്സിലെ പ്രത്യേക പ്രീതിക്കു പാത്രീഭവിച്ചവരായി കേശവപിള്ള ദിവാൻജിയെ കൂടാതെ, കുഞ്ചിക്കുട്ടി, കുതിരപ്പക്ഷി, വൈക്കം പത്മനാഭപിള്ള ഇങ്ങനെ മൂന്നുപേരുകൂടിയുണ്ടായിരുന്നു. അവർ മൂന്നുപേരും ഏറ്റവും വീരന്മാരും ശൂരന്മാരും യുദ്ധവിദഗ്ദ്ധരുമായിരുന്നു എന്നു മാത്രമല്ല, പ്രസിദ്ധ മാന്ത്രികനായിരുന്ന തേവലശ്ശേരിനമ്പിയുടെ അടുക്കൽ ശിഷ്യപ്പെട്ട് ഉപദേശം വാങ്ങീട്ടുള്ള വലിയ മാന്ത്രവാദികളുമായിരുന്നു. അവർക്കു ശത്രുക്കളുടെ

ആയുധമേറ്റു മരണം സംഭവിക്കാതെയിരിക്കുന്നനതിനായി തേവലശ്ശേരിനമ്പി അവരെ രക്ഷധരിപ്പിക്കുകയും ചെയ്തിരുന്നു. സ്വർണ്ണത്തകിടിൽ രക്ഷയെഴുതി അവരുടെ തുടകീറി തുടയ്ക്കകത്താണ് നമ്പി രക്ഷ സ്ഥാപിച്ചിരുന്നത്. അവരുടെ അദ്ഭുത കർമ്മങ്ങളും മറ്റും വിവരിക്കുന്നതിന് ഓരോരുത്തരെക്കുറിച്ചും പ്രത്യേകം പ്രത്യേകം ഓരോ ഉപന്യാസങ്ങൾ വേണ്ടിയിരിക്കുന്നതിനാൽ അതിനായി ഇപ്പോൾ ഉദ്യമിക്കുന്നില്ല. ഇവിടെ പ്രകൃതം ശക്തൻതമ്പുരാൻ തിരുമനസ്സിലെ ചരിത്രമാണല്ലോ. അതിനാൽ ആ തിരുമേനിയുമായി കൂടിക്കാണാൻ സംഗതിയായിട്ടുള്ള കുഞ്ചിക്കുട്ടിയെക്കുറിച്ചുമാത്രം സ്വൽപ്പം പറഞ്ഞുകൊള്ളുന്നു. കുഞ്ചിക്കുട്ടി തിരുവനന്തപുരത്തു വലിയകൊട്ടാരം സർവ്വാധികാര്യക്കാരായിരുന്നതിനാൽ അദ്ദേഹത്തെ എല്ലാവരും സാധാരണയായി പറഞ്ഞുവന്നിരുന്നത് 'കുഞ്ചിക്കുട്ടി സർവ്വാധികാര്യക്കാർ' എന്നായിരുന്നു.

ഒരിക്കൽ കൊച്ചിയും തിരുവിതാംകൂറും തമ്മിൽച്ചേർന്നതായ അതിർത്തി സ്ഥാനത്ത് ഒരാന കുഴിയിൽ വീണു. അതറിഞ്ഞ് ആ ആനയെ കുഴിയിൽനിന്ന് കയറ്റിക്കൊണ്ടു പോകാനായി കുഞ്ചിക്കുട്ടി സർവ്വാധികാര്യക്കാർ പോയിരുന്നു. കുഞ്ചിക്കുട്ടി സ്ഥലത്തെത്തിയപ്പോഴേക്കും കൊച്ചീസർക്കാരിൽനിന്നു താപ്പാനകളെയും മറ്റുംകൊണ്ട് ആളുകൾ വന്ന് ആനയെ കുഴിയിൽനിന്നു കയറ്റി അതിർത്തി കടത്തിക്കഴിഞ്ഞിരുന്നു. കുഞ്ചിക്കുട്ടി അടുത്തുചെന്നു തന്റെ മന്ത്രശക്തികൊണ്ട് ആനയെ പുറകോട്ടു നടത്തി തിരിച്ചുകൊണ്ടുവന്ന് ആനക്കൂട്ടിലാക്കിയടച്ചു. ഇണക്കവും പരിചയവും വരാത്ത കാട്ടാനയെ പിടിക്കാനോ തടുക്കാനോ അതിന്റെ അടുക്കൽച്ചെല്ലാനോ ആർക്കും സാധ്യമല്ലല്ലോ. അതിനാൽ കൊച്ചിയിൽനിന്നു വന്നവർ ഒന്നും ചെയ്യാതെ നോക്കിക്കൊണ്ടു നിന്നതേയുള്ളൂ.

ഈ വർത്തമാനം കേട്ടു ശക്തൻതിരുമനസ്സുകൊണ്ടു തിരുവിതാംകൂർ മഹാരാജാവു തിരുമനസ്സിലെപ്പേർക്ക് "അവിടെ സർവ്വാധിയായിരിക്കുന്ന കുഞ്ചിക്കുട്ടിയെ ഒന്നു കണ്ടാൽക്കൊള്ളാമെന്നുണ്ട്. അതിനാൽ സൗകര്യംപോലെ അവനെ ഇങ്ങോട്ടയച്ചാൽക്കൊള്ളാം" എന്നൊരു തിരുവെഴുത്തെഴുതിയയച്ചു. തിരുവെഴുത്തു കണ്ടയുടനെ മഹാരാജാവു തിരുമനസ്സുകൊണ്ടു സർവ്വാധികാര്യക്കാരെ തിരുമുൻപിൽ വരുത്തി, "കുഞ്ചിക്കുട്ടിയെ ഒന്നു കാണാനായിട്ടു തൃപ്പൂണിത്തുറയ്ക്ക് അയച്ചാൽ കൊള്ളാമെന്നു പെരുമ്പടപ്പിൽ മൂപ്പിലെ എഴുത്തു വന്നിരിക്കുന്നു. എന്താ, ഒന്നു പോയിവരാൻ വയ്യേ" എന്നു കൽപിച്ചു ചോദിച്ചു. "കൽപനയുണ്ടെങ്കിൽ വിടകൊള്ളാം" എന്നു സർവ്വാധികാര്യക്കാർ ഉണർത്തിക്കുകയും "ആട്ടെ, ഒന്നു പോയി വരൂ. സൂക്ഷിച്ചു വേണം. അദ്ദേഹം ഒരു ശുദ്ധാത്മാവാണ്. എങ്കിലും മുൻകോപം കലശലാണ്. ദേഷ്യം വന്നാൽ എന്തും പ്രവർത്തിക്കും. അങ്ങനെയാണ്

സ്വഭാവം. ആളറിഞ്ഞു പെരുമാറിക്കൊണ്ടാൽമതി" എന്നു കൽപിക്കുകയും ചെയ്തു.സർവ്വാധികാര്യക്കാർ മഹാരാജാവു തിരുമേനിയെ വന്ദിച്ചുകൊണ്ട് അന്നുതന്നെ പുറപ്പെട്ടു. നാലാം ദിവസം തൃപ്പൂണിത്തുറെയെത്തി. സേവകന്മാർ മുഖാന്തരം അനുവാദം വാങ്ങിക്കൊണ്ടു തിരുമുൻപാകെച്ചെന്നു. ആ സമയം ശക്തൻതിരുമനസ്സുകൊണ്ട് കളിമാളികയുടെ വരാന്തയിൽ ഒരു കസാലയിൽ എഴുന്നള്ളിയിരിക്കുകയായിരുന്നു. തൃകൈയിൽ ഒരു വാളുമുണ്ടായിരുന്നു. സർവ്വാധികാര്യക്കാർ അടുത്തു ചെന്നു വന്ദിച്ചു. അപ്പോൾ ശക്തൻതിരുമനസ്സുകൊണ്ട്, കുഞ്ചിക്കുട്ടിയെക്കുറിച്ചു ധാരാളമായി കേട്ടിട്ടുണ്ട്. കാണാൻ കഴിഞ്ഞിട്ടില്ല. ഒന്നു കണ്ടാൽ കൊള്ളാമെന്നു ഞാൻ വിചാരിച്ചുതുടങ്ങീട്ടു വളരെ ദിവസമായി. ഇന്നു കണ്ടുവല്ലോ; സന്തോഷമായി."

സർവ്വാധി: ഇവിടെ വിടകൊണ്ടു തൃപ്പാദം കണ്ടു വന്ദിച്ചാൽക്കൊള്ളാമെന്ന് അടിയനും വിചാരിക്കാറുണ്ട്. അതിനുള്ള വിധി ഇന്നേ അടിയനു ലഭിച്ചുള്ളൂ.

ശക്തൻ: (തൃക്കയ്യിലിരിക്കുന്ന വാൾ കാണിച്ചുകൊണ്ട്) കുഞ്ചിക്കുട്ടി ഇതുകണ്ടുവോ?

സർവ്വാധി: എറാൻ, ചെറുതായിട്ടൊന്ന് അടിയന്റെ കൈയിലുമുണ്ട്. (*എന്നു പറഞ്ഞ് അരയിൽ ഒളിച്ചുവച്ചിരുന്ന അരവാളെടുത്തു കാണിച്ചു.*)

ശക്തൻ: കാണട്ടെ, അതിങ്ങോട്ടു തരൂ.

സർവ്വാധി: തൃക്കൈയിലിരിക്കുന്നത് ഇങ്ങോട്ട് കൽപിച്ചു തന്നാൽക്കൊള്ളാം.

(*ശക്തൻതിരുമനസ്സുകൊണ്ടു തൃക്കൈയിലിരുന്ന വാൾ കൽപിച്ചുകൊടുക്കുകയും സർവ്വാധികാര്യക്കാർ താണു തൊഴുതു രണ്ടു കൈയും നീട്ടി വാങ്ങുകയും ചെയ്തതിന്റെ ശേഷം*)

ശക്തൻ: ഇനി അതിങ്ങോട്ടു തരരുതോ?

സർവ്വാധി: നിവൃത്തിയില്ല. ഇതു തിരുവിതാംകൂർ മഹാരാജാവു തിരുമനസ്സുകൊണ്ട് അടിയനു കൽപിച്ചു തന്നിട്ടുള്ളതാണ്. ഇത് അടിയന്റെ ജീവനുള്ളപ്പോൾ താഴെ വയ്ക്കുകയോ മറ്റൊരാളുടെ കയ്യിൽ കൊടുക്കുകയോ ചെയ്യുകയില്ല.

ശക്തൻ: എന്നാൽ ഞാൻ തന്നത് ഇങ്ങോട്ടു തന്നേക്കൂ.

സർവ്വാധി: അടിയന് ഇവിടുത്തെക്കുറിച്ചും ഭക്തി ഒട്ടും കുറവില്ല. അവിടുന്ന് അടിയനു കൽപിച്ചുതന്നത് അടിയൻ തിരിച്ചുതരുന്നതു മര്യാദയല്ലല്ലോ.ഇതും അടിയൻ അടിയന്റെ ജീവനുള്ളപ്പോൾ താഴെ വയ്ക്കുകയോ മറ്റൊരാളുടെ കൈയിൽ കൊടുക്കുകയോ ചെയ്കയില്ല. അടിയനു കൽപിച്ചുതന്നതു തിരിച്ചു വാങ്ങുന്നത് ഇവിടേക്കു യുക്തവുമല്ലല്ലോ.

ശക്തൻ: എടാ, സമർത്ഥാ! നീ കുഞ്ചിക്കുട്ടിയല്ല, ആനക്കുട്ടിയാണ്.

സർവ്വാധി: ഇവിടെ വിചാരിച്ചാൽ അടിയനെ ആനക്കുട്ടിയാക്കാനും പൂനക്കുട്ടിയാക്കാനും കഴിയും.

ശക്തൻ: ആട്ടെ, സന്തോഷമായി. കുലശേഖരപ്പെരുമാളുടെ ആളുകളെല്ലാം നമ്മുടെ സ്വന്തമാണ്.

എന്ന് അരുളിച്ചെയ്യുകയും ഒരു കുത്തു പാവുമുണ്ടും ഒരു വീരശൃംഖലയുംകൂടി സമ്മാനമായി കൽപിച്ചുകൊടുത്തു സർവ്വാധികാര്യക്കാരെ അയയ്ക്കുകയും ചെയ്തു.

കുഴിയിൽവീണ ആനയെ തിരിച്ചുകൊണ്ടുപോന്നതിനെക്കുറിച്ചു വല്ലതും കൽപിച്ചുചോദിക്കുമോ എന്നുള്ള വിചാരം സർവ്വാധികാര്യക്കാരുടെ മനസ്സിൽ സാമാന്യത്തിലധികമുണ്ടായിരുന്നു. ഈശ്വരകൃപകൊണ്ട് അതിനെപ്പറ്റി യാതൊന്നും കൽപിച്ചു ചോദിച്ചില്ല. തിരുമനസ്സിലെ ആയുധമേറ്റു മരിക്കാനിടയാവുയില്ലെന്നുള്ള ധൈര്യമുണ്ടായിരുന്നുവെങ്കിലും തിരുമുമ്പാകെനിന്നു പിരിഞ്ഞുപോന്നതിന്റെശേഷമേ സർവ്വാധികാര്യക്കാരുടെ മനസ്സിനു സമാധാനമുണ്ടായുള്ളൂ. സർവ്വാധികാര്യക്കാർ തൃപ്പൂണിത്തുറനിന്ന് അന്നുതന്നെ പുറപ്പെടുകയും യഥാകാലം തിരുവനന്തപുരത്തെത്തി തൃപ്പൂണിത്തുറെ ചെന്നിട്ടുണ്ടായ സംഗതികളെല്ലാം വിവരമായി തിരുമനസ്സറിയിക്കുകയും ചെയ്തു.

ശക്തൻതമ്പുരാൻ തിരുമനസ്സുകൊണ്ടു ചൊവ്വര എന്ന ദേശത്തു പുഴവക്കത്തായി ഒരു കോവിലകം പണികഴിപ്പിക്കുകയും ആ കോവിലകത്തിന്റെ തെക്കുവശം പുഴയായിരുന്നതിനാൽ ശേഷം മൂന്നു വശങ്ങളിലും കിടങ്ങുണ്ടാക്കിക്കുകയും അവിടെ ഒരു കൊടിമരം സ്ഥാപിച്ചു കൊടിതൂക്കിക്കുകയും ചെയ്തതിന്റെശേഷം ഏതാനും ദിവസം അവിടെ എഴുന്നള്ളിത്താമസിച്ചിരുന്നു. അക്കാലത്ത് ഒരു ശിവരാത്രിനാൾ തിരുമനസ്സുകൊണ്ട് ആ കോവിലകത്തിന്റെ മുറ്റത്തിറങ്ങി ലാത്തിക്കൊണ്ടു നിന്നപ്പോൾ ചില നമ്പൂരിമാർ ഒരു തോണിയിൽക്കയറി പുഴയിൽക്കൂടി പോകുന്നതു കണ്ടിട്ട്, “ഇവിടെ ഒന്നിറങ്ങീട്ടു പോകണം” എന്നു വിളിച്ചരുളിച്ചെയ്തു. ഉടനെ നമ്പൂരിമാർ തോണി അവിടെ അടുപ്പിച്ചു കരയ്ക്കിറങ്ങി തിരുമുമ്പാകെച്ചെന്നു. ആ സമയത്ത് ഒരു മാപ്പിളയുടെ മൂക്കു തുളച്ചു കയറു കോർത്തുപിടിച്ചുകൊണ്ടു വാദ്യഘോഷങ്ങളോടുകൂടി രണ്ടു ഭടന്മാർ അവനെ തിരുമുമ്പാകെ കൊണ്ടുചെന്നു. ഉടനെ തിരുമനസ്സുകൊണ്ട് എന്തോ ഒരു ഭാഷയിൽ ഒരു വാക്ക് ആ ഭടന്മാരോട് അരുളിച്ചെയ്യുകയും അവർ ആ മാപ്പിളയെയുംകൊണ്ടു പോവുകയും ചെയ്തു. ഇതു കണ്ടപ്പോൾ ഇതിന്റെ കാരണവും ഉദ്ദേശ്യവുമൊന്നും മനസ്സിലാകായ്കയാൽ നമ്പൂരിമാർ വല്ലാതെ പരിഭ്രമിച്ചുവശായി. അതു കണ്ടപ്പോൾ തിരുമനസ്സുകൊണ്ട്, “നിങ്ങൾ പരിഭ്രമിക്കുകയും അന്ധാളിക്കുകയും ഒന്നുംവേണ്ട. നിങ്ങളെല്ലാവരുംകൂടി എങ്ങോട്ടായിട്ടാണ് പുറപ്പെട്ടിരിക്കുന്നത്? അതു പറയുക” എന്ന് അരുളിച്ചെയ്തു. അപ്പോൾ നമ്പൂരിമാർ, “ഇന്നു ശിവരാത്രിയാണല്ലോ, ഞങ്ങൾ ഉറക്കമൊഴിക്കാൻ ആലുവാ മണൽപ്പുറത്തേക്കു പോവുകയാണ്” എന്നുണർത്തിച്ചു. ഉടനെ തിരുമനസ്സുകൊണ്ട്, “എന്നാൽ നിങ്ങൾക്ക് ഇപ്പോൾ പോകാം. നാളെ രാവിലെ കുളിക്കാൻതക്കവണ്ണം നിങ്ങളെല്ലാവരും വരണം” എന്ന്

അരുളിച്ചെയ്യുകയും "അങ്ങനെയാവാം" എന്നു സമ്മതിച്ചു നമ്പൂരിമാർ അപ്പോൾത്തന്നെ തോണിയിൽക്കയറി പോവുകയും ചെയ്തു.

പിറ്റേദിവസം രാവിലെ തിരുമനസ്സിലെ നീരാട്ടുകുളിയും നിത്യകർമ്മാനുഷ്ഠാനാദികളും കഴിഞ്ഞപ്പോഴേക്കും നമ്പൂരിമാരും ചൊവ്വരയെത്തി, കുളിയും മറ്റും കഴിച്ചുകൊണ്ടു തിരുമുമ്പാകെച്ചെന്നു. ഉടനെ തിരുമനസ്സുകൊണ്ട് അവർക്ക് ഓരോ പവൻ ദാനംചെയ്തു. പിന്നെ അവരുടെ ഭക്ഷണവും തിരുമനസ്സിലെ അമൃതേത്തും മറ്റും കഴിഞ്ഞതിന്റെ ശേഷം നമ്പൂരിമാർ വീണ്ടും തിരുമുമ്പാകെ ചെന്നപ്പോൾ, "ഇന്നലെ ഒരു മാപ്പിളയെപ്പിടിച്ച് ഇവിടെ കൊണ്ടുവന്നത് നിങ്ങളും കണ്ടുവല്ലോ. അവൻ ഇന്നലെ ഒരു പശുവിനെ അറുത്തതായിക്കേട്ടു. ഇങ്ങനെയുള്ള ദുഷ്കൃത്യം നമ്മുടെ രാജ്യത്തു നടക്കുകയാണെങ്കിൽ ഞാൻ ശിവരാത്രിവ്രതം അനുഷ്ഠിച്ചതുകൊണ്ട് എന്തു ഫലമാണുള്ളത്? അതിനാൽ അവനെ ഇന്നലെത്തന്നെ വെടിവെച്ചുകൊല്ലിച്ചു. ഇന്നലെ ശിവരാത്രിയായിട്ട് ആ ദുഷ്കൃത്യം നടന്നതായി കേട്ടതിന്റെ ദോഷം തീരാനായിട്ടാണ് ഞാനിന്നു ദാനം ചെയ്തത്. ഇനി ബദ്ധപ്പാടു വല്ലതുമുണ്ടെങ്കിൽ നിങ്ങൾക്കുപോകാം. അതൊന്നുമില്ലെങ്കിൽ കുറച്ചു ദിവസം ഇവിടെത്താമസിച്ചിട്ടുപോയാൽമതി. ഇഷ്ടംപോലെയാവാം" എന്നരുളിച്ചെയ്യുകയും നമ്പൂരിമാർ അപ്പോൾത്തന്നെ യാത്രയറിയിച്ചുകൊണ്ടു പോവുകയും ചെയ്തു.

അതിന്റേശേഷം നാലുദിവസം കഴിഞ്ഞപ്പോൾ തിരുവിതാംകൂർ രാമവർമ്മ മഹാരാജാവുതിരുമനസ്സുകൊണ്ടു നാടുനീങ്ങിയതായിക്കേട്ട് ശക്തൻതിരുമനസ്സുകൊണ്ടു വളരെ വ്യസനിക്കുകയും "എന്റെ വലതു കൈ പോയി" എന്നു സഗദ്ഗദം അരുളിച്ചെയ്യുകയും ചെയ്തു. രാമവർമ്മ മഹാരാജാവു തിരുമനസ്സുകൊണ്ടു നാടുനീങ്ങിയത്, "കൊല്ലം തൊള്ളായിരത്തിൽപ്പരമൊരെഴുപതും മൂന്നുമാം കുംഭമാസേ നല്ലോരാറാംദിനേ ചേർന്നിയലിന ബുധവാരത്തിൽ'' ആണെന്നുള്ളതു പ്രസിദ്ധമാണല്ലോ.

തദനന്തരം ശക്തൻതിരുമനസ്സിലെ പ്രധാനശ്രമം കണ്ടുകൃഷിവസ്തുക്കളുണ്ടാക്കാനായിട്ടായിരുന്നു. തിരുമനസ്സുകൊണ്ട് ഓരോ സ്ഥലങ്ങളിലെഴുന്നള്ളി "ഇന്നിടം മുതൽ ഇന്നിടംവരെ നമ്മുടെ തനതു വസ്തുക്കളാണ്" എന്നരുളിച്ചെയ്യുകയും അവിടുന്നുകൂടി എഴുന്നള്ളിനിന്നു കന്നുപൂട്ടിക്കുകയും(*ഉഴവു നടത്തിക്കുകയും*) ചെയ്താൽപ്പിന്നെ ആ വസ്തുക്കൾ ആരുടെ വകയായിരുന്നാലും തിരുമനസ്സിലെ വകയായി. അവയിൽ പിന്നെ ആർക്കുംപ്രവേശിക്കാൻ പാടില്ല. ഇങ്ങനെയാണ് ശക്തൻതിരുമനസ്സുകൊണ്ടു കണ്ടുകൃഷിവസ്തുക്കളുണ്ടാക്കിയത്. ചില പാവപ്പെട്ട വസ്തു ഉടമസ്ഥന്മാർക്ക് കുറേശ്ശേവില കൽപിച്ചുകൊടുക്കുകയും ചെയ്തു. ഇങ്ങനെ തിരുമനസ്സുകൊണ്ടു മുന്നൂറ്ററുപത്തഞ്ചു കണ്ടുകൃഷിസ്ഥലങ്ങളും അവിടങ്ങളിലൊക്കെ ഓരോ കുളങ്ങളും തോപ്പുകളും ഉണ്ടാക്കിച്ചു.

ഒരിക്കൽ തിരുമനസ്സിലെ സേവകനായ ഒരാൾ തിരുമനസ്സിലെ അടുക്കൽ "ഇവിടെ സർക്കാരിലേക്കു ധാരാളം മുതലെടുപ്പുണ്ടല്ലോ. പിന്നെ ഈ കണ്ടുകൃഷികൂടി ഉണ്ടാക്കുന്നതെന്തിനാണ്'' എന്നു ചോദിച്ചതിനു മറുപടിയായി തിരുമനസ്സുകൊണ്ട്, "നമ്മുടെ അനന്തരവരൊക്കെ കേവലം ഭോഷന്മാരും കാര്യശേഷിയില്ലാത്തവരുമാകയാൽ അവരുടെ കാലത്ത് ഈ രാജ്യം അന്യാധീനപ്പെട്ടുപോയേക്കാനെളുപ്പമുണ്ട്. അങ്ങനെ വന്നാലും നമ്മുടെ കുടുംബത്തിലുള്ളവർ പട്ടിണിയായി പോകരുതെന്നു വിചാരിച്ച് ഇങ്ങനെ ചെയ്തതാണ്. പതിവായി ഓരോ കണ്ടുകൃഷി സ്ഥലങ്ങളിൽനിന്നു നെല്ലും തോപ്പുകളിൽനിന്നു കറിസ്സാമാനങ്ങളും നാളികേരം മുതലായവയും കിട്ടിക്കൊണ്ടിരുന്നാൽ അവർക്ക് പട്ടിണികൂടാതെ കഴിച്ചുകൂട്ടാമല്ലോ" എന്നരുളിച്ചെയ്തു. കണ്ടുകൃഷിയുണ്ടാക്കുന്നതിനു തിരുമനസ്സുകൊണ്ടു ജന്മികളായ ചില നമ്പൂരിമാരുടെ വസ്തുക്കൾകൂടി അപഹരിച്ചതിനാൽ അവർക്കു തിരുമനസ്സിലെപ്പേരിൽ വളരെ അതൃപ്തിയുണ്ടായി. എങ്കിലും തിരുമനസ്സുകൊണ്ട് അവരുടെ വിരോധത്തെ ഒട്ടും വകവച്ചില്ല.

ഒരിക്കൽ തിരുമനസ്സുകൊണ്ട് ഒരു ഡോലിയിൽക്കയറി തൃശ്ശിവപേരൂരിൽനിന്നു പട്ടിക്കാട്ടേക്കു പുറപ്പെട്ടു. മൂർക്കാടെന്ന സ്ഥലത്തെത്തിയപ്പോൾ ആ ദിക്കിൽ താമസിച്ചിരുന്ന ഇരിങ്ങാലക്കുടക്കാരായ ചില നമ്പൂരിമാർ അടുത്തുചെന്ന് അസഭ്യം പറഞ്ഞു തിരുമേനിയെ അധിക്ഷേപിക്കുകയും ഡോലിയിലേക്കു ചെളി കുത്തിയെടുത്തെറിയുകയും ചെയ്യുകയാൽ തിരുമനസ്സുകൊണ്ട് ഏറ്റവും കുപിതനായി വാളുമെടുത്തുകൊണ്ട് ഡോലിയിൽനിന്നു ചാടിയിറങ്ങി നമ്പൂരിമാരുടെ നേരെ പാഞ്ഞുചെന്നു. അതു കണ്ട് എഴുന്നള്ളത്തോടുകൂടിയുണ്ടായിരുന്ന പട്ടപ്പുറത്തു കുഞ്ഞൻതിരുമുൽപ്പാട്, തിരുമനസ്സിലെ അരയ്ക്കു കെട്ടിപ്പിടിച്ചുകൊണ്ട്, "പൊന്നുസ്വാമീ, ബ്രാഹ്മണഹത്യ ചെയ്യരുതേ" എന്നു പറഞ്ഞു. അപ്പോഴേക്കും നമ്പൂരിമാരെല്ലാം ഭയവിഹ്വലരായി ഓടിയൊളിച്ചു കഴിഞ്ഞു. അപ്പോൾ തിരുമനസ്സുകൊണ്ട്, "ആട്ടെ, കുഞ്ഞനായിപ്പോയല്ലോ. അതുകൊണ്ടു ഞാൻ ക്ഷമിക്കുന്നു" എന്ന് അരുളിച്ചെയ്തിട്ടു വീണ്ടും ഡോലിയിൽക്കയറി എഴുന്നള്ളുകയും ചെയ്തു.

അതിനുശേഷം ശക്തൻതിരുമനസ്സുകൊണ്ടു കുറച്ചുകാലം തൃശ്ശിവപേരൂർ തന്നെ എഴുന്നള്ളിത്താമസിച്ചിരുന്നു. ആയിടയ്ക്ക് അനുജൻ തമ്പുരാക്കന്മാർ വടക്കുനിന്ന് ഒരു ജ്യോത്സ്യൻ വാര്യരെ ഗൂഢമായി തൃപ്പൂണിത്തുറെ വരുത്തി, "ശക്തൻതിരുമനസ്സുകൊണ്ട് ഇനി എത്ര ജീവിച്ചിരിക്കുമെന്നു ഗണിച്ചുനോക്കി സൂക്ഷ്മം പറയണം" എന്നരുളിച്ചെയ്തു. തിരുമനസ്സിലെ ജനനസമയം മുതലായതും പറഞ്ഞുകൊടുത്തു.

വാര്യർ ഗണിച്ചുനോക്കി തീർച്ചപ്പെടുത്തി. ഇന്നയാണ്ട് ഇന്നമാസം ഇത്രാം തീയതി, ഇന്ന സമയം ചരമഗതിയെ പ്രാപിക്കുമെന്ന് എഴുതിക്കൊടുത്തു. തമ്പുരാക്കന്മാർ സന്തോഷിച്ചു വാര്യർക്കു പല സമ്മാനങ്ങളും മറ്റും കൊടുത്ത് അയയ്ക്കുകയും ചെയ്തു. ഈ വർത്തമാനം

ശക്തൻതിരുമനസ്സുകൊണ്ട്, ചാരർമുഖേന അറിയുകയും ആ വാര്യർ തൃശ്ശിവപേരൂർകൂടി വടക്കോട്ടു കടന്നുപോകാനായി ചെന്ന സമയം ഭടന്മാരെക്കൊണ്ട് അയാളെ പിടിപ്പിച്ചു തിരുമുമ്പാകെ വരുത്തുകയും "നീ തൃപ്പൂണിത്തുറെപ്പോയി, ഞാൻ മരിക്കുന്നത് ഇന്ന ദിവസമാണെന്നു തീർച്ചപ്പെടുത്തി എഴുതിക്കൊടുത്തുവോ" എന്നു കൽപിച്ചു ചോദിക്കുകയും ചെയ്തു. വാര്യർ പേടിച്ചു വിറച്ചുകൊണ്ട് "ഗണിച്ചിട്ടു കണ്ടപ്രകാരം അടിയൻ കുറിച്ചുകൊടുത്തു" എന്നുണർത്തിച്ചു. അപ്പോൾ തിരുമനസ്സുകൊണ്ട്"നീ നിശ്ചയിച്ചതു ശരിയാകുമെന്നു തോന്നുന്നില്ല. എന്നാൽ നീ ഇന്നു അസ്തമിക്കുന്നതിനുമുമ്പു മരിക്കുമെന്നു ഞാൻ നിശ്ചയിച്ചിരിക്കുന്നു. അതിനു വ്യത്യാസം വരുകയുമില്ല" എന്ന് അരുളിച്ചെയ്തിട്ടു വലിയ കപ്പിത്താനെ തിരുമുമ്പാകെ വരുത്തി വാര്യരെ ചൂണ്ടിക്കാണിച്ചുകൊണ്ട് "ഇവന്റെ കഥ ഇന്ന് അസ്തമിക്കുന്നതിനുമുമ്പു കഴിച്ചേക്കണം. ഇവനെ നാലുപേർ കൂടി പിടിച്ചുകെട്ടി അടിക്കട്ടെ", എന്നു കൽപിച്ചു. ഉടനെ നാലു രാജഭടന്മാർ വന്നു വാര്യരെ പിടിച്ചുകെട്ടി കൊണ്ടുപോയി വളരെ അടിക്കുകയും അസ്തമിക്കുന്നതിനുമുമ്പേ അയാളുടെ കഥകഴിക്കുകയും ചെയ്തു.

അതിന്റെശേഷം തിരുമനസ്സുകൊണ്ടു വടക്കാഞ്ചേരിക്കോവിലകത്തെഴുന്നള്ളി ഏതാനും ദിവസം അവിടെത്താമസിച്ചു. അക്കാലത്ത് ഒരു ദിവസം അവണപ്പറമ്പു നമ്പൂരി തിരുമുമ്പാകെച്ചെന്ന് ഒരു ദിവസം തിരുമനസ്സിലേക്ക് ഒരു വിരുന്നമൃതേത്തു നടത്തിയാൽക്കൊള്ളാമെന്ന് ആഗ്രഹമുള്ളതിനാൽ ഒരു ദിവസം ഇല്ലത്തേക്കെഴുന്നള്ളിയാൽ കൊള്ളാമെന്ന് തിരുമനസ്സറിയിച്ചു. തിരുമനസ്സ് അത് കൽപിച്ചനുവദിക്കുകയും ദിവസം നിശ്ചയിച്ച് പറഞ്ഞയയ്ക്കുകയും ചെയ്തു. നമ്പൂരി പോയി വിരുന്നമൃതേത്തിനു വേണ്ടുന്നതെല്ലാം വട്ടംകൂട്ടി. അദ്ദേഹം വലിയ ധനവാനായിരുന്നതിനാൽ വട്ടക്കൂട്ടെല്ലാം ഏറ്റവുംകേമമായിട്ടായിരുന്നു. തിരുമനസ്സുകൊണ്ട് നിശ്ചിതദിവസം പട്ടാളക്കാർ മുതലായ പരിവാരങ്ങളോടുകൂടി നമ്പൂരിയുടെ ഇല്ലത്തെഴുന്നള്ളി. അപ്പോൾ നമ്പൂരി വെള്ളയും കരിമ്പടവും വിരിച്ചു നിറപറയും വിളക്കുംവച്ച് എല്ലാം തയ്യാറാക്കിയിരുന്നു. തിരുമനസ്സുകൊണ്ട് അകത്തെഴുന്നള്ളി അവിടെ വിരിച്ചു തയ്യാറാക്കിയിരുന്ന കട്ടിലിൽ സ്വല്പസമയം എഴുന്നള്ളിയിരുന്നു വിശ്രമിക്കുകയും അവിടെയുള്ള നമ്പൂരിമാരോടും മറ്റും കുശലപ്രശ്നം ചെയ്യുകയും ചെയ്തതിന്റെശേഷം നീരാട്ടുകുളി, അമൃതേത്തു മുതലായവയും കഴിച്ചു. അമൃതേത്തു മുതൽ പട്ടാളക്കാർ മുതലായവരുടെ ഭക്ഷണംവരെയുള്ള സദ്യയുടെ വട്ടങ്ങളും മറ്റും കെങ്കേമമായിരുന്നു. കുതിരകൾക്കൊക്കെ തിന്നുന്നതിനു നെൽക്കതിരു കൊയ്യിച്ചു വരുത്തിയാണ് കൊടുത്തത്. നിറപറവച്ചിരുന്നതു പറകളിൽ വീരരായൻ പണമിട്ടു നിറച്ചായിരുന്നു. ഇവ ആകപ്പാടെ കണ്ടിട്ട് തിരുമനസ്സിലേക്ക് ഒട്ടും രസിച്ചില്ല. ഇത്രയൊന്നും ആവശ്യമില്ലായിരുന്നുവെന്നും നമ്പൂരിയുടെ ധനത്തിന്റെ തിളപ്പു കുറച്ചധികമാണെന്നും തിരുമനസ്സിൽ

തോന്നി. എങ്കിലും അതിനെക്കുറിച്ച് ഒന്നും അരുളിച്ചെയ്തില്ല. അന്ന് അവിടെ എഴുന്നള്ളിത്താമസിക്കുകയും അവിടെ എല്ലാവർക്കും സമ്മാനങ്ങൾ കൽപിച്ചുകൊടുക്കുകയും ചെയ്തിട്ടു പിറ്റേ ദിവസം രാവിലെ എഴുന്നള്ളത്തു പുറപ്പെടാനായി ഭാവിച്ചപ്പോൾ നമ്പൂരി തിരു മുമ്പാകെച്ചെന്ന്, "നാലു ദിവസംകൂടി ഇവിടെ എഴുന്നള്ളിത്താമസി ച്ചാൽ കൊള്ളാമെന്നാഗ്രഹമുണ്ട്" എന്നു തിരുമനസ്സറിയിക്കുകയും "അതിനിപ്പോൾ സൗകര്യമില്ല" എന്നരുളിച്ചെയ്തിട്ട് അപ്പോൾത്തന്നെ എഴുന്നള്ളുകയും ചെയ്തു. അടുത്ത ദിവസംതന്നെ നമ്പൂരിയുടെ മിക്ക വസ്തുക്കളും കൽപനപ്രകാരം കണ്ടുകെട്ടി സർക്കാരിൽ ചേർക്കുകയും നമ്പൂരിയുടെ മുഷ്ക്ക് അതോടുകൂടി ശമിക്കുകയും ചെയ്തു.

പിന്നെ തിരുമനസ്സുകൊണ്ടു വടക്കാഞ്ചേരിയിൽനിന്നു വടക്കൻ ദിക്കുകളിലുള്ള പല സ്ഥലങ്ങളിൽ സഞ്ചരിച്ചതിന്റെശേഷം തൃശ്ശിവ പേരൂർക്കും അവിടെനിന്ന് എറണാകുളത്തേക്കും എഴുന്നള്ളി. എറണാ കുളത്ത് എഴുന്നള്ളിത്താമസിച്ചിരുന്നപ്പോൾ ഒരു ദിവസം അമ്പലത്തി ലെഴുന്നള്ളിയ സമയം താടിയുംതലയും വളർത്തിയ ഒരു മൂത്തതിനെ അവിടെക്കണ്ടിട്ട് "എന്താ, മൂത്തതിന് അമ്മയുടെ ദീക്ഷയാണോ" എന്നു കൽപിച്ചു ചോദിച്ചു. അപ്പോൾ മൂത്തത്, "അതല്ല ഗർഭദീക്ഷയാണ്" എന്നു തിരുമനസ്സറിയിച്ചു. അതുകേട്ട് തിരുമനസ്സുകൊണ്ട് "ബ്രാഹ്മണരെ പ്പോലെ നിങ്ങൾക്കും ഗർഭദീക്ഷ പതിവുണ്ടോ" എന്നു കൽപിച്ചു ചോദി ച്ചതിന് മറുപടിയായി മൂത്തത് "ബ്രാഹ്മണാചാരങ്ങളിൽ പകുതി ഞങ്ങൾ ക്കുമുണ്ട്" എന്നു തിരുമനസ്സറിയിച്ചു. തിരുമനസ്സുകൊണ്ട് ക്ഷേത്രത്തിൽ നിന്ന് കോവിലകത്ത് എഴുന്നള്ളിയ ഉടനെ മൂത്തതിനെ പിടിച്ചു കൊണ്ടു വരുവാൻ കൽപിക്കുകയും രാജഭടന്മാർ പോയി മൂത്തതിനെ പിടിച്ചു തിരുമുമ്പാകെ കൊണ്ടുചെല്ലുകയും ചെയ്തു. കൽപനപ്രകാരം ഒരു ക്ഷൗരക്കാരനെയും അവിടെ വരുത്തി. "മൂത്തതിനു ബ്രാഹ്മണാചാര ങ്ങളിൽ പകുതിയുണ്ടെന്നല്ലേ പറഞ്ഞത്? അങ്ങനെയാണെങ്കിൽ താടിയും തലയും മുഴുവൻ വളർത്തീട്ടാവശ്യമില്ല. അതിനാൽ ആപാദ മസ്തകം ദേഹത്തിൽ പകുതിഭാഗം ക്ഷൗരം ചെയ്യട്ടെ" എന്നരുളിച്ചെയ്യു കയും അപ്രകാരം ചെയ്യിച്ചു മൂത്തതിനെ വിട്ടയക്കുകയും ചെയ്തു.

അതിനുശേഷം തിരുമനസ്സുകൊണ്ട് എറണാകുളത്തും തൃപ്പൂണി ത്തുറെയും മാറിമാറി എഴുന്നള്ളിത്താമസിച്ചിരുന്നു. അക്കാലത്തു തിരു മനസ്സുകൊണ്ട് രാജ്യത്ത് അക്രമങ്ങൾ വല്ലതും നടക്കുന്നുണ്ടോ എന്നും തന്നെക്കുറിച്ചു ജനങ്ങൾ എന്തു പറയുന്നു എന്നും അറിയുന്നതിനായി രാത്രികാലങ്ങളിൽ ഗൂഢമായി പല സ്ഥലങ്ങളിലും സഞ്ചരിച്ചുകൊണ്ടി രുന്നു. ചിലപ്പോൾ തിരുമനസ്സിലെക്കൂടെ രണ്ടോ മൂന്നോ ഭൃത്യന്മാരു മുണ്ടായിരിക്കും. മിക്കപ്പോഴും അവിടുന്ന് ഏകാകിയായിട്ടു തന്നെയാണ് സഞ്ചരിക്കുക പതിവ്. എങ്ങനെയായാലും തൃക്കൈയിൽ ഒരു വാളി ല്ലാതെയിരിക്കാറില്ല.

ഒരു ദിവസം രാത്രിയിൽ തിരുമനസ്സുകൊണ്ട് ഏകാകിയായി 'എളംകുളം' എന്ന സ്ഥലത്തു ചെന്നപ്പോൾ ഒരു മാപ്പിള കൂടക്കൂടെ പിന്നാക്കം തിരിഞ്ഞുനോക്കിക്കൊണ്ടു ഗൂഢമായിട്ടു പോകുന്നതു കണ്ടു. 'ഇവൻ വല്ല സ്ഥലത്തും കയറി മോഷണം നടത്താനോ മറ്റോ പോവുകയായിരിക്കണം. അങ്ങനെയാണെങ്കിൽ അതു കണ്ടുപിടിക്കണം, എന്നു വിചാരിച്ച് തിരുമനസ്സുകൊണ്ട് ഗൂഢമായിത്തന്നെ അവന്റെ പിന്നാലെകൂടി. ആ മാപ്പിള ചെന്നു കയറിയത് ഒരു നമ്പൂരിയുടെ ഇല്ലത്തായിരുന്നു. അവൻ ഇല്ലത്തിന്റെ മുറ്റത്ത് ചെന്നപ്പോൾ അകത്തുനിന്ന് ഒരു വൃഷലി ഇറങ്ങി അവന്റെ അടുക്കൽച്ചെന്ന്, "എല്ലാം ചട്ടംകെട്ടീട്ടുണ്ട്. അകത്തേക്കു കടക്കാം" എന്നു പറഞ്ഞ് അവനെ നാലുകെട്ടിനകത്തേക്കു കൂട്ടിക്കൊണ്ടുപോയി ഒരു മുറിക്കകത്താക്കീട്ട്, "ആ കട്ടിലിൽക്കയറിക്കിടന്നോളൂ. കുഞ്ചാത്തലെ ഇപ്പോൾ ഇങ്ങോട്ടയച്ചേക്കാം" എന്നു പറഞ്ഞ് പുറത്തേക്ക് പോയി. മാപ്പിള അകത്തേക്കു കടന്നതിനോടുകൂടി ശക്തൻതമ്പുരാൻ തിരുമനസ്സുകൊണ്ടും നാലുകെട്ടിനകത്തേക്കു കടന്നു വാളൂരിപ്പിടിച്ചുകൊണ്ട് ഒരു കോണിൽ ഒളിച്ചിരുന്നു. അപ്പോൾ അവിടുത്തെ അന്തർജ്ജനം അത്താഴം കഴിഞ്ഞ് ഒരു കോൽവിളക്കുമായി നാലുകെട്ടിലേക്ക് വന്നു. അപ്പോൾ വൃഷലി, "നേരം പതിവിൽ വളരെയധികമായല്ലോ. ഇന്നു പള്ളിക്കുറിപ്പിന് ഇത്ര അമാന്തമെന്താണ്" എന്നു ചോദിച്ചു. അതിനു മറുപടിയായി അന്തർജ്ജനം, നമ്പൂരി ഇവിടെയില്ലല്ലോ എന്നു വിചാരിച്ചിട്ടാണ്" എന്നു പറഞ്ഞു. ഉടനെ ദാസി, "ആട്ടെ, ഇനിയെങ്കിലും വേഗമാകട്ടെ. അടിയനു നിലംപൊത്താൻ വൈകി" എന്നു പറഞ്ഞപ്പോൾ അന്തർജ്ജനം "എനിക്കിനി കിടക്കാൻ താമസമൊന്നുമില്ല" എന്നു പറഞ്ഞുകൊണ്ട് ശയനഗൃഹത്തിലേക്ക് കടക്കാനായി ഭാവിച്ചപ്പോൾ കട്ടിലിൽ മാപ്പിള ഇരിക്കുന്നതുകണ്ട് ഭയപ്പെട്ട്, "അയ്യോ, ഇതാരാണ് ഈശ്വരാ! ശക്തൻ രാജാവിന്റെ ശക്തി ഈ ദിക്കിൽ ഫലിക്കയില്ലായിരിക്കുമോ" എന്നു പറഞ്ഞുകൊണ്ട് പിന്നാക്കം മാറിയപ്പോൾ മാപ്പിള കട്ടിലിൽനിന്നെണീറ്റ് അന്തർജ്ജനത്തെ കടന്നുപിടിക്കാനായി അടുത്തു. അവൻ അന്തർജ്ജനത്തെ തൊട്ടു, തൊട്ടില്ല എന്നായപ്പോൾ ശക്തൻതിരുമനസ്സുകൊണ്ട് മാപ്പിളയെ പിടികൂടി. അവനെ തിരുമനസ്സുകൊണ്ട് പിടിച്ചു വലിച്ചു മുറ്റത്തുകൊണ്ടുപോയി വാൾകൊണ്ടു ചക്കകൊത്തുന്നതുപോലെ കൊത്തിയരിഞ്ഞിട്ടു. പിന്നെ ദാസിയെ വിളിച്ച് "നമ്പൂരി എവിടെയാണ് പോയിരിക്കുന്നതെ"ന്ന് കൽപിച്ചു ചോദിക്കുകയും "തൃപ്പൂണിത്തുറയ്ക്കാണ്" എന്ന് അവൾ ഉണർത്തിക്കുകയും ചെയ്തു. ഉടനെ തിരുമനസ്സുകൊണ്ട്, "നീ ചെയ്ത ദുഷ്കൃത്യം വിചാരിക്കുമ്പോൾ നിന്നെയും കൊല്ലേണ്ടതാണ്. എങ്കിലും നീയൊരു സ്ത്രീയായിപ്പോയല്ലോ. അതിനാൽ ഞാൻ കൊല്ലുന്നില്ല. എങ്കിലും നിന്നെ വെറുതെ വിട്ടയയ്ക്കുന്നില്ല" എന്ന് അരുളിച്ചെയ്തിട്ട് അവളുടെ കൈകൾ രണ്ടും

മുറിച്ചുകളഞ്ഞു. പിന്നെ തിരുമനസ്സുകൊണ്ട് സമീപസ്ഥരായ ചില നായന്മാരെയും അവരുടെ സ്ത്രീകളെയും അവിടെ വിളിച്ചുവരുത്തി, “നമ്പൂരി ഇവിടെ വരുന്നതുവരെ നിങ്ങളെല്ലാവരും ഇവിടെ കാത്തു സൂക്ഷിച്ചുനിന്നുകൊള്ളണം” എന്നരുളിച്ചെയ്തിട്ട് അപ്പോൾത്തന്നെ തൃപ്പൂണിത്തുറയ്ക്ക് എഴുന്നള്ളുകയും ചെയ്തു.

പിറ്റേ ദിവസം രാവിലെ നമ്പൂരിയെ തിരുമുമ്പാകെ വരുത്തി. “ഇന്നലെ രാത്രിയിൽ നമ്പൂരിയുടെയില്ലത്തു ചില നേരമ്പോക്കുകളൊക്കെയുണ്ടായി.എങ്കിലും തരക്കേടൊന്നും പറ്റിയില്ല. ഏതായാലും നമ്പൂരി വേഗത്തിൽ ഇല്ലത്തേക്കു ചെല്ലേണ്ടതാവശ്യമാണ്” എന്നരുളിച്ചെയ്തു. കുറച്ചു പണവും കൊടുത്തു നമ്പൂരിയെ വേഗത്തിലയച്ചു. പിന്നെ കുറച്ചു കാലം തിരുമനസ്സുകൊണ്ട് തൃപ്പൂണിത്തുറെത്തന്നെ എഴുന്നള്ളിത്താമസിച്ചു.

അനന്തരം തിരുമനസ്സുകൊണ്ട് ചൊവ്വരയ്ക്കെഴുന്നള്ളി. തിരുമനസ്സിലേക്ക് നായാട്ടിൽ വളരെ ഭ്രമമുണ്ടായിരുന്നതുകൊണ്ടു കുറച്ചു ദിവസം അവിടെത്തന്നെ എഴുന്നള്ളിത്താമസിച്ചു. അങ്ങനെ താമസിച്ചിരുന്ന കാലത്തു തിരുമനസ്സുകൊണ്ട് ഒരു ദിവസം ഒരു പീലിക്കുന്തവും ധരിച്ചുകൊണ്ട് നായാട്ടിനെഴുന്നള്ളി. ഒരു മലയിൽച്ചെന്നപ്പോൾ ഒരു പന്നിയെ കാണുകയാൽ അതിനെ കൊല്ലുന്നതിനായി തിരുമനസ്സുകൊണ്ട് കുന്തവുമായി പാഞ്ഞടുത്തു. പന്നി ഭയപ്പെട്ട് ഓടിത്തുടങ്ങി. തിരുമനസ്സുകൊണ്ട് അതിനെ പിന്തുടർന്നു. അങ്ങനെ ചെന്നപ്പോൾ ഐനിക്കാട് എന്നില്ലപ്പേരായി ഒരു നമ്പൂരി ആ വഴിയേ വരുന്നതു കണ്ടിട്ട് “നമ്പൂരീ, പിടിച്ചോളൂ, പിടിച്ചോളൂ. വിട്ടുകളയരുത്”എന്ന് ഉറക്കെ വിളിച്ച് അരുളിച്ചെയ്തു. നമ്പൂരി അദ്ദേഹത്തിന്റെ കൈയിലുണ്ടായിരുന്ന കുട മലർത്തിയിട്ടു പന്നിയെ പൊത്തിപ്പിടിക്കുകയും തിരുമനസ്സുകൊണ്ട് ഓടിയെത്തി പന്നിയെ കുത്തിക്കൊല്ലുകയും ചെയ്തു. അതിനുശേഷം തിരുമനസ്സുകൊണ്ട് നമ്പൂരിയോട്, “നമ്പൂരി എവിടെപ്പോകാനായിട്ടാണ് പുറപ്പെട്ടിരിക്കുന്നത്” എന്നു കൽപിച്ചു ചോദിച്ചു.

നമ്പൂരി: ഇല്ലത്ത് വളരെ ദാരിദ്ര്യമാണ്. ഇന്നത്തെ ഉപജീവനത്തിനു തന്നെ അവിടെ യാതൊന്നുമില്ല. അതിനാൽ വല്ലവരോടും യാചിച്ച് കുറെ നെല്ലു വാങ്ങിക്കൊണ്ടു പോകണമെന്നു വിചാരിച്ചു പുറപ്പെട്ടിരിക്കുകയാണ്.

തിരുമനസ്സുകൊണ്ട്: ആട്ടെ, നമ്പൂരി ഇപ്പോൾ ഇല്ലത്തേക്കു തന്നെ മടങ്ങിപ്പൊയ്ക്കോളൂ. ഇന്നത്തെ ചെലവിനുവേണ്ടുന്ന നെല്ല് അവിടെയെത്തിച്ചുകൊള്ളാം.

ഇതുകേട്ട് നമ്പൂരി അദ്ദേഹത്തിന്റെ ഇല്ലത്തേക്ക് തന്നെ മടങ്ങിപ്പോയി. തിരുമനസ്സുകൊണ്ട് ഉടനെ ചൊവ്വര കോവിലകത്ത് എഴുന്നള്ളുകയും കണ്ടുകൃഷിവകയിൽ നിന്ന് നാല്പതു പറ നെല്ല് ഉടനെ നമ്പൂരിയുടെ

ഇല്ലത്ത് എത്തിച്ചുകൊടുക്കുന്നതിന് കൽപിക്കുകയും അവിടെയുണ്ടായിരുന്ന ഉദ്യോഗസ്ഥന്മാർ അപ്രകാരം എത്തിച്ചുകൊടുക്കുകയും ചെയ്തു.

തിരുമനസ്സുകൊണ്ട് പിന്നെയും കുറച്ചുകാലംകൂടി ചൊവ്വരെത്തന്നെ എഴുന്നള്ളിത്താമസിച്ചു. അക്കാലത്ത് തൃശ്ശിവപേരൂർ ബ്രഹ്മസ്വംമഠം അഗ്നിബാധയാൽ നശിച്ചുപോയിരിക്കുന്നുവെന്നും തന്നിമിത്തം വേദാദ്ധ്യയനം നടത്താൻ സ്ഥലമില്ലാതെ വന്നിരിക്കുന്നുവെന്നും വാധ്യാർ നമ്പൂരി ശക്തൻതിരുമനസ്സിലെ അടുക്കൽ അറിയിച്ചു. അതിനു തിരുമനസ്സുകൊണ്ട്, "ചൊവ്വരെവച്ച് ത്രിസന്ധ നടത്താൻ നിശ്ചയിച്ചിരിക്കുന്നുവെന്നും അതിലേക്ക് വാധ്യാൻ നമ്പൂരിയും മറ്റുള്ള ബ്രാഹ്മണോത്തമന്മാരെല്ലാവരും ഉടനെ ചൊവ്വരെ ചെന്നു ചേരണ"മെന്നുമാണ് മറുപടി അയച്ചത്. അപ്രകാരം വാധ്യാൻ നമ്പൂരി മുതലായവരെല്ലാം ചൊവ്വരെ ചെന്നു ചേരുകയും ഉടനെ ത്രിസന്ധ തുടങ്ങുകയും ചെയ്തു. ത്രിസന്ധയ്ക്കു ബ്രാഹ്മണർ പതിവിലധികമായിരുന്നുവെങ്കിലും രണ്ടുനേരവുമുള്ള സദ്യയുടെ കേമത്തവും പതിവിൽ അധികമായിരുന്നു.

ത്രിസന്ധ നടന്നുകൊണ്ടിരുന്ന കാലത്ത് ഒരു ദിവസം തിരുമനസ്സുകൊണ്ട് വലിയ കപ്പിത്താനെ തിരുമുമ്പാകെ വരുത്തി, "ഇവിടെ പതിവായി വേദ ഘോഷവും മറ്റും നടന്നുകൊണ്ടിരിക്കുന്ന സ്ഥിതിക്ക് ഈ ക്ഷേത്രത്തിനു സമീപം ഒരു പള്ളിയിരിക്കുന്നതു ഭംഗിയല്ല. അതിനാൽ അത് ഉടനെ പൊളിപ്പിച്ചു പുഴയിൽ തള്ളിക്കളയണം" എന്നു കൽപിച്ചു. കൽപന കേട്ട ക്ഷണത്തിൽ കപ്പിത്താൻ സൈന്യസമേതം ചെന്നു പള്ളിപൊളിക്കാനാരംഭിച്ചു. ഉടനെ പള്ളിയുടെ ഉടമസ്ഥരും കൈസ്ഥാനക്കാരും മറ്റുംകൂടി ഒരു പെട്ടിനിറച്ച് ഉറുപ്പികയുംകൊണ്ട് തിരുമുമ്പാകെ ചെന്ന് പെട്ടി തിരുമുൽക്കാഴ്ചവച്ച് വന്ദിച്ചുകൊണ്ട്, "അടിയങ്ങളെ കൽപിച്ചു രക്ഷിക്കണം. അടിയങ്ങളുടെ പള്ളി വളരെ പുരാതനമായിട്ടുള്ളതാണ്. അത് പൊളിച്ചു കളയുന്നത് അടിയങ്ങൾക്ക് വളരെ സങ്കടമായിട്ടുള്ളതാണ്. അതിനാൽ അതു പൊളിക്കാതിരിക്കുവാൻ കൽപനയുണ്ടാകണം" എന്നു തിരുമനസ്സറിയിച്ചു. ഉടനെ തിരുമനസ്സുകൊണ്ട് വലിയ കപ്പിത്താനെ തിരുമുമ്പാകെ വരുത്തി, "ഇവരുടെ ആ പള്ളി വളരെ പുരാതനമായിട്ടുള്ളതാണെന്നും അതു പൊളിച്ചു കളയുന്നത് അവർക്ക് സങ്കടമാണെന്നും പറയുന്നുവല്ലോ. അതിനാൽ ആ പള്ളി ഇപ്പോൾ പൊളിക്കണമെന്നില്ല" എന്നു കൽപിക്കുകയും കപ്പിത്താൻ സൈന്യങ്ങളെയും മറ്റും തിരിയെ വിളിച്ചുകൊണ്ടുപോവുകയും ചെയ്തു.

"ത്രിസന്ധ കഴിയുമ്പോഴേക്കും സർക്കാർ ചെലവിന്മേൽ തൃശ്ശിവപേരൂർ ബ്രഹ്മസ്വംമഠം പണിതീർന്നിരിക്കണം" എന്നു കൽപന കൊടുത്തിരുന്നതിനാൽ അപ്രകാരം മഠത്തിന്റെ പണി തീർന്നിരുന്നു. ത്രിസന്ധ

വളരെ ഭംഗിയായിട്ടു കഴിഞ്ഞുകൂടിയതിനാൽ തിരുമനസ്സുകൊണ്ടു സന്തോഷിച്ചു വാധ്യാൻനമ്പൂരിക്കും മറ്റും യഥായോഗ്യം സമ്മാനങ്ങൾ കൽപിച്ചുകൊടുത്തു സന്തോഷിപ്പിച്ച് അവരെ എല്ലാവരെയും തൃശ്ശിവ പേരൂർക്കയയ്ക്കുകയും പിന്നെ അധികം താമസിയാതെ തിരുമനസ്സു കൊണ്ട് തൃപ്പൂണിത്തുറയ്ക്കെഴുന്നള്ളുകയും ചെയ്തു.

തിരുമനസ്സുകൊണ്ട് തൃപ്പൂണിത്തുറെ എഴുന്നള്ളിത്താമസിച്ചിരുന്ന ആ കാലത്ത് അന്നു തിരുവിതാംകൂർ നാടുവാണിരുന്ന ബാലരാമവർമ്മ മഹാരാജാവു തിരുമനസ്സുകൊണ്ട് വൈക്കത്തെഴുന്നള്ളിയിരിക്കു ന്നതായി അവിടേക്ക് അറിവുകിട്ടി. ബാലരാമവർമ്മ മഹാരാജാവ്തിരു മനസ്സുകൊണ്ട് മഹാശുദ്ധനും നിർമ്മലഹൃദയനും പാരമാർത്ഥിയും ആയിരുന്നതുകൊണ്ട് അവിടുത്തെ വൈക്കത്തുവച്ചു ക്ഷണിച്ചു തൃപ്പൂ ണിത്തുറെ കൊണ്ടുവന്ന് സല്ക്കരിച്ചു സന്തോഷിപ്പിച്ചു കരപ്പുറം പന്തിരു കാതവും ആലങ്ങാട്ടും പറവൂരും ഉപായത്തിൽ വീണ്ടെടുക്കാമെന്നു വിചാരിച്ച് ശക്തൻ തിരുമനസ്സുകൊണ്ട് മഹാരാജാവ് തിരുമനസ്സിലെ ക്ഷണിക്കുന്നതിനായി ഇളയതമ്പുരാനെയും പാലിയത്തു വലി യത്തച്ചനുംകൂടി വൈക്കത്തെത്തി മഹാരാജാവു തിരുമനസ്സിലെക്കണ്ടു ക്ഷണിച്ചിട്ട് “ഇപ്പോൾ അതിനു സൗകര്യമില്ലാത്തതിനാൽ ഇനിയൊ രവസരത്തിലാവാം”എന്നു കൽപിച്ചു മഹാരാജാവുതിരുമനസ്സുകൊണ്ട് അവരെ മടക്കിയയച്ചു. മഹാരാജാവു തിരുമനസ്സിലെ എഴുന്നള്ളത്തോ ടുകൂടി വേലുത്തമ്പി ദളവയുമുണ്ടായിരുന്നു. വേലുത്തമ്പിയും പാലി യത്തച്ചനുംതമ്മിൽ ഏറ്റവും സ്നേഹവും വിശ്വാസവുമുണ്ടായിരുന്നു. വേലുത്തമ്പി പാലിയത്തച്ചനോടു ചോദിച്ച് ശക്തൻതിരുമനസ്സിലെ അന്തർഗ്ഗതം മനസ്സിലാക്കുകയും അത് മഹാരാജാവു തിരുമനസ്സിലെ അറിയിക്കുകയും തല്ക്കാലം തൃപ്പൂണിത്തുറയ്ക്ക് എഴുന്നള്ളരുതെന്നു പറഞ്ഞു വിരോധിക്കുകയും ചെയ്തതിനാലാണ് മഹാരാജാവു തിരു മനസ്സുകൊണ്ട് ക്ഷണം സ്വീകരിക്കാതെയും തൃപ്പൂണിത്തുറയ്ക്ക് എഴു ന്നെള്ളാതെയുമിരുന്നത്. മഹാരാജാവു തിരുമനസ്സുകൊണ്ട് എഴു ന്നള്ളാതെയിരിക്കയില്ലെന്ന വിശ്വാസത്തോടുകൂടി ശക്തൻതിരുമനസ്സു കൊണ്ട് വിരുന്നുസല്ക്കാരത്തിനു വളരെ കേമമായി വട്ടംകൂട്ടുകയും ഇന്ന സമയം എഴുന്നെള്ളത്തു തൃപ്പൂണിത്തുറെ എത്തുമെന്ന് നിശ്ചയിച്ച് ആ സമയത്ത് മഹാരാജാവു തിരുമനസ്സിലെ എതിരേല് ക്കാനായി പരിവാരസമേതം പടിഞ്ഞാറെ കോട്ടവാതിക്കൽക്കൽ കാത്തുനിൽക്കുകയും ചെയ്തു. ആ സമയത്ത് ഇളയതമ്പുരാൻ തിരു മനസ്സിലെ ബോട്ടു കടവിൽ വന്നടുത്തു. ബോട്ടിൽ മഹാരാജാവു തിരുമനസ്സിലെ കാണായ്കയാൽ ശക്തൻതിരുമനസ്സുകൊണ്ട് വലിയ ഇച്ഛാഭംഗത്തോടുകൂടി “എന്താ, കുലശേഖരപ്പെരുമാൾ കബളിപ്പിച്ചു, അല്ലേ” എന്നു കൽപിച്ചു ചോദിച്ചു. അപ്പോൾ ഇളയതമ്പുരാൻ “അദ്ദേഹത്തിന് ഇപ്പോൾ ഇങ്ങോട്ടു വരാൻ സൗകര്യമില്ലെന്നും ഇനി യൊരിക്കലാകാമെന്നുമാണ് പറഞ്ഞത്” എന്നു തിരുമനസ്സറിയിച്ചു.

ഉടനെ ശക്തൻ തിരുമനസ്സുകൊണ്ട് "ഇതെല്ലാം ആ വേലുത്തമ്പിയുടെ കൗശലമാണ്. ആട്ടെ, അവൻ നോക്കിക്കോട്ടെ" എന്ന് അരുളിച്ചെയ്തിട്ട് തൃപ്പൂണിത്തുറയപ്പന്റെ നടയ്ക്കലെഴുന്നള്ളി നിന്നുകൊണ്ട് "എന്റെ പൂർണ്ണത്രയീശ, നാല്പതു ദിവസത്തിനകം ആ വേലുത്തമ്പി എന്റെ കാൽക്കൽ വന്നു വീഴാൻ സംഗതിയാക്കിത്തരണേ" എന്നു പ്രാർഥിക്കുകയും അപ്പോൾത്തന്നെ കളിക്കോട്ടയിലേക്കെഴുന്നള്ളുകയും ചെയ്തു.

കളിക്കോട്ടയിലെഴുന്നള്ളിയിരുന്നുകൊണ്ട് പാലിയത്തച്ചനെ തിരുമുമ്പാകെ വരുത്തി വൈക്കത്തു പോയിട്ടുണ്ടായ സംഗതികളെപ്പറ്റി കൽപിച്ചു ചോദിക്കുകയും വലിയച്ചൻ എല്ലാം വിവരമായി തിരുമനസ്സറിയിക്കുകയും ചെയ്തു. തന്റെ അന്തർഗ്ഗതം ഇന്നതാണെന്ന് വേലുത്തമ്പിക്ക് അറിവുകൊടുത്തത് വലിയച്ചനാണെന്ന് തിരുമനസ്സിലേക്ക് ഊഹമുണ്ടായിരുന്നതുകൊണ്ടും പാലിയത്തച്ചൻ തിരുമുമ്പാകെ നിന്നിരുന്നതു കൈ ഭിത്തിയിന്മേൽ ചാരി വടക്കോട്ടു നോക്കിയായിരുന്നതിനാലും തിരുമനസ്സുകൊണ്ട് രണ്ടർത്ഥമായിട്ട്, "മേനോൻ ഇപ്പോഴത്തേ നില തെക്കോട്ടു ചാരിയാണെന്നു തോന്നുന്നു" എന്നരുളിച്ചെയ്തു. തിരുമനസ്സുകൊണ്ട് അരുളിച്ചെയ്തിലുള്ള ഗൂഢാർത്ഥം മനസ്സിലാക്കിക്കൊണ്ട് വലിയച്ചൻ "നില തെക്കോട്ടു ചാരിയാണെങ്കിലും ദൃഷ്ടി വടക്കോട്ടു തന്നെയാണ്" എന്നു മറുപടി ഉണർത്തിച്ചു. ഈ മറുപടി തിരുമനസ്സിലേക്ക് ഒട്ടും രസിച്ചില്ലെന്നു മാത്രമല്ല, തിരുമനസ്സിൽ കോപാഗ്നി ജ്വലിപ്പിക്കുകയും ചെയ്തു. അതിനാൽ തിരുമനസ്സുകൊണ്ട്, "എടാ, സ്വാമിദ്രോഹീ! പൊയ്ക്കോ. ഇനിമേൽ നിന്നെ എന്റെ മുമ്പിൽ കാണരുത്" എന്ന് അരുളിച്ചെയ്കയാൽ വലിയച്ചൻ പേടിച്ചു വിറച്ച് ഉടനെ തിരുമുമ്പിൽനിന്നു പോയി. പിന്നെ വലിയച്ചന്റെ താമസം മുള്ളൂർക്കരയായിരുന്നു. ശക്തൻതിരുമനസ്സിലെ കാലം കഴിയുന്നതു വരെ വലിയച്ചൻ പിന്നെ അവിടെ നിന്നു തെക്കോട്ട് ഒരിക്കലും കടന്നിട്ടില്ല.

വേലുത്തമ്പി എഴുന്നള്ളത്തോടുകൂടി തിരുവനന്തപുരത്തെത്തിയതിന്റെ ശേഷം പട്ടാളക്കാരുടെ ശമ്പളത്തിൽ സ്വല്പം കുറവുചെയ്യുകയും അവർക്ക് ഉപദ്രവകരങ്ങളായ ചില നിയമങ്ങൾ ഏർപ്പെടുത്തുകയും മറ്റും ചെയ്യുകയാൽ പട്ടാളക്കാർ ആകപ്പാടെ ക്ഷോഭിച്ചുവശാവുകയും വേലുത്തമ്പിയെ കണ്ടാൽ വെടിവെച്ചു കൊല്ലണമെന്ന് തീർച്ചപ്പെടുത്തുകയും ചെയ്തു. ഈ വിവരമറിഞ്ഞു വേലുത്തമ്പി ഭയപ്പെട്ടു തിരുവനന്തപുരത്തുനിന്നു ഗൂഢമായി ഒളിച്ചോടി തൃപ്പൂണിത്തുറെ എത്തുകയും ശക്തൻതിരുമനസ്സിലെ കണ്ടാൽക്കൊള്ളാമെന്ന് അവിടുത്തെ ഇഷ്ടന്മാർ മുഖാന്തരം തിരുമനസ്സറിയിച്ച് അനുവാദം വാങ്ങിക്കൊണ്ടു തിരുമുമ്പാകെചെന്ന് ഏതാനും വിൽക്കാശു തിരുമുൽക്കാഴ്ചവച്ചു തൃപ്പാദങ്ങളിൽ വീണുവന്ദിച്ചിട്ട് "അടിയൻ എന്തെങ്കിലും

അപരാധം ചെയ്തുപോയിട്ടുണ്ടെങ്കിൽ അവിടുന്ന് അതെല്ലാം സദയം ക്ഷമിച്ച് അടിയനു മാപ്പ് തന്ന് രക്ഷിക്കണം" എന്ന് അപേക്ഷിക്കുകയും അവിടുത്തെ ശരണം പ്രാപിക്കാനുണ്ടായ കാരണം തിരുമനസ്സറിയിക്കുകയും ചെയ്തു. ഉടനെ ശക്തൻതിരുമനസ്സുകൊണ്ട്, "ആട്ടെ, ഒട്ടും ഭയപ്പെടേണ്ടാ, കൊച്ചിയിൽപ്പോയി താമസിച്ചോളൂ" എന്ന് അരുളിച്ചെയ്യുകയും വേലുത്തമ്പിയെ കൊച്ചിക്കോവിലകത്തു പറഞ്ഞയച്ചു താമസിപ്പിക്കുകയും ചെയ്തു.

താൻ പൂർണ്ണത്രയീശന്റെ അടുക്കൽ പ്രാർത്ഥിച്ചതുപോലെതന്നെ നാല്പതു ദിവസത്തിനകം വേലുത്തമ്പി തന്റെ കാല്ക്കൽ വന്നുവീഴാൻ സംഗതിയായതിനാൽ ശക്തൻതിരുമനസ്സുകൊണ്ടു വളരെ സന്തോഷിക്കുകയും വേലുത്തമ്പി തിരുമുൽക്കാഴ്ചവച്ച വിൽക്കാശുരുക്കി ഒരു തലയിൽക്കെട്ടു പണിയിച്ചു പൂർണ്ണത്രയയീശനു നടയ്ക്കുവയ്ക്കുകയും ചെയ്തു.

ശക്തൻതിരുമനസ്സുകൊണ്ടു പിന്നെ കുറച്ചു ദിവസംകൂടി തൃപ്പൂണിത്തുറെ താമസിച്ചതിന്റേശേഷം തൃശ്ശിവപേരൂർക്കെഴുന്നള്ളി. അവിടെ താമസിച്ചിരുന്ന കാലത്ത് തിരുമനസ്സിലേക്ക് ഒരു ശീലായ്മ ആരംഭിച്ചു. അതിനു പല ചികിത്സകൾ ചെയ്തുവെങ്കിലും അവയൊന്നും പിടിക്കാതെ ശീലായ്മ ക്രമേണ വർദ്ധിച്ചു തുടങ്ങി. ആ വിവരമറിഞ്ഞ് ഇളയതമ്പുരാൻ അവിടുത്തെ അനുജനോടുകൂടി തൃശ്ശിവപേരൂരെഴുന്നള്ളി. അവർ തിരുമുമ്പാകെ എഴുന്നള്ളിക്കണ്ട സമയം ശക്തൻ തിരുമനസ്സുകൊണ്ട്, "എനിക്കു ദീനം ക്രമേണ വർദ്ധിച്ചു വരുകയാണ്. ക്ഷീണവും സാമാന്യത്തിലധികമുണ്ട്. ഇനി ഇതു ഭേദമായി ഞാൻ സുഖമായിട്ടിരിക്കുമെന്നു തോന്നുന്നില്ല. അതിനാൽ നിങ്ങൾ ഇവിടെത്തന്നെ താമസിക്കണം, പൊയ്ക്കളയരുത്. എന്റെ കാലം കഴിഞ്ഞാൽ രാജ്യം മുറപോലെ രക്ഷിച്ചുകൊള്ളണം. വടക്കുന്നാഥക്ഷേത്രത്തിൽ യോഗിയാരെ അവരോധിക്കുക, ഇരിങ്ങാലക്കുട ക്ഷേത്രത്തിൽ തച്ചുടകയ്മളെ അവരോധിക്കുക, പാലിയത്തു മേനവനു മന്ത്രിസ്ഥാനം കൊടുക്കുക, ഇംഗ്ലീഷുകാരോടു മത്സരിച്ചു വെടിവയ്ക്കുക-ഇങ്ങനെ നാലുകൂട്ടം കാര്യം ഒരിക്കലും ചെയ്യരുത്. ഇവ നാലും ചെയ്താൽ നമ്മുടെ രാജ്യം പൊയ്പോകും" എന്ന് അരുളിച്ചെയ്യുകയും ആ അനുജൻ തമ്പുരാക്കന്മാരെ അവിടെത്തന്നെ താമസിപ്പിക്കുകയും ചെയ്തു.

അങ്ങനെയിരിക്കുമ്പോൾ ഒരു ദിവസം രാവിലെ ശക്തൻതിരുമനസ്സുകൊണ്ട് അമൃതേത്തു കഴിച്ചുകൊണ്ടിരുന്ന സമയം ഇളയ തമ്പുരാക്കന്മാർ അവിടെ എഴുന്നള്ളുകയും അവർ രണ്ടുപേരുംകൂടി "ജ്യേഷ്ഠന്റെ അമൃതേത്തു കണ്ടിട്ട് രുചിക്ഷയം സാമാന്യത്തിലധികമുണ്ടെന്നു തോന്നുന്നുണ്ട്. വല്ലതിനും രുചി തോന്നുന്നുണ്ടെങ്കിൽ അരുളിച്ചെയ്താൽ അത്താഴമമൃതേത്തിനു തക്കവണ്ണം തയ്യാറാക്കാം"

എന്നുണർത്തിച്ചു. അതുകേട്ടിട്ടു ശക്തൻ തിരുമനസ്സുകൊണ്ട് "ഇവർ നമ്മുടെ കാലം കഴിഞ്ഞാൽപ്പിന്നെ രാജ്യം ഭരിക്കേണ്ടവരാണല്ലോ. ഇവരുടെ കൽപനാശക്തി എത്രമാത്രമുണ്ടെന്ന് ഒന്നു പരീക്ഷിക്കണം" എന്നു തിരുമനസ്സിൽ വിചാരിച്ചിട്ട്, "എനിക്ക് ഒന്നിലും നല്ല രുചി തോന്നുന്നില്ല. എങ്കിലും ചക്ക കൂട്ടാൻ വച്ചാൽ കുറച്ചു കൂട്ടാമെന്നു തോന്നുന്നുണ്ട്" എന്ന് അരുളിച്ചെയ്തു. ഉടനെ ഇളയതമ്പുരാക്കന്മാർ, അതു വൈകുന്നേരത്തേക്കുണ്ടാക്കാം" എന്നുണർത്തിച്ചിട്ടു തിരുമുൻപാകെ നിന്ന് എഴുന്നള്ളി. ഉടനെ അവർ രണ്ടുപേരും "എവിടെ നിന്നെങ്കിലും എന്തു വില കൊടുത്തിട്ടും വൈകുന്നേരത്തേക്ക് ഒരു ചക്ക കൊണ്ടുവരണം" എന്നു കൽപിച്ചു പണവും കൊടുത്തു പല സ്ഥലങ്ങളിലേക്കും ആളുകളെ അയച്ചു. നേരം വൈകിയപ്പോഴേക്കും ചക്കയെങ്ങും കിട്ടിയില്ലെന്നു പറഞ്ഞ് ആ ആളുകളെല്ലാം മടങ്ങി വന്നു. ശക്തൻ തിരുമനസ്സുകൊണ്ട് അത്താഴമമൃതേത്തിന് എഴുന്നള്ളിയിരുന്നപ്പോൾ ഇളയതമ്പുരാക്കന്മാർ തിരുമുമ്പാകെ എഴുന്നള്ളി വന്ദിച്ചു നിന്നു. അപ്പോൾ ശക്തൻ തിരുമനസ്സുകൊണ്ട്, "എന്താ ചക്ക കിട്ടിയില്ലായിരിക്കും, അല്ലേ" എന്നു കൽപിച്ചു ചോദിച്ചു. ഉടനെ തമ്പുരാക്കന്മാർ, "കന്നിമാസം കാലമാകയാൽ ചക്ക കിട്ടാൻ വളരെ പ്രയാസമായിട്ടാണിരിക്കുന്നത്. ഞങ്ങൾ പണവും കൊടുത്ത് പല സ്ഥലങ്ങളിൽ ആളുകളെ അയച്ച് അന്വേഷിപ്പിച്ചു. എങ്ങും കിട്ടിയില്ല. ഞങ്ങളുടെ അമാന്തം ഒട്ടുമില്ല. ഞങ്ങൾ കഴിയുന്നത്ര ശ്രമങ്ങളെല്ലാം ചെയ്തു നോക്കി. കാര്യം സാധിച്ചില്ല എന്നേ ഉള്ളൂ. എവിടെ നിന്നെങ്കിലും ഒരു ചക്കയെങ്കിലും വരുത്താനായിട്ടു നാളെയുംശ്രമിച്ചുനോക്കാം" എന്നുണർത്തിച്ചു. അപ്പോൾ ശക്തൻതിരുമനസ്സുകൊണ്ട്, "അയ്യോ, കഷ്ടം! വിഡ്ഢികളേ! ഒരു ചക്ക വരുത്താൻപോലും ശേഷിയില്ലാത്ത നിങ്ങൾ ഇനി മേലാൽ ഒരു രാജ്യം ഭരിക്കുന്നതെങ്ങനെയാണ്?" എന്നരുളിച്ചെയ്തു.

അത്താഴമമൃതേത്തു കഴിഞ്ഞതിന്റെശേഷം ശക്തൻതിരുമനസ്സുകൊണ്ടു വലിയ കപ്പിത്താനെ തിരുമുമ്പാകെ വരുത്തി, "നാളെ രാവിലെ ബ്രാഹ്മണർക്കു പരക്കെ ഒരു സദ്യയും ചില ദാനങ്ങളും മറ്റും വേണമെന്നു നിശ്ചയിച്ചിരിക്കുന്നു. അതിനാൽ അതിനു വേണ്ടുന്നവയെല്ലാം നേരം വെളുക്കുന്നതിനുമുമ്പ് തയ്യാറാക്കിക്കൊടുക്കണം. സദ്യയ്ക്ക് പ്രഥമൻ, എരിശ്ശേരി, ഉപ്പേരി, തോരൻ മുതലായവയെല്ലാം ചക്കകൊണ്ടു തന്നെ വേണമെന്നാണ് നിശ്ചയിച്ചിരിക്കുന്നത്" എന്നരുളിച്ചെയ്തു. "കൽപനപോലെയെല്ലാം തയ്യാറാക്കിക്കൊള്ളാം" എന്നുണർത്തിച്ചിട്ട് വലിയ കപ്പിത്താൻ അപ്പോൾത്തന്നെ തിരുമുമ്പാകെനിന്നുപോയി. നിശ്ചിതസമയത്തിനു മുമ്പുതന്നെ കപ്പിത്താൻ സകല സാധനങ്ങളും അവിടെ തയ്യാറാക്കി എത്തിച്ചു കൊടുത്തു. നേരം വെളുക്കുന്നതിനു മുമ്പു പഴുത്തതും പച്ചയുമായി അഞ്ഞൂറിലധികം ചക്ക അവിടെ വന്നു

ചേർന്നു. സദ്യയുടെ ആവശ്യം കഴിഞ്ഞിട്ടു പിന്നെയും വളരെ ചക്ക ശേഷിച്ചു കിടന്നിരുന്നു. സദ്യ ഏറ്റവും കെങ്കേമമായിയെന്നുള്ളതു പറയണമെന്നില്ലല്ലോ. ശക്തൻതിരുമനസ്സുകൊണ്ടു നമ്പൂരിമാർക്കു പരക്കെ പലവിധത്തിലുള്ള ദാനങ്ങളും ചെയ്തു.

പിന്നെയും ശീലായ്മ ക്രമേണ വർദ്ധിച്ചുകൊണ്ടുതന്നെയിരുന്നതിനാൽ ശക്തൻതിരുമനസ്സുകൊണ്ടു പിന്നെയും പ്രതിദിനം പലവിധത്തിലുള്ള ദാനങ്ങൾ ചെയ്തുകൊണ്ടുതന്നെയിരുന്നു. കിം ബഹുനാ? 981-ാമാണ്ടു കന്നിമാസം 12-ാം തീയതി ആ രാജകേസരി തൃശ്ശിവപേരൂർ വച്ചുതന്നെ കാലധർമ്മത്തെ പ്രാപിക്കുകയും ചെയ്തു.

തിരുമനസ്സിലെ പള്ളിശ്ശവം ദഹിപ്പിച്ചതു തൃശ്ശിവപേരൂർ കോവിലകത്തിന്റെ തെക്കുവശത്തുള്ള തോപ്പിലാണ്. ആ സ്ഥലത്തിനുചുറ്റും ചെറിയതായി ഒരു മതിൽ കെട്ടിച്ചിട്ടുള്ളത് ഇപ്പോഴും കാൺമാനുണ്ട്. അവിടെ അക്കാലം മുതൽ പതിവായി വിളക്കുവച്ചുവന്നിരുന്നത് ഇപ്പോഴും നടന്നുവരുന്നുണ്ട്. ആകപ്പാടെ വിചാരിച്ചാൽ ശക്തൻതമ്പുരാൻതിരുമനസ്സുകൊണ്ട് ഒരമാനുഷപ്രഭാവനായിരുന്നു.

2. അമ്മന്നൂർ പരമേശ്വരച്ചാക്യാർ

വേഷത്തിന്റെ ഭംഗികൊണ്ടും അഭിനയത്തിന്റെ തന്മയത്വം മുതലായ ഗുണങ്ങൾകൊണ്ടും അമ്മന്നൂർ പരമേശ്വരച്ചാക്യാരോടു തുല്യനായ ഒരു നടൻ ഇക്കാലത്തിലെന്നല്ല, അക്കാലത്തുമുണ്ടായിരുന്നില്ല. അദ്ദേഹത്തിന്റെ സ്ഥിരവാസം മൂഴിക്കുളത്തുള്ള സ്വഭവനത്തിലായിരുന്നുവെങ്കിലും തിരുവിതാംകൂർ, കൊച്ചി, മലബാർ ഈ മൂന്നു രാജ്യങ്ങളിലുമുള്ള രാജക്കന്മാർ, പ്രഭുക്കൾ, ധനവാന്മാർ മുതലായവർ അദ്ദേഹത്തിന്റെ വേഷവും ആട്ടവും കാണാനായി ക്ഷണിച്ചുവരുത്തി കൂടക്കൂടെ കൂടിയാട്ടങ്ങൾ നടത്തിക്കാറുണ്ടായിരുന്നു.

കൊല്ലം 1036-ാമാണ്ടു നാടുനീങ്ങിയ മാർത്താണ്ഡവർമ്മ മഹാരാജാവ് ഇളയതമ്പുരാനായിരുന്ന കാലത്ത് തന്റെ പള്ളിയറ സേവകനും പള്ളിയറ വിചാരിപ്പുകാരനുമായിരുന്ന ഈശ്വരപിള്ളയെ ആട്ടമഭ്യസിപ്പിക്കാനായി ഈ ചാക്യാരെ തിരുവനന്തപുരത്തു വരുത്തി താമസിപ്പിച്ചിരുന്നുവെന്നും ഈശ്വരപിള്ള വിചാരിപ്പുകാർക്ക് ആട്ടത്തിൽ (*കഥകളിയിൽ*) അസാമാന്യമായ പ്രസിദ്ധിയും കൈലാസോദ്ധാരണം, സ്വർഗ്ഗവർണ്ണന, സമുദ്രവർണ്ണന മുതലായവ അഭിനയിച്ചാടുന്നതിൽ അനന്യസാധാരണമായ സാമർത്ഥ്യവും ഗുണവും തന്മയത്വവും സിദ്ധിച്ചതിനുള്ള പ്രധാന കാരണം ആ ചാക്യാരുടെ രക്ഷാസാമർത്ഥ്യമാണെന്നുള്ളതു പ്രസിദ്ധമാണല്ലോ.

മാർത്താണ്ഡവർമ്മ മഹാരാജാവു തിരുമനസ്സുകൊണ്ട് ഇളയതമ്പുരാനായിരുന്ന കാലത്തും തിരുവനന്തപുരത്തു പൂജപ്പുരക്കൊട്ടാരത്തിൽ (*അന്ന് അവിടുന്ന് അവിടെയാണ് എഴുന്നള്ളിത്താമസിച്ചിരുന്നത്*) എന്നും കഥകളിപതിവായിരുന്നു. ഒരു ദിവസം, കഥകളി കാണാൻ തിരുമനസ്സിലെ അടുക്കൽ പരമേശ്വരച്ചാക്യാരുമുണ്ടായിരുന്നു. അന്ന്, 'കാർത്തവീര്യാർജ്ജുനവിജയ'മായിരുന്നു കഥ. രാവണന്റെ കൈലാദ്ധാരണം കണ്ടിട്ടു തിരുമനസ്സുകൊണ്ടു ചാക്യാരോട് "എന്താ ചാക്യാരേ, കൈലാസോദ്ധാരണം നന്നായോ"എന്നു കൽപിച്ചു ചോദിച്ചു. അതിനു മറുപടിയായി ചാക്യാര്, "തരക്കേടില്ല, കൈലാസം കുറച്ചുകൂടി

വലിയതാണെന്നാണ് ധരിച്ചിരുന്നത്" എന്നറിയിച്ചു. പിന്നെ അതിനെക്കുറിച്ച് ഒന്നും കൽപിച്ചില്ല. പിറ്റേദിവസം ഉച്ചതിരിഞ്ഞസമയം ചാക്യാരെ കൊട്ടാരത്തിൽ വരുത്തി "കൈലാസോദ്ധാരണം ഒന്നാടിക്കണ്ടാൽ ക്കൊള്ളാം" എന്നു കൽപിച്ചു. വേഷംകെട്ടാതെയാടുന്ന കാര്യത്തിൽ കുറച്ചു മടിയുണ്ടായിരുന്നുവെങ്കിലും കൽപന അനുസരിക്കാതെയിരുന്നതുവിഹിതമല്ലല്ലോ എന്നു വിചാരിച്ച് ചാക്യാർ ഉടനെ രണ്ടാം മുണ്ട് അരയിൽ മുറക്കിക്കെട്ടിക്കൊണ്ട് ആട്ടം ആരംഭിച്ചു. താൻ തലേദിവസം പറഞ്ഞ വാക്കോർത്തു തന്നെ പരീക്ഷിക്കാനായിട്ടാണ് ഈ കൽപനയെന്നു മനസ്സിലായതിനാൽ ചാക്യാർ നല്ലപോലെ മനസ്സിരുത്തിയാണ് ആടിയത്. തലേദിവസം ദശമുഖന്റെ വേഷം കെട്ടിയ ആൾ മുതലായി കൊട്ടാരംവക കളിയോഗത്തിലുള്ള എല്ലാവരും സേവകന്മാരും അമ്മച്ചിയും അവിടെയുണ്ടായിരുന്നു. ചാക്യാരുടെ ആട്ടംകണ്ടു വളരെ കേമമായി എന്നുള്ളതു പറയണമെന്നില്ലല്ലോ. ആട്ടംകണ്ടു തിരുമനസ്സുകൊണ്ടു മുതലായി എല്ലാവരും വളരെ സന്തോഷിക്കുകയും വിസ്മയിക്കുകയും ചെയ്തു. വിസ്മയാകുലയായ അമ്മച്ചി "അമ്പമ്പോ! കൈലാസപർവ്വതം ഇത്ര വലിയതാണോ? ഇന്നലെ ആടിക്കണ്ടപ്പോൾ അത് ഏകദേശം നമ്മുടെ വേളിക്കുന്നിനോളമുണ്ടായിരിക്കുമെന്നേ തോന്നിയുള്ളൂ'' എന്നു പറഞ്ഞു. തിരുമനസ്സുകൊണ്ട് ഉടനെ രത്നഖചിതമായ ഒരു മോതിരം ചാക്യാർക്കു കൽപിച്ചു സമ്മാനിക്കുകയും ആട്ടത്തിൽ അദ്വിതീയന്മാരാണെന്നു സ്വയമേവ അഭിമാനിച്ചിരുന്ന കൊട്ടാരംവക കഥകളിയോഗക്കാരെല്ലാം അപ്പോൾ 'സലജ്ജോഹ'മാടുകയും ചെയ്തു.

പരമേശ്വരചാക്യാർ കൽപനപ്രകാരം തിരുവനന്തപുരത്തു താമസിച്ചിരുന്നപ്പോൾ ഒരു ദിവസം വെയിലാറിയ സമയം കാറ്റുകൊള്ളാനായി കടൽപ്പുറത്തേക്കു പുറപ്പെട്ടു. കടൽപ്പുറത്തെത്തിയപ്പോൾ അവിടെ നാട്ടുകാരായിട്ടും യൂറോപ്യന്മാരായിട്ടും മറ്റും വളരെയാളുകൾ കാറ്റുകൊള്ളാനായി വന്നുകൂടിയിരുന്നു. അക്കൂട്ടത്തിൽ റസിഡണ്ടു സായ്പും മദാമ്മയും അവരുടെ വാത്സല്യഭാജനമായ ഒരു പട്ടിയുമുണ്ടായിരുന്നു. ആ പട്ടി സായ്പോ മദാമ്മയോ പറയാതെ ആരെയും കടിക്കാറില്ലെങ്കിലും വലിയ സിംഹത്താനെപ്പോലെ ഭയങ്കരമൂർത്തിയായ അതിനെക്കണ്ടാൽ അപരിചിതന്മാരായ ഏവരും ഭയപ്പെട്ടുപോകുമായിരുന്നു. കടിക്കാനല്ലെങ്കിലും ആ പട്ടി കാണുന്നവരുടെയെല്ലാമടുക്കൽ മണത്തു മണത്തു ചെല്ലുക പതിവായിരുന്നു. ആ പതിവുപോലെ അതു ചാക്യാരുടെ അടുക്കലേക്കും ചെന്നു. ചാക്യാരു വല്ലാതെ ഭയപ്പെട്ട് 'പട്ടി, പട്ടി' എന്ന് ഉറക്കെ വിളിച്ചുപറഞ്ഞു. അനുവാദം കൂടാതെ അതു കടിക്കില്ലെന്നു നിശ്ചയമുണ്ടായിരുന്നതിനാൽ പട്ടിയെ തിരിച്ചുവിളിക്കാതെ സായ്പും മദാമ്മയും ചാക്യാരുടെ പരിഭ്രമം കണ്ടു ചിരിച്ചുകൊണ്ടു നിന്നതേ

ഉള്ളൂ. പിന്നെ ഗത്യന്തരമൊന്നുമില്ലെന്നു കണ്ട് ചാക്യാർ കുനിഞ്ഞ് അവിടെനിന്ന് ഒരു കല്ലെടുത്തു പട്ടിയെ ലക്ഷ്യമാക്കി ഒരേറുകൊടുത്തതായി ഒന്നഭിനയിച്ചു. വാസ്തവത്തിൽ എറിഞ്ഞതായി നടിക്കുക മാത്രമേ ഉണ്ടായുള്ളൂ. എങ്കിലും ഏറുകൊണ്ടതായിത്തന്നെ തോന്നുകയാൽ പട്ടി ഉറക്കെ നിലവിളിച്ചുകൊണ്ട് അവിടെനിന്ന് ഓടിപ്പോയി. പട്ടിക്ക് ഏറുകൊണ്ടതായിത്തന്നെ തോന്നുകയാൽ സായ്പും മദാമ്മയും അത്യന്തം കുപിതരായിത്തീർന്നു. ഈ അക്രമം പ്രവർത്തിച്ച ആൾ ആരാണെന്നു സായ്പു തന്റെ അടുക്കലുണ്ടായിരുന്ന ചിലരോടു ചോദിക്കുകയും ആ മനുഷ്യൻ കൽപനപ്രകാരം വന്നുതാമസിക്കുന്ന ഒരു ചാക്യാരാണെന്നു മനസ്സിലാക്കുകയുംചെയ്തു.കൽപനപ്രകാരം വന്നു താമസിക്കുന്ന ആളാണെങ്കിൽ ഈ വിവരം തിരുമനസ്സറിയിക്കാതെ പ്രതിക്രിയ ചെയ്യുന്നതു വിഹിതമല്ലല്ലോ എന്നു വിചാരിച്ചു സായ്പും മദാമ്മയും കൊട്ടാരത്തിലേക്കു പുറപ്പെട്ടു. അപ്പോൾ തിരുമനസ്സുകൊണ്ടു കടൽക്കാറ്റു കൊള്ളുന്നതിനായി കടൽപ്പുറത്തു ബംഗ്ലാവിൽ എഴുന്നള്ളീട്ടുണ്ടെന്നറിയുകയാൽ സായ്പും മദാമ്മയും അവിടെച്ചെന്നു വിവരം തിരുമനസ്സറിയിച്ചു. ഉടനെ ചാക്യാരെ തിരുമുമ്പാകെ വരുത്തി കൽപിച്ചു ചോദിച്ചപ്പോൾ ചാക്യാർ ഉണ്ടായ വാസ്തവമെല്ലാം തിരുമനസ്സറിയിച്ചു. എറിഞ്ഞില്ലെന്നു പറയുന്നതു ശുദ്ധമേ വ്യാജമാണെന്നും നാട്യം കണ്ടു തങ്ങളുടെ പട്ടി ഒരിക്കലും ഭയപ്പെടുകയില്ലെന്നും സായ്പും മദാമ്മയും വാദിച്ചു. “ഇതിനെന്താണ് സമാധാന”മെന്നു കൽപിച്ചു ചോദിച്ചപ്പോൾ ചാക്യാർ, “വാസ്തവം സായ്പിനെയും ബോധ്യപ്പെടുത്താമോ എന്നു നോക്കട്ടെ” എന്നു പറഞ്ഞു സ്വൽപ്പം പിന്നോക്കം മാറി താണുനിന്നു അവിടെ കരിങ്കല്ലുകൊണ്ടിട്ടിരുന്ന വലിയ നടക്കല്ലു വളരെ പ്രയാസപ്പെട്ടു കുലുക്കി ഇളക്കിയെടുത്തു സായ്പിന്റെ തലയിലേക്കിട്ടതായി ഒരു നാട്യംകാണിച്ചു.“അയ്യോ!” എന്ന് ഉറക്കെ നിലവിളിച്ചുകൊണ്ട് ഉടനെ അവിടെ മറിഞ്ഞുവീണു. കല്ലു സായ്പിന്റെ തലയിൽ വീണു എന്നുതന്നെ തോന്നിപ്പോവുകയാൽ മദാമ്മയും ഏറ്റവും പരവശയായിത്തീർന്നു. വീണിട്ടു വളരെ നേരം കഴിഞ്ഞതിന്റെ ശേഷമാണ് സായ്പിനു ബോധംവീണത്. ബോധംവീണ് എണീറ്റിരുന്നിട്ടും കുറച്ചു വെള്ളംകുടിക്കുകയും തണുത്തവെള്ളംകൊണ്ടു മുഖം കഴുകുകയും കുറച്ചുനേരം കാറ്റേൽക്കുകയും ചെയ്തതിന്റെ ശേഷമേ സായ്പിനു സംസാരിക്കാറായുള്ളൂ. സായ്പു പിന്നെയും തലയിൽ തപ്പിനോക്കി, കല്ലു തലയിൽ വീണില്ലെന്നു തീർച്ചപ്പെടുത്തിയശേഷം “നമ്മുടെ പട്ടിക്കും ഏറു കൊണ്ടില്ലായിരിക്കും. ഇപ്രകാരം അഭിനയസാമർത്ഥ്യമുള്ള ഒരു നടനെ ഞാൻ യൂറോപ്പുരാജ്യങ്ങളിലെങ്ങും കണ്ടിട്ടില്ല. ഇവിടെ ഇങ്ങനെ ഒരു മഹാനുണ്ടായിത്തീർന്നതു കേരളത്തിന് ആകെപ്പാടെ അഭിമാനകരംതന്നെ. വാസ്തവമറിയാതെ ഈ മഹാന്റെപേരിൽ

മഹാരാജാവിന്റെ അടുക്കൽ പരാതി അറിയിച്ചതിനെക്കുറിച്ചു ഞാൻ നിർവ്യാജ്യം വ്യസനിക്കുകയും ചാക്യാരോടു മാപ്പു ചോദിക്കുകയും ചെയ്തുകൊള്ളുന്നു'' എന്നു പറയുകയും ചാക്യാർക്ക് പല സമ്മാനങ്ങൾ കൊടുക്കുകയും ചെയ്തു. അപ്പോഴേക്കും നേരം വൈകിയതിനാൽ എല്ലാവരും പരസ്പരം യാത്രപറഞ്ഞ് അവരവരുടെ വാസസ്ഥലങ്ങളിലേക്ക് പുറപ്പെട്ടു. ആ സമയം മുമ്പ് ഓടിപ്പോയ പട്ടിയും അവിടെ വന്നുചേർന്നു. അപ്പോൾ സായ്പിനും മദാമ്മയ്ക്കും വളരെ സന്തോഷമായി എന്നുള്ളതു പറയണമെന്നില്ലല്ലോ.

പരമേശ്വരചാക്യാരുടെ വാക്സാമർത്ഥ്യത്തെപ്പറ്റിയും പല ഐതിഹ്യങ്ങൾ കേട്ടിട്ടുണ്ട്. അതൊക്കെ ഇനിയൊരവസരത്തിൽ വിവരിക്കാമെന്നുവയ്ക്കാനല്ലാതെ ഇപ്പോൾ നിവൃത്തിയില്ല. അതിനാൽ ഇയ്യിടെ കൊച്ചി വലിയതമ്പുരാൻ തിരുമനസ്സിലെ തൃക്കയ്യിൽനിന്നു വീരശൃംഖല ലഭിച്ച പരമേശ്വരച്ചാക്യാരും ഈ പരമേശ്വരച്ചാക്യാരുടെ കുടുംബജാതനാണെന്നുകൂടി വായനക്കാരെ അറിയിച്ചുകൊണ്ടു വിരമിക്കുന്നു.

3. ചേരാനല്ലൂർ കുഞ്ചുക്കർത്താവ്

ചേരാനല്ലൂർ കർത്താവിന്റെ ഭവനം ഇപ്പോൾ കൊച്ചീസംസ്ഥാനത്ത് കണയന്നൂർ താലൂക്കിൽ ചേരാനല്ലൂർ ദേശത്താണ്. ഇടപ്പിള്ളി തീവണ്ടിസ്റ്റേഷനിൽനിന്നു രണ്ടുനാഴിക വടക്കുമാറിയാണ് ഈ ഭവനം. ഇവരെ സാധാരണയായി പറഞ്ഞുവരുന്നത് 'ചേരാനല്ലൂർ കർത്താവ്' എന്നാണെങ്കിലും ഇവരുടെ കുടുംബത്തേക്കുള്ള സ്ഥാനപ്പേർ 'കുന്നത്തു രാമക്കുമാരക്കൈമൾ' എന്നാണ്.

പണ്ട് ഇവരുടെ തറവാട് വരാപ്പുഴയായിരുന്നു. അവിടെയുണ്ടായിരുന്ന സ്ഥാനപ്പേര് 'പടിഞ്ഞാറേടത്ത് പടനായർ' എന്നായിരുന്നുവെന്നും ഇവരുടെ തറവാട്ടേക്കു കൊച്ചിരാജാവിന്റെ പടനായകസ്ഥാനമുണ്ടായിരുന്നതിനാലാണ് ഈ സ്ഥാനപ്പേരു സിദ്ധിച്ചതെന്നും ഒരു കേൾവിയുണ്ട്. ഇവർക്കു വരാപ്പുഴെ ചില പുരയിടങ്ങളും മറ്റും അടുത്ത കാലം വരെ ഉണ്ടായിരുന്നു. അതിനാൽ ഈ കേൾവി കേവലം അടിസ്ഥാനരഹിതമാണെന്നു തോന്നുന്നില്ല.

എറണാകുളം ജില്ലയ്ക്ക്* ഇപ്പോൾ 'അഞ്ചിക്കയ്മൾ ജില്ല' എന്നാണ് പേരു പറഞ്ഞുവരുന്നത്. ആ സ്ഥലം അഞ്ചു കയ്മൾമാരുടെ വകയായിരുന്നു. അതിനാലാണ് ആ ജില്ലയ്ക്ക് ഈ പേരും സിദ്ധിച്ചത്. ആ കയ്മൾമാർ അന്യംനിന്നു പോയപ്പോൾ അതിലൊരു കുടുംബം പടിഞ്ഞാറ്റേടത്തു പടനായരുടെ തറവാട്ടേക്കൊതുങ്ങി. അതിനാൽ എറണാകുളത്ത് ഇവരുടെ സ്ഥാനപ്പേരു 'ചെറുകാട്ട് ഇരവിക്കയ്മൾ' എന്നായിത്തീർന്നു. ഈവക സംഗതികളെല്ലാംകൊണ്ടും മുമ്പ് ഇവരുടെ സ്ഥാനപ്പേരു കയ്മൾ എന്നായിരുന്നു എന്നും കർത്താവെന്നുള്ള സ്ഥാനം പിന്നീടുണ്ടായതാണെന്നും വിചാരിക്കേണ്ടിയിരിക്കുന്നു. കർത്താവെന്നും കയ്മൾ എന്നും പണിക്കരെന്നും കുറുപ്പെന്നും മറ്റുമുള്ള സ്ഥാനങ്ങൾ രാജാക്കന്മാർ കൽപിച്ചുകൊടുക്കുന്നതാണല്ലോ. ചേരാനല്ലൂർ കർത്താവിനു പണ്ടുണ്ടായിരുന്ന കയ്മൾ എന്ന സ്ഥാനം ഇടക്കാലത്ത് ഏതോ ഒരു രാജാവു ഭേദപ്പെടുത്തി കർത്താവെന്നാക്കിയതായിരിക്കാം.

---

* കൊല്ലവർഷം 1100-ൽ

മുകുന്ദപുരം താലൂക്കിലുള്ള ‘കോടശ്ശേരിക്കർത്താവി’നെ ചിലർ ‘തമ്പാൻ’ എന്നും പറയാറുണ്ട്. അവിടെ ഒരു കവിതക്കാരൻ കർത്താവുണ്ടായിരുന്നുവല്ലോ. അദ്ദേഹത്തെ ‘കോടശ്ശേരിക്കുഞ്ഞൻ തമ്പാൻ’ എന്നാണു സാധാണ പറഞ്ഞുവന്നിരുന്നത്. കോടശ്ശേരിക്കർത്താവിന്റെ കുടുംബത്തിലെ സ്ത്രീകളെ ‘തമ്പായിമാർ’ എന്നാണ് പറയുന്നത്. എന്നാൽ ചേരാനല്ലൂർ കർത്താവിന്റെ സ്ത്രീകളെ പറയുന്നതു ‘കുഞ്ഞമ്മമാർ’ എന്നാണ്. ഇവരുടെ ഒരു ശാഖാകുടുംബം തിരുവിതാംകൂറിൽ മൂവാറ്റുപുഴത്താലൂക്കിൽ ‘തൃക്കാരിയൂർ’ ദേശത്തുമുണ്ട്. അവിടെയുള്ള സ്ത്രീകളെയും കുഞ്ഞമ്മമാർ എന്നുതന്നെയാണ് പറഞ്ഞുവരുന്നത്. തിരുവിതാംകൂറിൽ വേറെയുള്ള കർത്താക്കന്മാരുടെ സ്ത്രീകളെയും പറഞ്ഞുവരുന്നത് കുഞ്ഞമ്മമാർ എന്നുതന്നെയാണ്. തിരുവിതാംകൂറിൽ കയ്മൾ എന്നു സ്ഥാനപ്പേരായിരുന്ന ചില കുടുംബക്കാർ ഈയിടെ കർത്താവെന്ന് പേരുവച്ച് എഴുത്തുകൾ തുടങ്ങിയിരിക്കുന്നതായി കാണുന്നുണ്ട്. ഈ പേരുമാറ്റം അവർ സ്വയമേവ ചെയ്തതാണ്.

മേല്പറഞ്ഞ പ്രകാരം പലവിധത്തിലുള്ള സ്ഥാനമാനങ്ങളോടുകൂടി ചേരാനല്ലൂർ കുന്നത്തു കുടുംബത്തിൽ ജനിച്ച ആളാണ് നമ്മുടെ കഥാനായകനായ കുഞ്ചുക്കർത്താവ്. ഇദ്ദേഹത്തിന്റെ ജനനമരണങ്ങൾ ഏതേതാണ്ടുകളിലായിരുന്നു എന്നറിയുന്നതിനു മാർഗ്ഗമൊന്നും കാണുന്നില്ല. എങ്കിലും അദ്ദേഹം ജീവിച്ചിരുന്നത് ഏകദേശം ഇരുനൂറു കൊല്ലങ്ങൾക്കു മുമ്പായിരുന്നു എന്നുള്ളതിനു ചില ലക്ഷ്യങ്ങളുണ്ട്.

കുഞ്ചുക്കർത്താവു ചെറുപ്പത്തിൽത്തന്നെ സ്വദേശം വിട്ടുപോയി. ഏതാനുംകാലം പരദേശങ്ങളിൽ സഞ്ചരിക്കുകയും താമസിക്കുകയും ചെയ്തിരുന്നു. ആ ദിക്കുകളിൽനിന്ന് അദ്ദേഹം മന്ത്രവാദം, വൈദ്യം, പാട്ട്, വീണവായന, ഇന്ദ്രജാലം മുതലായ പല വിദ്യകളിൽ അനിതരസാധാരണമായ പാണ്ഡിത്യം സമ്പാദിച്ചുകൊണ്ടാണ് സ്വദേശത്തു തിരിച്ചെത്തിയത്. സ്വദേശത്തു വന്നതിന്റെ ശേഷവും അദ്ദേഹം ഉപയോഗിച്ചിരുന്ന വേഷഭൂഷാദികളെല്ലാം പരദേശിയംതന്നെയായിരുന്നു.

കുഞ്ചുക്കർത്താവിനു പല വിദ്യകൾ അറിയാമായിരുന്നുവെങ്കിലും അദ്ദേഹം അധികമായി പ്രയോഗിച്ചിരുന്നത് ഇന്ദ്രജാലമാണ്. അതിനാൽ ആ വിഷയത്തിലാണ് അധികം പ്രസിദ്ധിയുണ്ടായത്. അദ്ദേഹം ഹനുമാനെസ്സേവിച്ചു പ്രത്യക്ഷമാക്കിയിരുന്നതിനാൽ ഏതൊരു കാര്യം സാധിക്കുന്നതിനും അദ്ദേഹത്തിനു യാതൊരു പ്രയാസവുമുണ്ടായിരുന്നില്ല. വിശേഷിച്ച് അദ്ദേഹം ചില കുട്ടിച്ചാത്തന്മാരെയും സേവിച്ചു വശംവദന്മാരാക്കിയിരുന്നു.

കുഞ്ചുക്കർത്താവു പരദേശത്തുനിന്നു മടങ്ങിവന്നു കുറച്ചുകാലം കഴിഞ്ഞപ്പോൾ തറവാട്ടിൽ മൂപ്പുസ്ഥാനം ലഭിച്ചു. എങ്കിലും അദ്ദേഹം കുടുംബകാര്യങ്ങളൊന്നും അന്വേഷിച്ചിരുന്നില്ല. അവയെല്ലാം അനന്തരവരെക്കൊണ്ടു നടത്തിക്കുകയാണ് ചെയ്തിരുന്നത്. അദ്ദേഹം മിക്കപ്പോഴും

താമസിച്ചിരുന്നതു രാജസന്നിധിയിലാണ്. ചിലപ്പോൾ മാത്രമേ സ്വഗൃഹത്തിൽ താമസിച്ചിരുന്നുള്ളൂ.

കൊച്ചീസംസ്ഥാനത്തു വടുതലപ്പുഴയ്ക്കു വടക്കുള്ള നികുതി മുഴുവനും പിരിച്ചു സർക്കാരിലടയ്ക്കുന്നതിന് ചേരാനല്ലൂർക്കർത്താവിനെ കൽപ്പനപ്രകാരം അധികാരപ്പെടുത്തിയിരുന്നു. വളരെക്കാലം അവർ ആ ജോലി ശരിയായി നടത്തിക്കൊണ്ടിരിക്കുകയും ചെയ്തു. ആ ഏർപ്പാടു ഭേദപ്പെടുത്തിയത് 1074-ാമാണ്ടാണ്.

ഒരാണ്ടിൽ നികുതി അടച്ചുതീർക്കാതെയിരുന്നതിനാൽ സർക്കാരിൽനിന്ന് കർത്താവിന്റെ അടുക്കൽ ആളെ അയച്ചു. അപ്പോൾ കുഞ്ചുക്കർത്താവു ഗൃഹത്തിലുണ്ടായിരുന്നു. തറവാട്ടുകാര്യങ്ങളന്വേഷിക്കുകയും നികുതി പിരിച്ചു സർക്കാരിലടയ്ക്കുകയും മറ്റും ചെയ്തിരുന്ന അനന്തരവൻ അപ്പോൾ അവിടെയുണ്ടായിരുന്നില്ല. പുറത്ത് എവിടെയോ പോയിരിക്കുകയായിരുന്നു. അതിനാൽ കുഞ്ചുക്കർത്താവ് ആ വന്ന ആളോട് "അനന്തരവൻ ഇപ്പോൾ ഇവിടെയില്ല. അയാൾ എന്തോ കാര്യമായി പുറത്തെവിടെയോ പോയിരിക്കുകയാണ്. എന്റെ കൈവശം പണമൊന്നുമില്ല. അതിനാൽ നാളെ വരണം. അപ്പോഴേക്കും അനന്തരവൻ വരുമായിരിക്കാം. അയാൾ വന്നില്ലെങ്കിലും നാളത്തേക്കു പണമുണ്ടാക്കിത്തരാം" എന്നു പറഞ്ഞു. വന്നയാൾ അതുകേട്ട് അപ്പോൾ മടങ്ങിപ്പോവുകയും അടുത്ത ദിവസം വീണ്ടും വരുകയും ചെയ്തു. അന്നും കാര്യാന്വേഷണക്കാരനായ അനന്തരവൻ കർത്താവു വന്നിട്ടില്ലായിരുന്നു. എങ്കിലും താൻ പറഞ്ഞിരുന്നതുപോലെ ചെയ്യാതിരിക്കുന്നതു വിഹിതമല്ലല്ലോ എന്നു വിചാരിച്ച് കുഞ്ചുക്കർത്താവ് അകത്തുനിന്ന് ഒരു പെട്ടിയെടുത്തുകൊണ്ടുവന്നു തുറന്ന് സർക്കാരിലേക്ക് ചെല്ലുവാനുണ്ടായിരുന്ന സംഖ്യ മുഴുവനും അതിൽനിന്ന് എണ്ണിയെടുത്തു. അതു മുഴുവനും അക്കാലത്തു കൊച്ചീരാജ്യത്തു നടപ്പുണ്ടായിരുന്ന ഇരട്ടിപ്പുത്തനായിരുന്നു. മുഴുവനും എണ്ണിക്കഴിഞ്ഞപ്പോൾ "പുത്തനെക്കുറിച്ചു വല്ല സംശയവുമുണ്ടെങ്കിൽ വെട്ടിമുറിച്ചോ ഉരുക്കിയോ നോക്കിക്കൊള്ളണം" എന്നു കുഞ്ചുക്കർത്താവു പറഞ്ഞു. വന്നിരുന്ന ആൾ വേണ്ടുന്ന പരിശോധനയെല്ലാം കഴിഞ്ഞതിന്റെ ശേഷം "എല്ലാം നല്ല പുത്തൻതന്നെയാണ് സംശയമൊന്നുമില്ല" എന്നു പറഞ്ഞ്, പുത്തനെല്ലാം വാരിക്കെട്ടിക്കൊണ്ടുപോയി. അയാൾ പോയി കുറച്ചു സമയം കഴിഞ്ഞപ്പോൾ അനന്തരവൻ കർത്താവു വന്നു. അപ്പോൾ അദ്ദേഹത്തോടു നികുതിവക പണത്തിനു സർക്കാരിൽനിന്ന് ആളെ അയച്ചിരുന്നുവെന്നും താൻ പണമുണ്ടാക്കിക്കൊടുത്തയച്ചു എന്നും കുഞ്ചുക്കർത്താവു പറഞ്ഞു. ഇതു കേട്ടപ്പോൾത്തന്നെ അനന്തരവൻ കർത്താവു വല്ലാതെ ഭയപ്പെട്ടു. കാരണവരുടെ കൈവശം പണമുണ്ടായിരുന്നില്ലെന്ന് അനന്തരവന് അറിയാമായിരുന്നു. പിന്നെ പണമുണ്ടാക്കിക്കൊടുത്തയച്ചത് ഇന്ദ്രജാലം കൊണ്ടായിരിക്കണമല്ലോ. അതിനാൽ

അനന്തരവൻകർത്താവ് "അയ്യോ! ഇതു വേണ്ടായിരുന്നു. സർക്കാരിനെ വഞ്ചിക്കുന്നതു വിഹിതമല്ലല്ലോ. എന്നു മാത്രമല്ല, സംഗതി വെളിപ്പെടുമ്പോൾ നമ്മൾ ശിക്ഷ അനുഭവിക്കേണ്ടതായും വന്നേക്കാം" എന്നു പറയുകയും പണവുംകൊണ്ടു ക്ഷണത്തിൽ എറണാകുളത്തേക്കു പോവുകയും ചെയ്തു. എറണാകുളത്തെത്തി പണം ഏറ്റുവാങ്ങേണ്ടുന്ന ഉദ്യോഗസ്ഥന്മാരുടെ അടുക്കൽച്ചെന്നു "നികുതി വക പണമെല്ലാം ഹാജരാക്കിയിരിക്കുന്നു. ഇത് ഏറ്റുവാങ്ങി രസീതു തരണം"എന്നു പറഞ്ഞപ്പോൾ ഉദ്യോഗസ്ഥന്മാർ "നികുതിവക പണമെല്ലാം ഇവിടെ അടച്ചുതീർന്നിരിക്കുന്നു" എന്നു പറഞ്ഞു. അപ്പോൾ കർത്താവ്, "കാരണവർ കൊടുത്തയച്ച അപ്പണം വേറൊരിനമാണ്. അതിനാൽ അതു മടക്കിത്തരികയും ഞാൻ കൊണ്ടുവന്നിരിക്കുന്ന പണം ഏറ്റുവാങ്ങി പ്രമാണം തരുകയും ചെയ്യണ"മെന്നു നിർബ്ബന്ധിച്ചു. അതിനാൽ ആ ഉദ്യോഗസ്ഥന്മാർ അങ്ങനെ സമ്മതിച്ചു. കാരണവർ കൊടുത്തയച്ച പണം എടുത്തുകൊണ്ടുവന്ന് എണ്ണിയേൽപ്പിക്കുന്നതിനായി അഴിച്ചു നോക്കിയപ്പോൾ അതു മുഴുവനും ഇരട്ടിപ്പുത്തന്റെ വലിപ്പത്തിൽ വൃത്താകാരമായി മുറിച്ച ഓലക്കഷണങ്ങളായിരുന്നു. അതു കണ്ട് എല്ലാവരും വിസ്മയിക്കുകയും നികുതി പണം ഏറ്റുവാങ്ങിക്കൊണ്ട് അതിനുള്ള രസീതു കൊടുത്തയക്കുകയും ചെയ്തു. കുഞ്ചുക്കർത്താവു പരദേശത്തുനിന്നു മടങ്ങിവന്നിട്ട് ആദ്യം പ്രയോഗിച്ച വിദ്യ ഇതായിരുന്നു. ഇതു കഴിഞ്ഞപ്പോഴേക്കും അദ്ദേഹത്തിന്റെ പ്രസിദ്ധി സർവ്വത്ര പരന്നു.

ഒരിക്കൽ തൃപ്പൂണിത്തുറെനിന്നു ചില കൊച്ചുതമ്പുരാക്കന്മാർ കർത്താവിന്റെ ഭവനത്തിൽ എഴുന്നള്ളുകയും ചില വിദ്യകൾ കണ്ടാൽ കൊള്ളാമെന്നു കുഞ്ചുക്കർത്താവിനോട് ആവശ്യപ്പെടുകയും ചെയ്തു. കുഞ്ചുക്കർത്താവു നാലു തോക്കെടുത്തു നിറച്ചു നാലു ഭൃത്യന്മാരെ വിളിച്ച് ഓരോ തോക്കുവീതം അവരുടെ കയ്യിൽ കൊടുത്ത് അവിടെയുള്ള കുളത്തിന്റെ നാലു കരിയിലും നിറുത്തീട്ട്, "ഞാൻ ഈ കുളത്തിൽ മുങ്ങിയാൽ പൊങ്ങിവരുന്ന സമയം നിങ്ങൾ എന്നെ വെടിവയ്ക്കണം" എന്നു പറഞ്ഞു. ഭൃത്യന്മാർ അരയും തലയും മുറുക്കി വെടിവയ്ക്കാനായി സന്നദ്ധരായിക്കഴിഞ്ഞു എന്നു കണ്ടപ്പോൾ കർത്താവു കുളത്തിലിറങ്ങി മധ്യഭാഗത്തു ചെന്നു മുങ്ങി. കൊച്ചുതമ്പുരാക്കന്മാരും ഭൃത്യന്മാരും നോക്കിക്കൊണ്ടു നിന്നു. ഏകദേശം മൂന്നേമുക്കാൽ നാഴിക കഴിഞ്ഞപ്പോൾ കുഞ്ചുകർത്താവിന്റെ തല വെള്ളത്തിനുമുകളിൽ കണ്ടു. ഉടനെ ഭൃത്യന്മാർ വെടിവെക്കുകയും കുഞ്ചുക്കർത്താവിന്റെ തല പൊട്ടിച്ചിതറുകയും കുളത്തിലെ വെള്ളം രക്തമയമായിത്തീരുകയും കുറച്ചു സമയം കഴിഞ്ഞപ്പോൾ കുഞ്ചുക്കർത്താവിന്റെ മൃതശരീരം വെള്ളത്തിനു മീതെ പൊങ്ങിവരുകയും ചെയ്തു. ഇതെല്ലാം കണ്ടു കൊച്ചുതമ്പുരാക്കന്മാർ വല്ലാതെ ഭയപ്പെടുകയും "കർത്താവ് ഇങ്ങനെ മരിച്ചതിന്റെ

കാരണമെന്തായിരിക്കും? കാരണമെന്തായാലും വലിയ കഷ്ടമായിപ്പോയി. കർത്താവിന്റെ വിദ്യ കാണാൻ വന്നിട്ട് നമുക്കു മരണം കാണാനാണല്ലോ സംഗതിയായത്. കർത്താവു പറഞ്ഞിട്ടാണെങ്കിലും ഈ ഭൃത്യന്മാർ വെടിവെച്ചതുന്യായമായില്ല. വെടിവയ്ക്കുന്ന സമയം കർത്താവു വെള്ളത്തിൽ മുങ്ങിക്കളയും. വെടി കൊള്ളാനിടയാവുകയില്ല എന്നാണ് വിചാരിച്ചത്. അല്ലെങ്കിൽ വെടിവയ്ക്കാൻ സമ്മതിക്കയില്ലായിരുന്നു. അഥവാ കർത്താവിന് അബദ്ധംപറ്റിപ്പോയതല്ലയോ? വെടി വരുമ്പോഴേക്കും മുങ്ങിക്കളയാമെന്നായിരിക്കും വിദ്വാൻ വിചാരിച്ചിരുന്നത്. വെടിയുണ്ടയുടെ വേഗംകൊണ്ട് അതിനിട കിട്ടിയില്ലായിരിക്കും. എങ്ങനെയായാലും കാര്യം വലിയ കഷ്ടമായിപ്പോയി" എന്നും മറ്റും അരുളിച്ചെയ്യുകയും ചെയ്തു. അപ്പോഴേക്കും കുഞ്ചുക്കർത്താവിന്റെ മൃതശരീരം വെള്ളത്തിൽത്താണു. ഉടനെ അദ്ദേഹത്തിന്റെ മാളികയിൽ ഒരു വീണ വായന കേട്ടുതുടങ്ങി. അപ്പോൾ ആ വെടിക്കാരായ ഭൃത്യന്മാർ കൊച്ചുതമ്പുരാക്കന്മാരുടെ അടുക്കൽ ചെന്ന് "ഈ കഷ്ടസംഭവം തൃക്കൺപാർത്തതിനാൽ തിരുമനസ്സിലുണ്ടായിരുന്ന അസ്വാസ്ഥ്യം ആ മാളികയിലെഴുന്നള്ളി വീണവായന കുറച്ചു കേട്ടാൽത്തീരും" എന്നറിയിച്ചു. ഉടനെ കൊച്ചുതമ്പുരാക്കന്മാർ മാളികയിലെഴുന്നള്ളി. അപ്പോൾ അവിടെ വീണ വായിച്ചുകൊണ്ടിരുന്നത് കുഞ്ചുക്കർത്താവായിരുന്നു. കർത്താവിനെക്കണ്ടപ്പോൾ ആ തമ്പുരാക്കന്മാർക്കുണ്ടായ സന്തോഷവും വിസ്മയവും എത്രമാത്രമായിരുന്നു എന്നു പറയാൻ പ്രയാസം. അവർ കരുതിക്കൊണ്ടു വന്നിരുന്ന സമ്മാനങ്ങളെല്ലാം കൊടുത്തു കർത്താവിനെ അത്യന്തം ബഹുമാനിച്ചതിന്റെശേഷം മടങ്ങിയെഴുന്നള്ളുകയും ചെയ്തു.

ഒരു ദിവസം കുഞ്ചുക്കർത്താവും ഒരു നമ്പൂരിയുംകൂടി ചതുരംഗം വച്ചുകൊണ്ടിരുന്നപ്പോൾ കർത്താവിന്റെ ചില സ്നേഹിതന്മാർ അവിടെച്ചെന്ന്, "ഞങ്ങൾ വഞ്ചികളിക്കാനായി പുറപ്പെട്ടിരിക്കുകയാണ്. യജമാനന്മാർകൂടെ വരണം" എന്നു പറഞ്ഞു. ചതുരംഗത്തിലുള്ള രസം കൊണ്ടു കർത്താവ്, "ഞാൻ വരുന്നില്ല. നിങ്ങൾ പോയി വഞ്ചികളിക്കുവിൻ; ഞങ്ങൾ ചതുരംഗം കളിക്കാം" എന്നു പറഞ്ഞു. അതുകേട്ട് ആ സ്നേഹിതന്മാർ സമ്മതിക്കാതെ വീണ്ടും നിർബ്ബന്ധിക്കുകയാൽ കർത്താവു നമ്പൂരിയോട്, "ഞാൻ പോയി ക്ഷണത്തിൽ മടങ്ങി വന്നേക്കാം. അവിടുന്ന് ഇവിടെത്തന്നെ ഇരിക്കണം. പൊയ്ക്കളയരുത്" എന്നു പറഞ്ഞിട്ട് അവരോടുകൂടിപ്പോയി. ഉടനെ എല്ലാവരുംകൂടിച്ചെന്നു തോണിയിൽ കയറി കളി തുടങ്ങി. സ്വല്പസമയം കഴിഞ്ഞപ്പോൾ തോണിയുടെ കൊമ്പത്തിരുന്ന കർത്താവ് എങ്ങനെയോ തെറിച്ച് വെള്ളത്തിൽ വീഴുകയും ഉടനെ താണുപോവുകയും ചെയ്തു. വഞ്ചിയിലുണ്ടായിരുന്ന കൂട്ടുകാർക്കു പരിഭ്രമമായി. ചിലർ വെള്ളത്തിൽ ചാടി മുങ്ങിത്തപ്പിനോക്കി. കർത്താവിന്റെ മൃതശരീരംപോലും എങ്ങും

കണ്ടില്ല. പിന്നെ വലക്കാരെ വരുത്തി വലവീശിനോക്കി. എന്നിട്ടും കണ്ടില്ല. കർത്താവിന്റെ ശവംപോലും കണ്ടുകിട്ടുന്നകാര്യം അസാദ്ധ്യ മെന്നു തീർച്ചയാവുകയാൽ അവരെല്ലാവരും ഏറ്റവും വിഷാദത്തോടു കൂടി കളി മതിയാക്കി കരയ്ക്കു കയറി. ഈ വർത്തമാനം കർത്താവി ന്റെ ഗൃഹത്തിലറിയിക്കാതിരിക്കുന്നതു ശരിയല്ലല്ലോ എന്നു വിചാരിച്ച് അവരെല്ലാവരുംകൂടി അങ്ങോട്ടു നടന്നു. അവർ അവിടെച്ചെന്നപ്പോൾ കർത്താവു നമ്പൂരിയുംകൂടി യഥാപൂർവ്വം ചതുരംഗം വച്ചുകൊണ്ടിരി ക്കുന്നതു കണ്ട് അവർ അദ്ഭുതപ്പെട്ടു. "യജമാനൻ ഞങ്ങളെ ഇങ്ങനെ വ്യസനിപ്പിച്ചതു വലിയ കഷ്ടമായിപ്പോയി" എന്ന് അവർ പറഞ്ഞപ്പോൾ "നിങ്ങൾ ഞങ്ങളുടെ ചതുരംഗായോധനമൂർദ്ധ്വമാക്കാൻ ശ്രമിച്ചതു കഷ്ടമായിപ്പോയി" എന്നു കർത്താവും പറഞ്ഞു.

കുഞ്ചുക്കർത്താവിന്റെ അദ്ഭുതകർമ്മങ്ങളെക്കുറിച്ചു പരദേശത്തു കേൾക്കുകയാൽ അവിടെനിന്നു കേങ്കേമനായ ഒരിന്ദ്രജാലക്കാരൻ ഇദ്ദേഹത്തെ പരീക്ഷിക്കാനായി ഇങ്ങോട്ടു പുറപ്പെട്ടു. അയാൾ എറണാ കുളത്തെത്തി, അടുത്ത ദിവസം കായലിൽവച്ച് ഒരു കളി നടത്താൻ നിശ്ചയിച്ചിരിക്കുന്നതായി ഒരു പരസ്യം പ്രസിദ്ധപ്പെടുത്തി. നിശ്ചിത സമയമായപ്പോഴേക്കും എറണാകുളത്തുള്ള കായൽക്കരയിൽ അസം ഖ്യമാളുകൾ കൂടി. കൊച്ചീവലിയതമ്പുരാൻ തിരുമനസ്സുകൊണ്ടും പരി വാരസമേതം അവിടെ എഴുന്നള്ളി. അക്കൂട്ടത്തിൽ കുഞ്ചുക്കർത്താവു മുണ്ടായിരുന്നു. ആ പരദേശി വന്നിരിക്കുന്നതു കുഞ്ചുക്കർത്താവിനെ പരീക്ഷിക്കാനാണെന്ന് ആർക്കും അറിയാൻ പാടില്ലായിരുന്നു. അയാൾ ആ പരമാർത്ഥം ആരോടും പറഞ്ഞുമില്ല. എങ്കിലും കുഞ്ചുക്കർത്താവ് ഈ വാസ്തവം ഊഹിക്കാതിരുന്നില്ല. സമയമായപ്പോൾ ആ ഐന്ദ്ര ജാലികൻ ചില സാമാനങ്ങൾ കെട്ടിയെടുത്തു കൊണ്ട് ഒരു മെതിയടി യിൽക്കയറി വെള്ളത്തിന്റെ മീതെ നടന്നു കായലിലേക്കു പോയി. കരയിൽനിന്ന് ഏകദേശം നൂറടിഅകലെച്ചെന്ന് അവിടെ വെള്ളത്തി നുമീതെ ഒരു കരിമ്പടം വിരിച്ച് അതിൽ-

"പേനക്കത്തികൾ പേനയും പെനിസിലും പിച്ചാത്തി പിഞ്ഞാണവും
ചീനത്തൂശിയുമുണ്ടനൂലു ചരടും തീപ്പെട്ടി കാൽപ്പെട്ടിയും"

മറ്റും നിരത്തിവെച്ച് "ഓടിവരുവിൻ, ഓടിവരുവിൻ, സാമാനം മെച്ചം, വില സഹായം ഇപ്പോൾ തീർന്നുപോകും" എന്നും മറ്റും വിളിച്ചുപറഞ്ഞു കൊണ്ടിരുന്നു. 'കുഞ്ചുക്കർത്താവിനു വായുസ്തംഭം, ജലസ്തംഭം മുതലായവ അറിയാമെങ്കിൽ വെള്ളത്തിന്റെ മീതെ നടന്നുചെല്ലും. അങ്ങനെ ചെന്നില്ലെങ്കിൽ അദ്ദേഹത്തിന് ആ വക വിദ്യകൾ അറിഞ്ഞു കൂടെന്നു തീർച്ചപ്പെടുത്തുകയും ചെയ്യാമല്ലോ' എന്നു വിചാരിച്ചാണ് ആ പരദേശി ഇങ്ങനെ വിളിച്ചു പറഞ്ഞുകൊണ്ടിരുന്നത്. അയാൾ സാഹങ്കാരം ഇങ്ങനെ വിളിച്ചുപറയുന്നതു കേട്ടപ്പോൾ വലിയതമ്പു രാൻ തിരുമനസ്സുകൊണ്ടു കുഞ്ചുക്കർത്താവിനെ അടുക്കൽ വിളിച്ച്

"എന്താ, അവിടെച്ചെന്നു വല്ലതും വാങ്ങിക്കൊണ്ടുവരാൻ വയ്യേ" എന്നു കൽപിച്ചു ചോദിച്ചു. "കൽപനയുണ്ടെങ്കിൽ പരീക്ഷിച്ചുനോക്കാം" എന്നു കർത്താവു മറുപടി അറിയച്ചപ്പോൾ "ആട്ടെ, ഒന്നു പരീക്ഷിച്ചു നോക്കൂ" എന്നു വീണ്ടും കൽപിച്ചു. ഉടനെ കുഞ്ചുക്കർത്താവ് ഒരു വലിയ വെള്ളക്കുതിരയുടെ പുറത്തുകയറി വെള്ളത്തിനു മീതെ ഓടിച്ച് അങ്ങോട്ടു ചെന്നു. അപ്പോഴേക്കും കരിമ്പടവും കച്ചവടസ്സാമാനങ്ങളും കച്ചവടക്കാരനും എല്ലാം വെള്ളത്തിൽ താണുകഴിഞ്ഞു. കായലിൽക്കിടന്നു മുങ്ങിയും പൊങ്ങിയും വെള്ളം കുടിച്ചു മരിക്കാൻ തുടങ്ങിയ ആ പരദേശികനെ കുഞ്ചുക്കർത്താവു പിടിച്ചുവലിച്ചു തന്റെ കുതിരയുടെ പുറത്തു കയറ്റിയിരുത്തിക്കൊണ്ട് കുതിരയെ തിരിയെ ഓടിച്ചു കരയ്ക്കെത്തീട്ട് ആ പരദേശിയോട് "എന്താ, പരീക്ഷ ഒട്ടു മതിയായോ" എന്നു ചോദിച്ചു. അപ്പോൾ പരദേശി തൊഴുതുകൊണ്ട് "അബദ്ധം പിണഞ്ഞുപോയി. ക്ഷമിക്കണം. എന്റെ പ്രാണരക്ഷചെയ്തതിനായി പ്രത്യേകം വന്ദനം പറഞ്ഞുകൊള്ളുന്നു. ഇനി എന്റെ ജീവനുള്ളപ്പോൾ ഞാൻ യജമാനനെ പരീക്ഷിക്കാൻ പുറപ്പെടുകയില്ല" എന്നു പറഞ്ഞു സത്യംചെയ്തു ലജ്ജാവനമ്രമുഖനായി അവിടെനിന്നു മടങ്ങി പരദേശത്തേക്കു തന്നെ പോയി.

ഒരു വേനൽക്കാലത്തു വഴിപോക്കരായും മറ്റുമുള്ള അനവധിയാളുകൾ കർത്താവിന്റെ മാളികയിൽ വന്നുകൂടി. അവർ വെയിലുകൊണ്ടു പരവശന്മാരായിട്ടാണ് അവിടെക്കയറിയത്. ദാഹം കലശലായിട്ടുണ്ടായിരുന്നതിനാൽ കുടിക്കാൻ വെള്ളം വേണമെന്ന് അവർ കുഞ്ചുക്കർത്താവിനോടു പറഞ്ഞു. "എന്തു വെള്ളമാണു വേണ്ടത്" എന്നു കർത്താവു ചോദിച്ചപ്പോൾ 'കരിക്കായാൽ കൊള്ളാം; അല്ലെങ്കിൽ ഇവിടുത്തെ സൗകര്യംപോലെ എന്തു വെള്ളമായാലും വിരോധമില്ല" എന്നവർ പറഞ്ഞു. അപ്പോൾ കർത്താവ്, "കരിക്കുതന്നെ ആവാം, ഇവിടെ സൗകര്യക്കുറവൊന്നുമില്ല. പക്ഷേ, തെങ്ങിന്മേൽക്കയറാൻ ഇപ്പോൾ ഇവിടെ നമ്മുടെ ഭൃത്യന്മാരാരുമില്ല എന്നൊരു തരക്കേടു മാത്രമേ ഉള്ളൂ. വാലിയക്കാതെ ഒക്കെ ഓരോ കാര്യങ്ങൾക്കായി ഓരോ സ്ഥലങ്ങളിലേക്കു പറഞ്ഞയച്ചിരിക്കുകയാണ്. അതുകൊണ്ടു വിരോധമൊന്നുമില്ല; തെങ്ങിന്മേൽക്കയറാൻ എനിക്കുമറിയാം. നല്ല പരിചയമില്ല എന്നേ ഉള്ളൂ" എന്നു പറഞ്ഞ് കർത്താവു തന്നെ ചെന്ന് ഒരു തെങ്ങിന്മേൽക്കയറി അതിൽ നിന്ന് ഒരു കരിക്കു പറിച്ചു താഴെയിട്ടതിന്റെ ശേഷം ആ തെങ്ങിന്മേൽനിന്നു മറ്റൊരു തെങ്ങിന്മേലേക്കു ചാടി. അങ്ങനെ ഓരോ കരിക്കുവീതം പറിച്ചുകൊണ്ട് അദ്ദേഹം ഒരു കുരങ്ങനെപ്പോലെ അവിടെയുണ്ടായിരുന്ന തെങ്ങിലൊക്കെ ചാടിനടന്നു. അവിടെ കൂടിയിരുന്നവർ ഇതു കണ്ട് അത്യന്തം വിസ്മയിച്ചു. എങ്കിലും ഒടുക്കം ചാട്ടംപിഴച്ചു കർത്താവു നിലത്തുവീണു. അതു കണ്ട് പരിഭ്രമിച്ച് അവിടെയുണ്ടായിരുന്നവരെല്ലാം ഓടിച്ചെന്നു നോക്കിയപ്പോൾ അദ്ദേഹത്തിനു ബോധമില്ലായിരുന്നു. അത്യന്തം വിവശനായിരിക്കുന്നതു കണ്ട്

അദ്ദേഹം അപ്പോൾത്തന്നെ മരിച്ചു പോകുമെന്ന് എല്ലാവരും തീർച്ചപ്പെടുത്തി. കർത്താവിന്റെ അവശത കണ്ടപ്പോൾ വെള്ളം കുടിക്കണമെന്നു വിചാരിച്ച കാര്യം എല്ലാവരും മറന്നു. അവർ ഏറ്റവും വിഷണ്ണന്മാരായിത്തീർന്നു. അവരെല്ലാവരും ഇതികർത്തവ്യതാമൂഢന്മാരായി അങ്ങനെ നിന്നപ്പോൾ കർത്താവ് വായ് തുറന്നു കാണിച്ചു. അതു കണ്ടിട്ട് "അദ്ദേഹത്തിനു വെള്ളം കുടിക്കണമെന്നുണ്ടായിരിക്കും; അതു കൊണ്ടായിരിക്കും വായ് പൊളിച്ചുകാണിക്കുന്നത്. ആരെങ്കിലും ചെന്ന് ഒരു കരിക്കു ക്ഷണത്തിൽ ചെത്തിക്കൊണ്ടുവരണം" എന്ന് ഒരാൾ പറഞ്ഞു. ഉടനെ ചിലർ കരിക്കു ചെത്തിക്കൊണ്ടുവരുവാനായി ഓടിപ്പോയി. അപ്പോൾ ഒരു ചെത്തിയ കരിക്കുംകൊണ്ട് കുഞ്ചുക്കർത്താവ് അവിടെ വന്നു. തെങ്ങിൻനിന്നു വീണ് അവശനായിക്കിടന്നിരുന്ന കുഞ്ചുക്കർത്താവ് തൽക്ഷണം അദൃശ്യനായിത്തീരുകയും ചെയ്തു. ആ സമയം അവിടെയുണ്ടായിരുന്ന ജനങ്ങൾക്കുണ്ടായ വിസ്മയം വാചാമഗോചരമെന്നല്ലാതെ മറ്റൊന്നും പറയാനില്ല. കർത്താവു തെങ്ങിന്മേലെല്ലാം ചാടി നടന്നതു ഹനുമാന്റെ അനുഗ്രഹം കൊണ്ടും താഴെ വീണ് മരിക്കാൻ തുടങ്ങിയതായിക്കാണിച്ചത് ഇന്ദ്രജാലവിദ്യകൊണ്ടുമായിരുന്നു എന്നുള്ളതു വിശേഷിച്ചു പറയണമെന്നില്ലല്ലോ. കർത്താവു തെങ്ങിന്മേൽ ചാടിനടക്കുന്നതു കണ്ടപ്പോൾ ജനങ്ങൾക്കുണ്ടായ വിസ്മയം അവശനായിക്കിടന്നിരുന്ന അദ്ദേഹത്തെ സ്വസ്ഥശരീരനായിക്കണ്ടപ്പോൾ ശതഗുണീഭവിച്ചു. കരിക്കു ചെത്തിക്കുടിച്ചു ദാഹം തീർത്തതിന്റെശേഷം വീണ്ടും എല്ലാവരും മാളികയിൽകൂടി. അപ്പോൾ കുഞ്ചുക്കർത്താവ്,"വെള്ളംകുടികഴിഞ്ഞുവല്ലോ, ഇനി ഒന്നു മുറുക്കിയാൽക്കൊള്ളാമെന്നുണ്ടായിരിക്കും. ഇല്ലേ? ആവശ്യമുള്ളവർക്കൊക്കെ മുറുക്കാം" എന്നു പറഞ്ഞു മുറുക്കുപെട്ടി തുറന്നുവച്ചു. അതിൽ മുറുക്കാനുള്ളതൊന്നുമുണ്ടായിരുന്നില്ല. അപ്പോൾ ഒരാൾ "ഈ പെട്ടിയിൽ മുറുക്കാനുള്ളതൊന്നുമില്ലല്ലോ" എന്നു പറഞ്ഞു. ഉടനെ കർത്താവ്, "ഒന്നുമില്ലെങ്കിൽ എല്ലാമിപ്പോൾ വരുത്താമല്ലോ" എന്നു പറഞ്ഞു. അതു കേട്ട് ആ ജനക്കൂട്ടത്തിൽ ഒരാൾ, "ഞങ്ങൾക്കുവേണ്ടി അങ്ങനെ ബുദ്ധിമുട്ടണമെന്നില്ല. ഇവിടെയിപ്പോൾ വാലയിക്കാരാരും ഇല്ലാതെയിരിക്കുന്നതുകൊണ്ടു മുറുക്കുസാമാനങ്ങൾ വാങ്ങാനും യജമാനൻതന്നെ പോകണമായിരിക്കുമല്ലോ" എന്നു പറഞ്ഞു. "നിങ്ങൾ അതൊക്കെ എന്തിനറിയുന്നു? നിങ്ങൾ വേണമെങ്കിൽ മുറുക്കിക്കൊള്ളണം. അപ്പം തിന്നുന്നവൻ കുഴിയെണ്ണുന്നതെന്തിനാണ്" എന്നു കർത്താവു പറഞ്ഞപ്പോഴേക്കും എവിടെ നിന്നോ എന്തോ മുറുക്കാനുള്ള സാധനങ്ങളെല്ലാം പെട്ടിയിൽ നിറഞ്ഞുകഴിഞ്ഞു. ഒന്നാന്തരം വെറ്റില, അടയ്ക്ക, പുകയില, നൂറ്, ഏലത്തരി, ഗ്രാമ്പൂവ്, വാൽമുളക്, ജാതിക്ക, ജാതിപത്രി മുതലായവയെല്ലാം കണ്ട് ആ ജനങ്ങൾ പൂർവ്വാധികം വിസ്മയിക്കുകയും ആവശ്യമുള്ളവരൊക്കെ മുറുക്കിയതിന്റെശേഷം എല്ലാവരും കർത്താവിനെ വന്ദിച്ചു യാത്ര പറഞ്ഞു പോവുകയും ചെയ്തു.

വിശേഷിച്ചു വല്ലവരുമുള്ളപ്പോൾ ഒരു സാധനവും കുഞ്ചുക്കർത്താവു വാലിയക്കാരെയും മറ്റും പറഞ്ഞയച്ചു വരുത്തുക പതിവില്ല. ആവശ്യമുള്ളതെല്ലാം താനെ അവിടെ വന്നുകൊള്ളും. അങ്ങനെയാണ് പതിവ്. ഈ സാമാനങ്ങളെല്ലാം ആവശ്യംപോലെ കൊണ്ടുവന്നു കൊടുക്കുന്നതു കുഞ്ചുക്കർത്താവു സേവിച്ചു പ്രത്യക്ഷമാക്കിട്ടുള്ള കുട്ടിച്ചാത്തന്മാരാണെന്നുള്ളതു വിശേഷിച്ചു പറയണമെന്നില്ലല്ലോ.

കുഞ്ചുക്കർത്താവിന്റെ അദ്ഭുതകർമ്മങ്ങൾ ഇങ്ങനെ ഇനിയും വളരെപ്പറയാനുണ്ട്. അവ മിക്കവാറും കൈപ്പുഴത്തമ്പാന്റെ വിദ്യകളെ അനുകരിക്കുന്ന വകയായാലും ലേഖനദൈർഘ്യത്തെ ഭയപ്പെട്ടും ഇനി അധികം വിസ്തരിക്കുന്നില്ല. ദേവാസുരയുദ്ധത്തിൽ സഹായിക്കുന്നതിനു ചെല്ലാനായിട്ടു ക്ഷണക്കത്തു നൂലിന്മേൽക്കെട്ടി ആകാശമാർഗ്ഗത്തിങ്കൽനിന്നു ദേവേന്ദ്രൻ കൈപ്പുഴത്തമ്പാന്റെ പേർക്കയക്കാറുള്ളതുപോലെ കുഞ്ചുക്കർത്താവിന്റെ പേർക്കും അയയ്ക്കാറുണ്ട്. തമ്പാനെപ്പോലെ കർത്താവു നൂലിന്മേൽ പിടിച്ചുതന്നെ സ്വർഗ്ഗത്തിലേക്കു കയറിപ്പോവുകയും മറ്റും പലപ്പോഴും ഉണ്ടായിട്ടുമുണ്ട്. തമ്പാൻ തിരുവിതാംകൂർ മഹാരാജാവിന്റെ തിരുമുമ്പിൽവച്ചാണെന്നും കർത്താവു കൊച്ചി വലിയതമ്പുരാന്റെ തിരുമുമ്പിൽവച്ചാണെന്നും മാത്രമേ വ്യത്യാസമുള്ളൂ. രണ്ടുപേർ കാണിച്ചതാണെങ്കിലും ഒരുപോലെയുള്ള രണ്ടു സംഗതികൾ പ്രത്യേകം പ്രത്യേകം വിവരിക്കുന്നത് അനാവശ്യമാണല്ലോ.

കുഞ്ചുകർത്താവു വൈദ്യം വകയായും മന്ത്രവാദം വകയായും ഇന്ദ്രജാലം വകയായും അസ്ത്രശസ്ത്രപ്രയോഗങ്ങൾ സംബന്ധിച്ചുള്ളവയായും സേവാമാർഗ്ഗങ്ങൾ വിവരിക്കുന്നവയായും മറ്റും അനേകം ഗ്രന്ഥങ്ങൾ പരദേശത്തുനിന്നു സമ്പാദിച്ചുകൊണ്ടുവന്നു സ്വഗൃഹത്തിൽ സൂക്ഷിച്ചുവച്ചിരുന്നു. അദ്ദേഹം അവിടെയില്ലാതെയിരിക്കുന്ന സമയങ്ങളിൽ അനന്തരവന്മാരിൽ ചിലർ ആ ഗ്രന്ഥങ്ങളെടുത്തുനോക്കി സ്വകാര്യമായി ചില വിദ്യകൾ പഠിച്ചു തുടങ്ങി. കുറച്ചുകാലത്തേക്ക് കുഞ്ചുക്കർത്താവ് അനന്തരവരുടെ ഈ കളവ് അറിഞ്ഞില്ല. കുറച്ചു കഴിഞ്ഞപ്പോൾ ഇതറിയുന്നതിനു ചില കാരണങ്ങളുണ്ടായി.

ചേരാനല്ലൂർ കർത്താവിന്റെ ഗൃഹമിരിക്കുന്ന പുരയിടത്തിന്റെ കിഴക്കുവശം കുമ്പളം, വെള്ളരി, മത്ത മുതലായവ കൃഷിചെയ്യുന്നതിനു കൊള്ളാവുന്ന സ്ഥലമാണ്. അവിടെ ആണ്ടുതോറും പതിവായി മേല് പറഞ്ഞ കൃഷി ചെയ്യാറുണ്ടായിരുന്നു. കുഞ്ചുക്കർത്താവ് അവിടെയുള്ളപ്പോൾ അദ്ദേഹം കാലത്തെ എഴുന്നേറ്റ് അവിടെ ചെന്നുനോക്കി കുമ്പളം, മത്ത മുതലായവയുടെ ഫലപുഷ്ടി കണ്ടാനന്ദിക്കുക പതിവായിരുന്നു. ആ പതിവനുസരിച്ച് അദ്ദേഹം ഒരു ദിവസം കാലത്തു ചെന്നു നോക്കിയപ്പോൾ ഒരു കുമ്പളങ്ങയിന്മേൽ രൂപാവട്ടത്തിൽ മറുപുറം തുളഞ്ഞതായ ഒരു ദ്വാരം കണ്ടു. ഇതെന്തെന്നു സംശയിച്ചു പരിശോധിച്ചപ്പോൾ എല്ലാത്തിന്മേലും അങ്ങനെ ഓരോ ദ്വാരം വീതം

കാണുകയാൽ അനന്തരവനെ വിളിച്ച് ഇതിന്റെ കാരണമെന്തെന്നു ചോദിച്ചു. അപ്പോൾ ഒരനന്തരവൻ,"ഞാൻ അസ്ത്രശാസ്ത്ര ഗ്രന്ഥമെടുത്തു നോക്കിയപ്പോൾ ഒരു പ്രയോഗം കണ്ടു. ആ വിദ്യ ഫലിക്കുമോ എന്നു പരീക്ഷിച്ചുനോക്കുവാനായി തെങ്ങിന്റെ ഈർക്കിൽകൊണ്ട് ഒരസ്ത്രമുണ്ടാക്കി പ്രയോഗിച്ചതാണ്. ഞാൻ ഒന്നിൽ മാത്രമേ എയ്തുനോക്കിയുള്ളൂ" എന്നു പറഞ്ഞു. അതു കേട്ടു കുഞ്ചുക്കർത്താവ്, "ഗുരുപദേശം കൂടാതെ ഗ്രന്ഥത്തിൽ കാണുന്നവ പ്രയോഗിച്ചുതുടങ്ങിയാൽ അനർത്ഥങ്ങളുണ്ടായേക്കും; അതിനാൽ അങ്ങനെ ചെയ്യരുത്" എന്നുമാത്രം പറഞ്ഞു.

വേറൊരനന്തരവൻ സേവാക്രമഗ്രന്ഥമെടുത്തു നോക്കി ചില മന്ത്രങ്ങൾ പഠിച്ചുകൊണ്ടു ഹനുമാനെ സേവ തുടങ്ങി. ഒടുക്കം അയാൾക്കു ഭ്രാന്തുപിടിച്ചു. അതുകൂടെയായപ്പോൾ കുഞ്ചുക്കർത്താവ് 'ഈ ഗ്രന്ഥങ്ങൾ ഇവിടെ വച്ചിരുന്നാൽ ഇനി ഇതിനേക്കാൾ വലിയ അനർത്ഥങ്ങളും ഉണ്ടായേക്കും' എന്നു വിചാരിച്ച് അവയെല്ലാം ചുട്ടുനശിപ്പിച്ചുകളഞ്ഞു. ആ ഭ്രാന്തുപിടിച്ച ആളുടെ ബാധയെ പിടിച്ചു ചിറ്റൂർക്ഷേത്രത്തിന്റെ മുൻവശത്തുള്ള ആൽത്തറയ്ക്കൽ കുടിയിരുത്തുകയും ചെയ്തു.

ചേരാനല്ലൂർ കർത്താവിന്റെ വകയായി ചിറ്റൂർ എന്ന ദേശത്ത് ഒരു ക്ഷേത്രമുണ്ട്. ഗുരുവായൂരപ്പനെത്തന്നെയാണ് അവിടെ പ്രതിഷ്ഠിച്ചിരിക്കുന്നത്. ചേരാനല്ലൂർ കർത്താവിനുണ്ടായിട്ടുള്ള ശ്രേയസ്സുകൾക്കൊക്കെ പ്രധാന കാരണം ആ സ്വാമിയാണ്. കുഞ്ചുക്കർത്താവ് ആ ക്ഷേത്രത്തിൽ മൂന്നുപ്രാവശ്യം അതിനിഷ്ഠയോടുകൂടി സംവത്സരഭജനം നടത്തീട്ടുണ്ട്. മൂന്നാമത്തെ സംവത്സരഭജനം കഴിഞ്ഞതിൽപ്പിന്നെയാണ് അദ്ദേഹത്തിന്റെ കീർത്തി ലോകത്തിൽ സർവ്വത്ര വ്യാപിച്ചത്. ഇനി ആ ക്ഷേത്രമുണ്ടായത് എങ്ങനെയെന്നുകൂടി പറഞ്ഞിട്ട് ഈ ഉപന്യാസം അവസാനിപ്പിക്കാമെന്നു വിചാരിക്കുന്നു.

ഇളമുറക്കാരനായിരുന്ന ഒരു ചേരാനല്ലൂർ കർത്താവ് ഗുരുവായൂർ ചെന്നു ഭക്തിപൂർവ്വം സ്വാമിയെ ഭജിച്ചു താമസിച്ചിരുന്നു. അങ്ങനെ പത്തുപന്ത്രണ്ടുകൊല്ലം കഴിഞ്ഞപ്പോൾ കാരണവർ മരിച്ചുപോവുകയാൽ ഈ കർത്താവിനു തറവാട്ടിൽ മൂപ്പായി.

തറവാട്ടിൽ മൂത്തയാൾ നടത്തേണ്ടതായ അനേകം കാര്യങ്ങളുള്ളതിനാൽ അദ്ദേഹം തറവാട്ടിൽ വന്നു താമസിക്കണമെന്നു പറഞ്ഞ് ആളുകൾചെന്നു. അപ്പോൾ അദ്ദേഹത്തിനു ഗുരുവായൂരപ്പന്റെ സന്നിധിയിൽ നിന്നു വിട്ടുപിരിയുന്ന കാര്യം ഏറ്റവും വ്യസനകരമായിത്തീർന്നു. തറവാട്ടിൽ വന്നു താമസിക്കാതെയിരിക്കാൻ നിവൃത്തിയില്ലെന്നും വന്നു. അതിനാൽ അദ്ദേഹംവല്ലാതെ വിഷണ്ണനായി ഭവിച്ചു. "എന്റെ ഗുരുവായൂരപ്പാ! ഞാനെന്താണ് ചെയ്യേണ്ടത്? അവിടുന്നുതന്നെ ഇതിനൊരു നിവൃത്തിയുണ്ടാക്കിത്തരണം"എന്നു വിചാരിച്ചുകൊണ്ടു രാത്രിയിൽ കിടന്നുറങ്ങിയപ്പോൾ കർത്താവിന് ഒരു സ്വപ്നമുണ്ടായി. "നീ ഒട്ടും വ്യസനിക്കേണ്ട; നാളെത്തന്നെ സ്വഗൃഹത്തിലേക്കു പൊയ്

ക്കൊള്ളുക. ഞാൻ അവിടെ വന്നു കൊള്ളാം. അവിടെ ഒരു നല്ല സ്ഥലം നോക്കി ക്ഷേത്രം പണിയിക്കുകയും സുമുഹൂർത്തത്തിൽ പ്രതിഷ്ഠ നടത്തിക്കുകയും ചെയ്യണം. എന്റെ സാന്നിദ്ധ്യം അവിടെയുണ്ടായിരിക്കും. പ്രതിഷ്ഠക്കു സമയമാകുമ്പോൾ അവിടെ വരുന്ന തന്ത്രിയെക്കൊണ്ടു പ്രതിഷ്ഠ നടത്തിക്കണം. മുൻകൂട്ടി ആരോടും പറയണമെന്നില്ല" എന്നൊരാൾ അടുക്കൽച്ചെന്നു പറഞ്ഞതായിട്ടാണ് കർത്താവു സ്വപ്നം കണ്ടത്. ഇതു ഗുരുവായൂരപ്പൻ അരുളിച്ചെയ്തതുതന്നെയാണെന്നു വിശ്വസിച്ചു കർത്താവു പിറ്റേദിവസംതന്നെ സ്വദേശത്തേക്കു പോന്നു.

കർത്താവു സ്വഗൃഹത്തിലെത്തി താമസം തുടങ്ങീട്ട് അധികം താമസിയാതെ തന്നെ സ്ഥലം നോക്കി നിശ്ചയിച്ചു ക്ഷേത്രംപണി നടത്തിക്കുകയും പ്രതിഷ്ഠിക്കാനുള്ള വിഗ്രഹമുണ്ടാക്കിച്ചു വയ്ക്കുകയും മുഹൂർത്തം നോക്കിച്ചു നിശ്ചയിക്കുകയും പ്രതിഷ്ഠയ്ക്കു വേണ്ടുന്ന ഉപകരണങ്ങളെല്ലാം ശേഖരിക്കുകയും ചെയ്ത്, തന്ത്രി വരാനായി കാത്തിരുന്നു.

അക്കാലത്തു ചേന്നാസ്സുനമ്പൂരിപ്പാട്ടിലേക്കും ഒരു സ്വപ്നമുണ്ടായി. "ചേരാനല്ലൂർ കർത്താവു ചിറ്റൂർ ദേശത്ത് ഒരു ക്ഷേത്രം പണിയിച്ച്, പ്രതിഷ്ഠയ്ക്കെല്ലാം വട്ടംകൂട്ടി വച്ചുകൊണ്ടിരിക്കുന്നു. മുഹൂർത്തം ഇന്നപ്പോഴാണ്. അതിനു തക്കവണ്ണം അവിടെച്ചെന്നു പ്രതിഷ്ഠ നടത്തണം" എന്നായിരുന്നു സ്വപ്നം. അതനുസരിച്ചു നമ്പൂരിപ്പാട് അവിയെത്തുകയും നിശ്ചിത മുഹൂർത്തത്തിൽത്തന്നെ പ്രതിഷ്ഠ നടത്തുകയും ചെയ്തു. കർത്താവു തന്ത്രിക്കു ദക്ഷിണചെയ്തത് ഒരു പൊൻകിണ്ണം നിറയെ വിൽക്കാശായിരുന്നു. കിണ്ണംനിറയെ വിൽക്കാശു കൊണ്ടുചെന്നു തന്ത്രിയുടെ മുൻപിൽ ചൊരിഞ്ഞിട്ടു കിണ്ണം തിരിയെ കൊണ്ടുപോന്നു. തന്ത്രി കർത്താവിനോട് "എല്ലാം വളരെ ഭംഗിയായി. ഈ ക്ഷേത്രത്തിൽ ഗുരുവായൂരപ്പന്റെ സാന്നിദ്ധ്യം എന്നും വേണ്ടതു പോലെ ഉണ്ടായിരിക്കും" എന്നു സന്തോഷസമേതം പറഞ്ഞ് അനുഗ്രഹിച്ചു. അപ്പോൾ കർത്താവ് "ഈ ക്ഷേത്രം കാലക്രമേണ ഗുരുവായൂർ ക്ഷേത്രത്തെ അതിശയിക്കും, ഇല്ലേ?" എന്നു ചോദിച്ചു. "അതില്ല; അതിലൊരുപടി താഴെയായിരിക്കയേ ഉള്ളൂ" എന്നു തന്ത്രി പറഞ്ഞപ്പോൾ, "അതെന്തുകൊണ്ടാണ്?" എന്നു കർത്താവു ചോദിച്ചു. അപ്പോൾ തന്ത്രി, "ആ പൊൻകിണ്ണത്തോടുകൂടിത്തന്നെ ദക്ഷിണ ചെയ്തിരുന്നുവെങ്കിൽ കർത്താവു വിചാരിച്ചതുപോലെത്തന്നെ ആകാമായിരുന്നു. അങ്ങനെ ചെയ്തില്ലല്ലോ. അതുകൊണ്ടാണ്" എന്നു പറഞ്ഞു. കർത്താവ് ആ പൊൻകിണ്ണംകൂടി എടുത്തുകൊണ്ടു ചെന്നുകൊടുത്തു. തന്ത്രി അതു സ്വീകരിച്ചില്ല. "എനിക്കു മനസ്സോടുകൂടി തന്നതു മതി. അതിലധികം ആവശ്യമില്ല" എന്നു പറഞ്ഞു തന്ത്രി നമ്പൂരിപ്പാടു പോവുകയും ചെയ്തു. ഇപ്രകാരമാണ് ആ ക്ഷേത്രത്തിന്റെ ഉദ്ഭവം. ഇവിടത്തെ ദേവനെ ചേരാനല്ലൂർ കർത്താക്കന്മാർ അവരുടെ കുലപരദേവതയായി ഇപ്പോഴും ആചരിച്ചു വരുന്നുണ്ട്.

4. കൊട്ടാരക്കരഗ്ഗോശാല

തിരുവിതാംകൂറിൽ കൊല്ലം ഡിവിഷനിൽച്ചേർന്ന കൊട്ടാരക്കര താലൂക്കിൽകൊട്ടാരക്കര എന്ന ദേശത്ത് ഒരു ശിവക്ഷേത്രമുണ്ട്. ഈ ക്ഷേത്രം പണ്ടു കൊട്ടാരക്കര(*ഇളയിടത്തുസ്വരൂപം*) രാജാവിന്റെ വകയായിരുന്നു. ആ സ്വരൂപത്തിലെ രാജാക്കന്മാർ ഈ ശിവനെ അവരുടെ പരദേവതയായിട്ടാണ് ആചരിക്കുകയും ആദരിക്കുകയും ചെയ്തുവന്നിരുന്നത്. കൊട്ടാരക്കര ദേശം തിരുവിതാംകൂറിലേക്ക് ഒതുങ്ങിയതിനോടുകൂടി ഈ മഹാദേവക്ഷേത്രവും തിരുവിതാംകൂർ സർക്കാർ വകയായിത്തീർന്നു. ആ ക്ഷേത്രത്തിന്റെ തെക്കുവശത്തു മതിൽക്കകത്തായി ഒരു ഗോശാല ഇപ്പോഴും കാൺമാനുണ്ട്. അതിന്റെ ഉദ്ഭവത്തെപ്പറ്റിയാണ് ഇവിടെ പറയാൻ ഭാവിക്കുന്നത്.

പണ്ടു ബ്രിട്ടീഷുമലബാർകാരനായ ഒരു നമ്പൂരി അനപത്യത നിമിത്തംവളരെ ദുഃഖിച്ച് അനേകം സല്ക്കർമ്മങ്ങളും ദാനധർമ്മങ്ങളും ക്ഷേത്രങ്ങളിൽ വഴിപാടുകളും മറ്റും നടത്തിയതിന്റെ ഫലമായി ഒരു പുത്രസന്താനമുണ്ടായി. അപ്പോൾ ആ മാതാപിതാക്കന്മാർ വളരെ സന്തോഷിച്ചുവെങ്കിലും ആ സന്തോഷം അധികനാളത്തേക്കു നീണ്ടുനിന്നില്ല. ഉണ്ണിയുടെ ജാതകഫലം ചിന്തിച്ചതിൽ അദ്ദേഹം ഇരുപതാമത്തെ വയസ്സിൽ വിഷഭയമുണ്ടായി മരിക്കുമെന്നു സമർഥന്മാരായ അനേകം ജ്യോത്സ്യന്മാർ ഐകകണ്ഠ്യേന അഭിപ്രായപ്പെട്ടു. അതിനാൽ മാതാപിതാക്കന്മാർക്കു സന്തോഷത്തിലധികം സന്താപമുണ്ടായിത്തീർന്നു. “ഇതിനെക്കാൾ നല്ലത് ഉണ്ണി ഉണ്ടാകാതെയിരിക്കുക തന്നെയായിരുന്നു” എന്ന് അവർക്ക് തോന്നി. എങ്കിലും ആ ഉണ്ണി ക്രമേണ വളർന്നുവരുകയും അദ്ദേഹത്തിന്റെ ഉപനയനം സമാവർത്തനം മുതലായവ യഥാകാലം അച്ഛൻനമ്പൂരി നടത്തുകയും ചെയ്തു. യഥാക്രമം വേദാധ്യയനവും വിദ്യാഭ്യാസവും ചെയ്യിക്കുകയാൽ പതിനാറു വയസ്സു കഴിഞ്ഞപ്പോഴേക്കും ആ ബ്രാഹ്മണകുമാരൻ നല്ല വേദജ്ഞനും വിദ്വാനുമായിത്തീർന്നു. ആകൃതികൊണ്ടും പ്രകൃതികൊണ്ടും മനോഹരനായ ആ ഉണ്ണിനമ്പൂരിയുടെ പ്രായത്തെ അതിക്രമിച്ചുള്ള വളർച്ചയും

ദേഹപുഷ്ടിയും കണ്ടു മാതാപിതാക്കന്മാർ "ഇവൻ അല്പായുസ്സായിട്ടു പോകാൻ തന്നെ ഉണ്ടായവനാണ്" എന്നു വിചാരിച്ചു പ്രതിദിനം ദുഃഖിച്ചുകൊണ്ടിരുന്നു. മാതാപിതാക്കന്മാർ സദാ ദുഃഖിച്ചുകൊണ്ടിരിക്കുന്നതിന്റെ കാരണം ആ ഉണ്ണിനമ്പൂരി കാലക്രമേണ മനസ്സിലാക്കുകയും "ഇതുകൊണ്ടു വിഷാദിക്കാനൊന്നുമില്ല. പതിനാറാമത്തെ വയസ്സിൽ മരിക്കാതെ മാർക്കണ്ഡേയനെ രക്ഷിച്ച ഈശ്വരന് എന്നെയും രക്ഷിക്കാൻ കഴിയും" എന്നു മനസ്സിൽ ദൃഢമായി നിശ്ചയിക്കുകയും അക്കാലംമുതൽ അദ്ദേഹം വലിയ ഈശ്വരഭക്തനായിത്തീരുകയും ചെയ്തു.

അനന്തരം ആ ഉണ്ണിനമ്പൂരി ഇല്ലത്തുനിന്നിറങ്ങി, കേരളത്തിലുള്ള മഹാക്ഷേത്രങ്ങളിലെല്ലാം ചെന്നു സ്വാമിദർശനം ചെയ്തുകൊണ്ടു സഞ്ചരിച്ചു. അങ്ങനെ ക്രമേണ അദ്ദേഹം ആറന്മുളെച്ചെന്നു ചേർന്നു. ആറന്മുളബ്ഭഗവാനെ ഭജിച്ചുകൊണ്ട് അദ്ദേഹം അവിടെ ഒരു മണ്ഡലം (*നാല്പത്തൊന്നു ദിവസം*) താമസിച്ചു. നാല്പത്തൊന്നാം ദിവസം രാത്രിയിൽ അദ്ദേഹം അമ്പലത്തിൽ കിടന്ന് ഉറങ്ങിയ സമയം ഒരാൾ അദ്ദേഹത്തിന്റെ അടുക്കൽച്ചെന്ന്, "അങ്ങേക്ക് ഇപ്പോൾ ഇരുപതാമത്തെ വയസ്സായിരിക്കുന്നു. ഇവിടെത്താമസിച്ചാൽ ഫലസിദ്ധി ഉണ്ടാവുകയില്ല. ഇളയിടത്തു (*കൊട്ടാരക്കര*) മഹാദേവനെ ഭജിച്ചുകൊണ്ട് അവിടെ ച്ചെന്നു താമസിക്കുക. ആ മഹാദേവൻ അങ്ങയുടെ ആപത്തൊഴിച്ച് രക്ഷിക്കും" എന്നു പറഞ്ഞതായി അദ്ദേഹത്തിനു തോന്നി. അദ്ദേഹം പെട്ടെന്നു കണ്ണുതുറന്നു നോക്കിയപ്പോൾ അവിടെയെങ്ങും ആരെയും കണ്ടില്ല. ഇതു കരുണാനിധിയായ തിരുവാറന്മുളയപ്പൻ തന്നെ അരുളിച്ചെയ്തതാണെന്നു വിശ്വസിച്ചുകൊണ്ട് അദ്ദേഹം അടുത്ത ദിവസം തന്നെ അവിടെനിന്നു പുറപ്പെട്ടു കൊട്ടാരക്കരയെത്തി ഇളയിടത്തു മഹാദേവനെ ഭജിച്ചു തുടങ്ങി.

അങ്ങനെ നാല്പതു ദിവസം കഴിഞ്ഞതിന്റെശേഷം ഒരു ദിവസം വൈകുന്നേരം ആ നമ്പൂരി സന്ധ്യാവന്ദനത്തിനായി അമ്പലത്തിൽ നിന്നിറങ്ങി കുളത്തിലേക്കു പോയപ്പോൾ എവിടെനിന്നോ ഒരു കൃഷ്ണസർപ്പം ചീറ്റിക്കൊണ്ട് അദ്ദേഹത്തിന്റെ പിന്നാലെ ചെന്നു. അതു കണ്ടു നമ്പൂരി, "ഓ! നമ്മുടെ ജാതകഫലമനുഭവിക്കാനുള്ള കാലമായിരിക്കുമോ? ഇതിനെത്തടുക്കാൻ മഹാദേവനു ശക്തിയില്ലെങ്കിൽ അനുഭവിക്കുകതന്നെ. സർപ്പഭൂഷണനായ സർവേശ്വരന് ഒരു സർപ്പത്തെത്തടുക്കാൻ നിവൃത്തിയില്ലാതെ വരുകയില്ല" എന്നു വിചാരിച്ചുകൊണ്ടു കുളിത്തിലിറങ്ങി സന്ധ്യാവന്ദനവും ജപവുമെല്ലാം നടത്തി. സർപ്പം കുളക്കടവിൽ കരയ്ക്കു ചെന്നു നിന്നു. നമ്പൂരി മറ്റൊരു വഴിയേ കരയ്ക്കു കയറി; അമ്പലത്തിലെത്തി പ്രദക്ഷിണം വച്ചുതുടങ്ങി. അപ്പോൾ സർപ്പം അവിടെയുമെത്തി അദ്ദേഹത്തെ പിൻതുടർന്നു. സർപ്പം ഏറ്റവുമടുത്തപ്പോൾ

നമ്പൂരി നടയിൽ ചെന്നു സാഷ്ടാംഗമായി നമസ്കരിച്ചുകൊണ്ട് അവിടെ ക്കിടന്നു. അപ്പോൾ ദീപാരാധനയ്ക്കു നട അടച്ചിരിക്കുകയായിരുന്നു. സർപ്പം നമ്പൂരിയെ തൊട്ടുതൊട്ടില്ല എന്ന സ്ഥിതിയിലായപ്പോൾ എവിടെനിന്നോ ഒരു പരുന്തു വന്ന് ആ സർപ്പത്തെ റാഞ്ചി (*പെട്ടെന്നു കൊത്തിയെടുത്തു*)കൊണ്ടുപോയി. ദീപാരാധനയ്ക്കു നട തുറന്ന പ്പോൾ നമ്പൂരി എണീറ്റു. അപ്പോൾ സർപ്പത്തെ അവിടെയെങ്ങും കണ്ടില്ല. സർപ്പത്തെ പരുന്തു കൊന്ന് അമ്പലത്തിന്റെ മതിൽക്കു പുറത്തു പടിഞ്ഞാറുവശത്തായി ഒരു സ്ഥലത്തു കൊണ്ടുപോയി ഇട്ട തായി ജനങ്ങൾ പറഞ്ഞ് അദ്ദേഹം കേൾക്കുകയും മഹാദേവന്റെ കൃപകൊണ്ടു തന്റെ ആപത്ത് ഇങ്ങനെ ഒഴിഞ്ഞു എന്നു വിശ്വസിക്കു കയും ചെയ്തു.

അടുത്തദിവസം തന്നെ നമ്പൂരി സ്വദേശത്തേക്കു പുറപ്പെടുകയും ഇല്ലത്തെത്തി വിവരം മാതാപിതാക്കന്മാരെ അറിയിക്കുകയും അവർ അത്യന്തം സന്തോഷിക്കുകയും ചെയ്തു. അനന്തരം നമ്പൂരി ഏതാനും പണവുംകൊണ്ട് വീണ്ടും കൊട്ടാക്കരെഎത്തുകയും രാജാവിന്റെ അനു വാദപ്രകാരം കരിങ്കൽപ്പണികളോടുകൂടി മഹാദേവക്ഷേത്രം ജീർണ്ണോ ദ്ധാരണം ചെയ്യിക്കുകയും അതിന്റെ തെക്കുവശത്തു കരിങ്കല്ലുകൊണ്ടു തന്നെ പുത്തനായി ഒരു ഗോശാല പണിയിക്കുകയും ചെയ്തു. ആ ഗോശാല തറമുതൽ മുഴുവനും, മുകളിലത്തെ മേച്ചിൽകുടിയും, കരി ങ്കല്ലുകൊണ്ടാണ് പണികഴിപ്പിച്ചിട്ടുള്ളത്. ഗോശാലയുടെ വടക്കുവശമൊ ഴിച്ചു മൂന്നു വശങ്ങളും കരിങ്കല്ലുകൊണ്ടു തന്നെ ഭിത്തികെട്ടി അടവാ ക്കീട്ടുണ്ട്. ഈ ഗോശാല പണിയിച്ചത് കൊല്ലം 900-ാമാണ്ടിടയ്ക്കാ ണെന്നാണ് കേൾവി. അതിന് ഇപ്പോഴും യാതൊരു കേടും സംഭവിച്ചി ട്ടില്ല. സർപ്പം ചത്തുവീണ സ്ഥലത്ത് ആ നമ്പൂരി ഒരു നാഗപ്രതിഷ്ഠ നടത്തിക്കുകയും അവിടം കാലക്രമേണ ഒരു സർപ്പക്കാവായിത്തീരു കയും ചെയ്തു. ആ സർപ്പക്കാവ് ഇപ്പോൾ അവിടെ കാൺമാനുണ്ട്.

മേല്പറഞ്ഞ ഗോശാല ഇപ്പോൾ വലിയ ഉപയോഗമൊന്നുമില്ലാ തെയാണ് കിടക്കുന്നത്. എങ്കിലും ഉടമസ്ഥന്മാർക്കു പിടികൊടുക്കാതെ രാത്രികാലങ്ങളിൽ കണ്ടവരുടെ വിളവിൽക്കയറി തിന്നു നശിപ്പിച്ചു നടക്കുന്ന ചില കന്നുകാലികൾ ചിലപ്പോൾ ഇപ്പോഴും അവിടെച്ചെന്നു കിടക്കാറുണ്ട്. അതിനാൽ ആ ശാല പണിയിച്ച ആളുടെ ഉദ്ദേശ്യം കേവലം നിഷ്ഫലമായിപ്പോയി എന്നു പറയാൻ പാടില്ല. ഇതു പണി യിച്ച നമ്പൂരിയുടെ ഇല്ലപ്പേര് 'പറമ്പിൽ' എന്നാണെന്നു ചിലരും 'പറമ്പൂര്' എന്നാണെന്നു മറ്റു ചിലരും പറയുന്നു. ഈ ഗോശാല കൊല്ലം 1092-ാമാണ്ടിടയ്ക്കു പുരാതന സാധനാന്വേഷിയായ മിസ്റ്റർ ഗോപീ നാഥറാവു സന്ദർശിക്കുകയും പഴമപരിചയമുള്ള ചില വൃദ്ധന്മാരോട് ഇതിനെപ്പറ്റി ചോദിച്ചു ചില വിവരങ്ങൾ അറിയുകയും ചെയ്തിട്ടുണ്ട്.

5. തേവലശ്ശേരി നമ്പി

തേവലശ്ശേരി നമ്പിയുടെ ഭവനം തിരുവിതാംകൂറിൽ പ്രസിദ്ധപ്പെട്ട ചെങ്ങന്നൂർ ക്ഷേത്രത്തിൽനിന്നു സ്വല്പം തെക്കുമാറിയായിരുന്നു. ഈ കുടുംബക്കാരെ 'തേവലശ്ശേരിത്താൻ' എന്നും പറഞ്ഞിരുന്നു. ഇവർ അമ്പലവാസി വർഗത്തിലുൾപ്പെട്ട ഒരുജാതിക്കാരാണ്. ഇവർക്കു പാരമ്പര്യമായിട്ടുള്ള കുലവിദ്യ മന്ത്രവാദമായിരുന്നു. ഇവരുടെ കുടുംബ വകയായി ആറന്മുള വടക്കേക്കര നെടുംപ്രയാർ എന്ന ദേശത്ത് ഏതാനും സ്ഥാവരവസ്തുക്കളും ഒരു കളരിയുമുണ്ട്. ആ കളരിയിൽ പ്രതിഷ്ഠിക്കപ്പെട്ടിരിക്കുന്ന മൂർത്തി ഭദ്രകാളിയാണ്. തേവലശ്ശേരി നമ്പി യുടെ ഗൃഹത്തിലുണ്ടാകുന്ന പുരുഷന്മാരെല്ലാവരും ഉപനയനവും സമാ വർത്തനവും കഴിഞ്ഞാൽ അവിടെച്ചെന്ന് ഒരു സംവത്സരക്കാലം ഭജിച്ചു പാർക്കുക മുമ്പിനാലെ ഉള്ള പതിവാണ്. അക്കാലത്താണ് അവർ മന്ത്രവാദം പഠിക്കുകയും മന്ത്രദീക്ഷ നിർവഹിക്കുകയും മന്ത്രസിദ്ധി വരുത്തുകയും പതിവ്. ആ കാലത്ത് അവരെ മന്ത്രവാദഗ്രന്ഥങ്ങൾ നോക്കിക്കുന്നതിനും പഠിപ്പിക്കുന്നതിനും ഉപദേശിക്കുന്നതിനും മറ്റു മായി ഗൃഹത്തിൽനിന്നു വയോവൃദ്ധന്മാരും വിദ്യാവൃദ്ധന്മാരുമായിട്ടു ള്ളവരിൽ ഒരാൾകൂടി അവിടെ ചെന്നു പാർക്കുകയും പതിവാണ്. ഇങ്ങനെ ആ സംവത്സരഭജനം കഴിഞ്ഞതിനുശേഷമേ അവർ മന്ത്രവാദം ചെയ്തുതുടങ്ങാറുള്ളൂ.

തേവലശ്ശേരിക്കുടുംബത്തിൽ ഒടുവിൽ ശേഷിച്ചിരുന്ന ആളായ ദാമോദരൻനമ്പിയെക്കുറിച്ചാണ് ഇവിടെ വിവരിക്കാൻ ഭാവിച്ചിരിക്കു ന്നത്. ഇദ്ദേഹം പൂർവാചാരപ്രകാരം നെടുംപ്രയാറ്റു കളരിയിൽ സംവത്സരഭജനവും മന്ത്രദീക്ഷയും നിർവിഘ്നം നിർവഹിക്കുകയും മന്ത്രസിദ്ധി വരുത്തുകയും മന്ത്രവാദം സംബന്ധിച്ചു മന്ത്രസാരം, യന്ത്ര സാരം, പ്രപഞ്ചസാരം, പ്രയോഗസാരം, ശാരദാതിലകം മുതലായി അനേകം ഗ്രന്ഥങ്ങൾ നോക്കിപ്പഠിച്ചു ഹൃദിസ്ഥമാക്കുകയും പൂർവ്വികന്മാ രോട് ഉപദേശവും അനുഗ്രഹവും വാങ്ങുകയും ചെയ്തിരുന്നതു കൂടാതെ സംസ്കൃത ഭാഷയിൽ അപാരമായ പാണ്ഡിത്യവും സമ്പാദിച്ചിരുന്നു. ഇദ്ദേഹം മന്ത്രവാദം സംബന്ധിച്ചു പ്രവർത്തിച്ചിട്ടുള്ള അദ്ഭുത

കർമ്മങ്ങൾക്ക് അവസാനമില്ല. അദ്ദേഹത്തിന്റെ പ്രസിദ്ധി ഭൂലോകത്തിൽ സർവത്ര പ്രസരിച്ചിരുന്നു. ഐതിഹ്യമാല രണ്ടാംഭാഗത്തിൽ നാലേക്കാട്ടു പിള്ളമാരെക്കുറിച്ചു വിവരിച്ചിട്ടുള്ള 12-ാം ഉപന്യാസത്തിൽ യോഗീശ്വരൻ രാമൻപിള്ളയുടെ ഭാര്യയെ ബാധിച്ചിരുന്ന ഗന്ധർവനെ ഒഴിച്ചതായി പറയപ്പെട്ടിരിക്കുന്ന 'തേവലശ്ശേരിത്താൻ' ഈ മഹാൻ തന്നെയാണെന്നു വായനക്കാർ മനസ്സിലാക്കിക്കൊള്ളേണ്ടതാണ്.

ദാമോദരൻനമ്പിയുടെ ജനനം 930-ാമാണ്ടാണെന്നാണ് കേട്ടിട്ടുള്ളത്. ഇദ്ദേ ഹത്തിനു മന്ത്രവാദത്തിൽ മാത്രമല്ല, വൈദ്യം, ഇന്ദ്രജാലം മുതലായവയിലും അസാമാന്യമായ പാണ്ഡിത്യമുണ്ടായിരുന്നു. ഇദ്ദേഹം നെടുംപ്രയാറ്റു കളരിയിലെ സംവത്സരഭജനം നിർവഹിച്ചതിന്റേശേഷം മൂന്നു സംവത്സരക്കാലം മൗനവ്രതമായി സ്വഗൃഹത്തിൽ നിലവറയിലിരുന്ന് ഭഗവതിയെ സേവിച്ചു. അക്കാലത്ത് അദ്ദേഹത്തിന്റെ കുളി ഏഴരനാഴിക വെളുപ്പാനുള്ളപ്പോഴും, അസ്തമിച്ചു പത്തുനാഴിക രാച്ചെന്നതിനു ശേഷവുമായിരുന്നു പതിവ്. ഈ മൂന്നു സംവത്സരക്കാലത്തിനിടയ്ക്ക് അദ്ദേഹം സ്വന്തം ജ്യേഷ്ഠനെയും അമ്മയെയുമല്ലാതെ മറ്റാരെയും ദർശിക്കുകപോലുമുണ്ടായിട്ടില്ല. ഈ മൂന്നു സംവത്സരത്തെ മൗനവ്രതാനുഷ്ഠാനം കഴിഞ്ഞതിന്റേശേഷം ഇദ്ദേഹം നാല്പത്തൊന്നു ദിവസം ചെങ്ങന്നൂർ ക്ഷേത്രത്തിൽ പടിഞ്ഞാറെ നടയിലും ഭജനം നടത്തി. ഇത്രയുമൊക്കെ സാധിച്ചതിന്റേശേഷം പതിനെട്ടാമത്തെ വയസ്സിലാണ് അദ്ദേഹം മന്ത്രവാദം ചെയ്തുതുടങ്ങിയത്.

ഈ തേവലശ്ശേരിനമ്പി മന്ത്രവാദം ചെയ്തുതുടങ്ങിയ കാലത്ത് പരദേശത്തുനിന്ന് ഒരു സ്ത്രീ അച്ചൻകോവിലിൽ വന്നു ശാസ്താവിന്റെ ക്ഷേത്രത്തിൽ ഭജനമിരിക്കുന്നുണ്ടായിരുന്നു. ഒരു ബാധയുടെ ഉപദ്രവം ഒഴിവാക്കാനായിട്ടാണ് അവർ അവിടെ വന്നു ഭജനം തടങ്ങിയത്. അവിടെ ഒരു സംവത്സരം ഭജിച്ചിട്ടും ബാധ ഒഴിഞ്ഞുപോകായ്കയാൽ ആ സ്ത്രീയുടെ ഉടമസ്ഥന്മാർ പിന്നെ മന്ത്രവാദികളെ അന്വേഷിച്ചു തുടങ്ങി. അപ്പോൾ തേവലശ്ശേരിനമ്പി വലിയ മന്ത്രവാദിയാണെന്നും അദ്ദേഹം ഏതുബാധയേയും ഒഴിപ്പിക്കുമെന്നും മറ്റും ചിലർ പറഞ്ഞറിയുകയാൽ അവർ ആ സ്ത്രീയെയുംകൊണ്ടു ചെങ്ങന്നൂർക്കു പുറപ്പെട്ടു. അവർ നമ്പിയെക്കണ്ടു വിവരം പറഞ്ഞപ്പോൾ "ആട്ടെ, പന്ത്രണ്ടുദിവസം ചെങ്ങന്നൂർ പടിഞ്ഞാറെ നടയിൽ ഭജനമിരിക്കട്ടെ. അതു കഴിഞ്ഞിട്ടു പിന്നെ എന്തെങ്കിലും വേണമെങ്കിൽ ചെയ്യാം" എന്നാണ് അദ്ദേഹം പറഞ്ഞത്. അതിനാൽ ആ സ്ത്രീയെ പടിഞ്ഞാറെ നടയിൽ കൊണ്ടുപോയി ഭജനമിരുത്തി. ഭജനമായിപ്പാർത്ത പന്ത്രണ്ടു ദിവസവും ആ സ്ത്രീ സദാ ചിരിച്ചുകൊണ്ടുതന്നെ ഇരുന്നിരുന്നു. സന്ധ്യാസമയത്ത് നമ്പി പതിവായി തൊഴാൻ ചെല്ലുമ്പോൾ ആ സ്ത്രീ അദ്ദേഹത്തിന്റെ നേരെ നോക്കി കണ്ണുരുട്ടുകയും പതിവായിരുന്നു. പന്ത്രണ്ടാംദിവസം സന്ധ്യയ്ക്ക് നമ്പി തൊഴാൻ ചെന്നപ്പോൾ ആ സ്ത്രീ

പതിവിലധികം രൂക്ഷതയോടുകൂടി നമ്പിയുടെ നേരെ തുറിച്ചുനോക്കുകയും വിശേഷാൽ ചില ഗോഷ്ഠികൾ കാണിക്കുകയും ചെയ്തു. ഉടനെ നമ്പി ശാന്തിക്കാരനെവിളിച്ച്, “ഇന്നിന്ന മന്ത്രങ്ങൾകൊണ്ട് ഇത്രയധികം ഉരുവീതം പുഷ്പാഞ്ജലി ചെയ്യണം. അതു കഴിയുമ്പോഴേക്കും ഞാനൊന്നും പോയിവരാം” എന്നു പറഞ്ഞു ചട്ടം കെട്ടീട്ട് അവിടെനിന്നു പോയി.

നമ്പി സ്വഗൃഹത്തിൽച്ചെന്നു നിലവറയിലിറങ്ങി ചില മന്ത്രങ്ങൾ ജപിച്ചുകൊണ്ട് അവിടെ മൂന്നേമുക്കാൽ നാഴിക ഇരുന്നതിന്റെശേഷം താൻ പതിവായിവച്ചു പൂജിച്ചിരുന്ന ചൂരൽവടിയുമെടുത്തുകൊണ്ടു വീണ്ടും അമ്പലത്തിലെത്തി. നമ്പിയെക്കണ്ടപ്പോൾ ആ സ്ത്രീ പിന്നെയും തുറിച്ചുനോക്കുകയും ഗോഷ്ഠികൾ കാട്ടുകയും “എന്താ വടി കൊണ്ടുവന്നിരിക്കുന്നത്? എന്നെ അടിച്ചോടിക്കാമെന്നു വിചാരിച്ചായിരിക്കും, അല്ലേ? എന്നാൽ അടി കൊള്ളുന്നതും ഓടുന്നതുമാരാണെന്ന് ഒടുക്കം നമുക്കറിയാം” എന്നും മറ്റും പറയുകയും ചെയ്തു തുടങ്ങി. നമ്പി അതൊന്നും കണ്ടതായിട്ടും കേട്ടതായിട്ടും ഭാവിക്കാതെ അമ്പലത്തിനകത്തേക്കു ചെന്നു. അപ്പോഴേക്കും പുഷ്പാഞ്ജലി കഴിഞ്ഞിരുന്നതിനാൽ പ്രസാദം (*പുഷ്പാഞ്ജലി കഴിച്ച പൂവ്*) വാങ്ങിക്കൊണ്ടു പുറത്തിറങ്ങി അമ്പലത്തിനു മൂന്നു പ്രദക്ഷിണംവച്ചു പടിഞ്ഞാറെ നടയിലെത്തി. ആ സ്ത്രീ അപ്പോഴും ഗോഷ്ഠികൾ കാട്ടുകയും മറ്റും ചെയ്യുന്നുണ്ടായിരുന്നു. നമ്പി പുഷ്പാഞ്ജലിപ്രസാദം ആ സ്ത്രീയുടെ ശിരസ്സിലിട്ടിട്ടു ചൂരൽവടി അവരുടെ കയ്യിൽ കൊടുത്തു. അവൾ തുള്ളിക്കൊണ്ട് ആ വടി വാങ്ങി തന്നെത്താൻ അടിതുടങ്ങി. അങ്ങനെ കുറച്ചു കഴിഞ്ഞപ്പോൾ ആ സ്ത്രീ, “അയ്യോ! ഞാൻ പൊയ്ക്കൊള്ളാമേ. എന്റെ അമ്മ എന്നോടിങ്ങനെ ചെയ്യുമെന്നു ഞാൻ വിചാരിച്ചിരുന്നില്ല. എനിക്കു നിവൃത്തിയില്ലാതെയായിരിക്കുന്നു. അതിനാൽ ഞാൻ ഇനിയൊരിക്കലും ഈ ദേഹത്തെ ബാധിക്കയില്ലെന്നു സത്യം ചെയ്ത് ഒഴിഞ്ഞുപൊയ്ക്കൊള്ളാം” എന്നു വിളിച്ചുപറഞ്ഞു തുടങ്ങി. ഉടനെ നമ്പി സത്യവാചകം പറഞ്ഞുകൊടുക്കുകയും ബാധ അപ്രകാരം സത്യം ചെയ്ത് ഒഴിഞ്ഞുപോവുകയും സ്ത്രീ സ്വസ്ഥതയെ പ്രാപിക്കുകയും ചെയ്തു. ആ സ്ത്രീയുടെ ഭർത്താവ് അമ്പലത്തിൽ അനേകം വഴിപാടുകൾ നടത്തുകയും നമ്പിക്കു പട്ടുകളും മുണ്ടുകളും പണവും മറ്റുമായി അസംഖ്യം സമ്മാനങ്ങൾ കൊടുക്കുകയും ചെയ്തിട്ട് സ്ത്രീയേയുംകൊണ്ടു പരിവാരസമേതം സ്വദേശത്തേക്കു മടങ്ങിപ്പോയി. നമ്പി പട്ടുംപണവുമെല്ലാം ചെങ്ങന്നൂർ ഭഗവതിക്ക് വഴിപാടായി നടയ്ക്കുവച്ചിട്ട് മുണ്ടുകൾ മാത്രം സ്വഗൃഹത്തിലേക്കു കൊണ്ടുപോകുകയും ചെയ്തു. ഈ മന്ത്രവാദം കഴിഞ്ഞപ്പോൾ നമ്പിയുടെ കീർത്തി പരദേശങ്ങളിലും പൂർവ്വാധികം വ്യാപിച്ചു.

മന്ത്രവാദം സംബന്ധിച്ചു മോഹനം, സ്തംഭനം, ബന്ധനം, മാരണം, വിദ്വേഷണം, വശീകരണം, ആകർഷണം, ഉച്ചാടനം മുതലായ

പ്രയോഗങ്ങളെല്ലാം നമ്പിക്കറിയാമായിരുന്നു. എന്നല്ല, അദ്ദേഹത്തി നറിഞ്ഞുകൂടാത്തതായി ഒന്നുംതന്നെ ഇല്ലായിരുന്നു എന്നു തീർച്ചയായി പ്പറയാം. യക്ഷി, ഗന്ധർവൻ മുതലായവരെ വരുത്തി അദ്ദേഹം പലരെയും പ്രത്യക്ഷമായി കാണിച്ചിട്ടുണ്ട്. അദ്ദേഹം ഒന്നാന്തരം വൈദ്യനും അദ്വിതീയനായ വിഷവൈദ്യനുമായിരുന്നു. സിംഹവ്യാഘ്രാ ദികളായ ക്രൂരമൃഗങ്ങളെപ്പോലും ആജ്ഞാനുസാരികളാക്കുന്നതിനുള്ള ശക്തി അദ്ദേഹത്തിനുണ്ടായിരുന്നു. ദാമോദരൻ നമ്പിയുടെ അദ്ഭുതകർ മ്മങ്ങൾക്ക് ഒരു കയ്യും കണക്കുമില്ല. വന്ധ്യകളെന്നു തീർച്ചപ്പെടു ത്തപ്പെട്ടവരും വയോവൃദ്ധകളുമായ അനേകം സ്ത്രീകൾ നമ്പിയുടെ ചികിത്സയും മന്ത്രവാദവുംകൊണ്ടു ഗർഭംധരിക്കുകയും പ്രസവിക്കു കയും ചെയ്തിട്ടുണ്ട്. മരിച്ചവരെ ജീവിപ്പിച്ചു കുറച്ചു ദൂരം നടത്താനും രണ്ടുമൂന്നു വാക്കുകൾ സംസാരിപ്പിക്കാനുംകൂടി അദ്ദേഹത്തിനു കഴി യുമായിരുന്നു. ആകെപ്പാടെ വിചാരിച്ചാൽ നമ്പി അമാനുഷപ്രഭാവനായ ഒരു ദിവ്യനായിരുന്നു എന്നു തന്നെ പറയേണ്ടിയിരിക്കുന്നു.

അത്യാവശ്യകാര്യങ്ങൾക്കായിട്ടല്ലാതെ നമ്പി സ്വഗൃഹത്തിലെ നിലവറ വിട്ടു പുറത്തിറങ്ങാറില്ല. വെള്ളിയാഴ്ചയും ചൊവ്വാഴ്ചയും രാവിലെ നെടുംപ്രയാറ്റു കളരിയിൽപോയി വന്ദിക്കുകയും പ്രതിദിനം കാലത്തും വൈകുന്നേരവും ചെങ്ങന്നൂർ പടിഞ്ഞാറെ നടയിൽച്ചെന്നു തൊഴുകയും അദ്ദേഹം ആജീവനാന്തം പതിവായി നടത്തിയിരുന്നു. മന്ത്രവാദത്തിനുംമറ്റുമായി ദൂര സ്ഥലങ്ങളിൽ പോയാലും ഈ പതിവ് അദ്ദേഹം മുടക്കാറില്ല. എട്ടുംപത്തും ദിവസത്തെ വഴിക്കപ്പുറത്തുള്ള സ്ഥലങ്ങളിൽപ്പോയി അദ്ദേഹം പത്തും പതിനഞ്ചും ദിവസം വീതം ചിലപ്പോൾ താമസിക്കാറുണ്ട്. അക്കാലങ്ങളിലും ചൊവ്വാഴ്ചയും വെള്ളി യാഴ്ചയും രാവിലെ കളരിയിലും കാലത്തും വൈകുന്നേരവും ചെങ്ങന്നൂർ പടിഞ്ഞാറെ നടയിലും അദ്ദേഹത്തെ പതിവായിക്കണ്ടി രുന്നു. ഇതു സാധാരണ മനുഷ്യർക്ക് സാധ്യമല്ലാത്ത കാര്യമാണല്ലോ.

മുൻകാലങ്ങളിൽ അടയ്ക്കാകവു(കഴു)ങ്ങിന്മേൽ പഴുത്തുനിന്നാൽ സർക്കാരിലേക്കു പറിപ്പിച്ചെടുക്കുകയല്ലാതെ കുട്ടികൾ പറിച്ചെടുത്തു കൂടാ എന്നൊരേർപ്പാടുണ്ടായിരുന്നു. ഒരിക്കൽ നമ്പിയുടെ പുരയിട ത്തിൽ വളരെ അടയ്ക്കാ പഴുത്തു നിൽക്കുന്നതായി അറിഞ്ഞു പാർ വത്യകാർ, മുന്നിലക്കാരൻ, ചേരുമാനക്കാരൻ മുതലായവർ പഴുക്കാ പറിക്കുന്നതിനായി അവിടെച്ചെന്നു. കവുങ്ങിന്മേൽ കയറുന്നതിനു വേറെ ആരെയും കിട്ടായ്കയാൽ ചേരുമാനക്കാരൻ തന്നെ കയറി ത്തുടങ്ങി. അപ്പോൾ നമ്പി നിലവറയിൽ തേവാരം കഴിച്ചുകൊണ്ടിരി ക്കുകയായിരുന്നു. അതിനാൽ നമ്പിയുടെ അമ്മ നിലവറവാതില്ക്കൽ ച്ചെന്ന്, “നമ്മുടെ പഴുക്കാപ്പാക്കെല്ലാം പറിച്ചുകൊണ്ടുപോകുവാൻ സർക്കാരാളുകൾ വന്നിരിക്കുന്നു. ചേരുമാനക്കാരൻ അടയ്ക്കാമരത്തി ന്മേൽക്കയറിത്തുടങ്ങി” എന്നു പറഞ്ഞു. അതു കേട്ടു നമ്പി ഒരു

തിരിയും കൊളുത്തിയെടുത്ത് ഒരു കിണ്ടി വെള്ളവുംകൊണ്ടു നിലവറയ്ക്കു പുറത്തുവന്നു. നടുമുറ്റത്തിറങ്ങി തിരി മേല്പോട്ട് എറിയുകയും വെള്ളം നടുമുറ്റത്ത് ഒഴിക്കുകയും ചെയ്തിട്ട് അമ്മയോട്, "അവർ കയറുകയോ ഇറങ്ങുകയോ എന്തെങ്കിലും ചെയ്യട്ടെ. അമ്മ സ്വസ്ഥയായി ഇരിക്കണം. നമുക്കുള്ളതൊന്നും ആരും കൊണ്ടുപോവുകയില്ല" എന്നു പറയുകയും പിന്നെയും നിലവറയിൽത്തന്നെ ഇരിക്കുകയും ചെയ്തു.

ചേരുമനക്കാരൻ അടയ്ക്കാമരത്തിന്റെ മധ്യത്തിലായപ്പോൾ അതിന്റെ അഗ്രഭാഗത്തു തീ കത്തുന്നതു കണ്ടു ഭയപ്പെട്ട് കീഴ്പോട്ടിറങ്ങിത്തുടങ്ങി. അപ്പോൾ അടിയിൽ വെള്ളം പൊങ്ങിവരുന്നതായിക്കണ്ടു. വെള്ളത്തിലിറങ്ങിയാൽ നീന്തി എവിടെയെങ്കിലും ചെന്നു രക്ഷപ്രാപിക്കാമെന്നു വിചാരിച്ച് കീഴ്പ്പോട്ടുതന്നെ ഇറങ്ങി നിലത്തു വന്നപ്പോൾ മുകളിൽ തീയും താഴെ വെള്ളവും കാൺമാനില്ലായിരുന്നു. "ഇതു നമ്പിയുടെ ജാലവിദ്യകൊണ്ടു വെറുതെ തോന്നിയതാണ്. പഴുക്കാക്കുല പറിക്കുക തന്നെവേണം" എന്നു പറഞ്ഞ് അയാൾ പിന്നെയും കയറിത്തുടങ്ങി. അപ്പോഴും യഥാപൂർവം മുകളിൽ തീകത്തുന്നതും താഴെ വെള്ളം പൊങ്ങിവരുന്നതും കണ്ട് അയാൾ പിന്നെയും താഴെയിറങ്ങി. ഇങ്ങനെ നാലഞ്ചുപ്രാവശ്യം കയറുകയും ഇറങ്ങുകയും ചെയ്തിട്ട് ഒടുക്കം, "ആശാന്റെ (*ആ ദിക്കുകാർ നമ്പിയെ ആശാനെന്നാണ് പറഞ്ഞുവന്നിരുന്നത്*) പഴുക്കാ നമുക്കു വേണ്ടാ" എന്നു പറഞ്ഞ് അവർ മടങ്ങിപ്പോയി. അതിൽപ്പിന്നെ പഴുക്കാപറിക്കാൻ അവിടെ ആരും ചെല്ലാറില്ല.

പണ്ട് റാന്നിക്കർത്താവ് ദേശാധിപത്യമുള്ള ഒരിടപ്രഭുവായിരുന്നു. ആ ദേശത്തു കുഴിയിൽ വീഴുന്ന ആനകളുടെ ഉടസ്ഥാവകാശം കർത്താവിനായിരുന്നു. അതിനാൽ കർത്താവു തന്റെ മലകളിൽ ആനക്കുഴികളുണ്ടാക്കിക്കയും ആനകളെ പിടിക്കുകയും പതിവായിരുന്നു. ഒരാണ്ടിൽ ആനകൾ കുഴിയിൽ വീഴേണ്ടുന്ന കാലത്തു വീഴാതെയിരുന്നതിനാൽ അതിന്റെ കാരണമറിയുന്നതിനായി കർത്താവു പ്രശ്നംവെപ്പിച്ചു നോക്കിച്ചു. അപ്പോൾ അച്ചൻകോവിൽ ശാസ്താവിന്റെ വിരോധം കൊണ്ടാണ് ആന കുഴിയിൽ വീഴാത്തതെന്നു പ്രശ്നക്കാരൻ വിധിച്ചു. ഈ വിരോധം തീരുന്നതിനു ചില പ്രതിവിധികൾ നിശ്ചയിച്ച് അയാൾ ഒരു ചാർത്തും എഴുതിക്കൊടുത്തു. ആ ചാർത്തിൻപ്രകാരമുള്ള പ്രതിവിധികളെല്ലാം ചെയ്തിട്ട് ആ ആണ്ടിൽ ആനകളെ പിടിക്കുന്ന കാര്യം അസാദ്ധ്യമായിരുന്നതിനാൽ കർത്താവിനു വളരെ മനസ്താപമുണ്ടായി.

അങ്ങനെയിരുന്ന കാലത്ത് സമീപമൊരു സ്ഥലത്ത് മന്ത്രവാദത്തിനായി തേവലശ്ശേരി നമ്പി വന്നിട്ടുണ്ടെന്നു കേട്ട് കർത്താവും അവിടെച്ചെന്നു നമ്പിയെക്കണ്ടു വിവരമെല്ലാം പറഞ്ഞു. അപ്പോൾ നമ്പി, "ഇതിനെക്കുറിച്ച് ഒട്ടും കുണ്ഠിതം വേണ്ടാ. കാര്യം ഞാൻ സാധിപ്പിച്ചുതന്നുകൊള്ളാം. അങ്ങേയ്ക്ക് ഒമ്പതു കുഴികളല്ലേ ഉള്ളത്?

അവയിലെല്ലാം ഇന്നു രാത്രിയിൽത്തന്നെ ആന വീഴും. നാളെ രാവിലെ ചെന്നു നോക്കിയാൽ കാണാം" എന്നു പറഞ്ഞു. ഇതുകേട്ടിട്ടു കർത്താവിനു നല്ല വിശ്വാസമായില്ല."അച്ചൻകോവിൽ ശാസ്താവിന്റെ വിരോധം നമ്പിയുടെ ഈ വാക്കു കൊണ്ടു തീരുമോ" എന്നു സംശയിച്ചുകൊണ്ടു കർത്താവു പോയി അത്താഴം കഴിച്ചു കിടന്നുറങ്ങി. പിറ്റേദിവസം രാവിലെ കർത്താവു നല്ല വിശ്വാസത്തോടുകൂടിയല്ലെങ്കിലും മലയിൽ ച്ചെന്നു കുഴികളിൽ നോക്കിയപ്പോൾ ഒമ്പതു കുഴികളിലും ഓരോ ആനവീതം വീണിട്ടുണ്ടായിരുന്നു. പക്ഷേ ഒമ്പതും പിടിയാനകളായിരുന്നു. അതിനാൽ കർത്താവിന്റെ കുണ്ഠിതം മുഴുവനും വിട്ടുമാറിയില്ല. ആ ആനകളെ കുഴിയിൽനിന്നു കയറ്റി കൂടുകളിലാക്കി അടയ്ക്കാൻ ഏർപ്പാടു ചെയ്തിട്ടു കർത്താവു ചെന്നു പിന്നെയും നമ്പിയെ കണ്ടു. "എന്താ, കുഴികളിലൊക്കെ ആനകൾ വീണില്ലേ" എന്നു നമ്പി ചോദിച്ചു. "ആനകൾ വീണു. പക്ഷേ, എല്ലാം പിടിയാനകളാണ്. രണ്ടു മൂന്നെണ്ണമെങ്കിലും കൊമ്പനാനയായിരുന്നില്ലല്ലോ എന്നുള്ളതു മനസ്താപമേയുള്ളൂ" എന്നു കർത്താവു പറഞ്ഞു. അപ്പോൾ നമ്പി, "ഓ! അതു സാരമില്ല. ഇന്നു രാത്രിയിൽ വീഴുന്നതെല്ലാം കൊമ്പനാനയായിരിക്കും; എന്നാൽ പോരേ? അങ്ങു പോയി കുഴികൾക്ക് അറ്റകുറ്റം വല്ലതും വന്നിട്ടുണ്ടെങ്കിൽ തീർത്ത് എല്ലാം ശരിയാക്കിയിടുവിക്കണം" എന്നു പറഞ്ഞു കർത്താവിനെ അയച്ചു. കർത്താവുപോയി കുഴികളെല്ലാം അറ്റകുറ്റങ്ങൾ തീർത്തു ശരിയാക്കിയിടുവിക്കുകയും ചെയ്തു.

അന്നു രാത്രിയിൽ കർത്താവു കിടന്നുറങ്ങിയപ്പോൾ ഒരു സ്വപ്നം കണ്ടു. "കുഴികളിലെല്ലാം ആനകൾ വീണിട്ടുണ്ട്. എല്ലാം കൊമ്പനാണ്. എങ്കിലും അഞ്ചാമത്തെക്കുഴിയിൽ വീണിരിക്കുന്ന ആ ആനയെ തേവലശ്ശേരിനമ്പി കൂടി വരാതെ കുഴിയിൽനിന്നു കരയ്ക്കു കയറ്റരുത്. അല്ലെങ്കിൽ ആപത്തുണ്ടാകും" എന്നായിരുന്നു സ്വപ്നത്തിന്റെ സാരം.

പിറ്റേ ദിവസം രാവിലെ കർത്താവു മലയിൽച്ചെന്നു കുഴികളിൽ നോക്കിയപ്പോൾ എല്ലാ കുഴികളിലും ആനകൾ വീണിട്ടുണ്ടായിരുന്നു. എല്ലാം കൊമ്പനാനകളുമായിരുന്നു. അപ്പോൾ കർത്താവിനുണ്ടായ സന്തോഷം എത്രമാത്രമെന്നു പറയാൻ പ്രയാസം. ഉടനെ താപ്പാനകളെയും മറ്റും വരുത്തി. നാലു കുഴികളിലെ ആനകളെ കയറ്റി കൂടുകളിലാക്കിയടച്ചു. അഞ്ചാമത്തെക്കുഴിയിലെ ആനയെക്കയറ്റാൻ നമ്പിയെക്കൂടി വരുത്തീട്ടാവാമെന്നു വിചാരിച്ചു കർത്താവു നമ്പി വന്നിരുന്ന സ്ഥലത്തേക്കു പോയി. അവിടെച്ചെന്നന്വേഷിച്ചപ്പോൾ നമ്പി ഒരു മന്ത്രവാദത്തിനായി ചെങ്കോട്ടയ്ക്കു സമീപം ഒരു സ്ഥലത്തേക്കു തലേ ദിവസം രാത്രിയിൽത്തന്നെ പോയി എന്നും അവിടെ നിന്നു രണ്ടുമൂന്നാളുകൾ വന്നു നാലഞ്ചുദിവസംമുമ്പു മുതൽക്കു തന്നെ നിർബന്ധിച്ചുകൊണ്ടു കൂടിയിട്ടുണ്ടായിരുന്നുവെന്നും അറിയുകയാൽ കർത്താവ് ഇച്ഛാഭംഗത്തോടുകൂടി മടങ്ങിപ്പോന്നു. അദ്ദേഹം അഞ്ചാമത്തെ കുഴിയുടെ

സമീപത്തു ചെന്നു സൂക്ഷിച്ചുനോക്കിയപ്പോൾ മറ്റുള്ള ആനകളൊക്കെ പോയാലും ആ കുഴിയിൽ വീണിരിക്കുന്ന ആനയെ ഏതുവിധത്തിലും ക്ഷണത്തിൽ കുഴിയിൽനിന്നു കയറ്റി കൂട്ടിലാക്കി അടയ്ക്കണമെന്ന് അദ്ദേഹത്തിനു തോന്നി. സകല ലക്ഷണങ്ങളും പൂർണമായിത്തികഞ്ഞ ഒരൊന്നാന്തരം കൊമ്പനായിരുന്നു ആ കുഴിയിൽ വീണിരുന്നത്. അഴകു കൊണ്ടും പുഷ്ടികൊണ്ടും ലക്ഷണങ്ങൾകൊണ്ടും മറ്റും ഇത്രയും യോഗ്യത തികഞ്ഞ ഒരാനയെ കർത്താവ് അതിനുമുമ്പ് ഒരിക്കലും ഒരിടത്തും കണ്ടിട്ടുണ്ടായിരുന്നില്ല. അതിനാൽ ഉടനെ ആ ആനയെ കുഴിയിൽനിന്നു കയറ്റാനുള്ള ശ്രമം തുടങ്ങി. ആ സമയം അതി ഭയങ്കരമൂർത്തിയായ ഒരു വലിയ വ്യാഘ്രം പെട്ടെന്നു കാട്ടിൽനിന്നു ചാടിയിറങ്ങിവന്നു കർത്താവിനെ കടിച്ചെടുത്തുകൊണ്ടു കാട്ടിലേക്കു തന്നെ കയറിപ്പോയി. അപ്പോൾ അവിടെയുണ്ടായിരുന്ന വേലക്കാരും മറ്റും ഭയംകൊണ്ടും പരിഭ്രമംകൊണ്ടും വ്യസനംകൊണ്ടും വിവശരായി ത്തീർന്നുവെന്നുള്ളതു വിശേഷിച്ചു പറയണമെന്നില്ലല്ലോ. എല്ലാവരും അവിടെനിന്നു നാലു വഴിക്കുമായി ക്ഷണത്തിൽ ഓടിപ്പോയി.

ഇനി മന്ത്രവാദത്തിനു പോയ സ്ഥലത്തെ കഥ പറയാം. അവിടെ ഒരു സ്ത്രീക്ക് ഒരു ഗന്ധർവ്വന്റെ ഉപദ്രവമായിരുന്നു. അനേകം മന്ത്രവാദി കൾ ആ ഗന്ധർവനെ ഒഴിക്കാനായി പഠിച്ച വിദ്യകളെല്ലാം പ്രയോ ഗിച്ചുനോക്കി. ഒന്നുകൊണ്ടും ഒരു ഫലവുമുണ്ടായില്ല. അക്കാലത്ത് 'ഉശകാരാവുത്തർ' എന്നു പ്രസിദ്ധനായ ഒരു മാന്ത്രികൻ തൊടുപുഴെ ഉണ്ടായിരുന്നു. മേല്പറഞ്ഞ ഗന്ധർവബാധിതയായ സ്ത്രീയുടെ വീട്ടിനുസമീപം ഉശകാരാവുത്തരുടെ ചാർച്ചക്കാരനായ ഒരു മഹമ്മദീ യൻ താമസിച്ചിരുന്നു. അവൻ മുഖാന്തരം രാവുത്തരെയും അവിടെ ക്കൊണ്ടുപോയി മന്ത്രവാദം ചെയ്യിച്ചു. രാവുത്തർ പഠിച്ച വിദ്യകളെല്ലാം പ്രയോഗിച്ചുനോക്കീട്ടും ഗന്ധർവനെ ഒഴിക്കാൻ കഴിഞ്ഞില്ല. ഇനി വേറെ വല്ല മന്ത്രവാദികളും വന്ന് ഈ ഗന്ധർവനെ ഒഴിക്കുകയാണെങ്കിൽ അതു തനിക്കു കുറച്ചിലായിത്തീരുമല്ലോ എന്നു വിചാരിച്ച് ആരുവിചാരി ച്ചാലും ആ ഗന്ധർവനെ ഒഴിക്കാൻ കഴിയാത്തവിധത്തിൽ ചില പ്രയോഗങ്ങൾകൂടി ചെയ്യുകയും ഇനി ഈ വീട്ടുകാർ വല്ല മന്ത്രവാദി കളെയും ഇവിടെ വരുത്തുന്നതായാൽ ഉടനെ ആ വിവരം തന്നെ അറി യിക്കമെന്നു തന്റെ ചാർച്ചക്കാരനോടു പറഞ്ഞു ചട്ടംകെട്ടുകയും ചെയ്തിട്ടാണ് ഒടുക്കം രാവുത്തർ അവിടെനിന്നു മടങ്ങിപ്പോന്നത്. രാവു ത്തരുടെ ഈ ഗൂഢപ്രയോഗങ്ങൾ ആരും അറിഞ്ഞില്ല.

ഇങ്ങനെയിരുന്ന സമയത്താണ് ആ സ്ത്രീയുടെ ഉടമസ്ഥന്മാർ തേവലശ്ശേരി നമ്പിയെ അവിടെ കൂട്ടിക്കൊണ്ടുപോയത്. നമ്പിയെ ക്കൊണ്ടുവരാൻ ആൾ പോകുന്നു എന്നു കേട്ട ക്ഷണത്തിൽ രാവു ത്തരുടെ ചാർച്ചക്കാരനായ മുഹമ്മദീയൻ വിവരം രാവുത്തരെ അറിയി ക്കുകയും നമ്പി അവിടെ എത്തുന്നതിനു മുമ്പുതന്നെ രാവുത്തർ ആ

ചാർച്ചക്കാരന്റെ വീട്ടിലെത്തി താമസം തുടങ്ങുകയുംചെയ്തിരുന്നു. ഈ വിവരമൊന്നും അറിയാതെ നമ്പി അവിടെച്ചെന്നുചേർന്നു. നമ്പി സൗന്ദര്യവും ദേഹപുഷ്ടിയും വസ്ത്രാഭരണാദ്യലങ്കാരപ്രൗഢിയും മെരട്ടും തട്ടിപ്പും ജാടയുമൊന്നുമില്ലാത്ത ആളായിരുന്നതിനാൽ അദ്ദേഹത്തെക്കണ്ടിട്ട് ആ ദിക്കുകാർക്ക് അത്ര ബഹുമാനമുണ്ടായില്ല. "ഉശകാരാവുത്തർ മുതലായ യോഗ്യന്മാർ വിചാരിച്ചിട്ട് ഒഴിക്കാൻ കഴിയാത്ത ഗന്ധർവനെ ഈ ശോങ്കിയാണോ ഇനി ഒഴിക്കാൻ പോകുന്നത്? ഇയ്യാളെ ഇവിടെ വലിച്ചുകൊണ്ടു വന്നതുതന്നെ കേവലം അനാവശ്യവും വിഡ്ഢിത്തവുമായിപ്പോയി" എന്നും മറ്റും ചിലർ കുറേശ്ശേ പറയുകയും ചെയ്തു. അതൊക്കെ കുറേശ്ശേ നമ്പിയും കേട്ടു. എങ്കിലും അദ്ദേഹം അതൊന്നും കേട്ടതായി നടിച്ചില്ല. അന്യന്മാർ ഇങ്ങനെയൊക്കെ പറയുകയും വിചാരിക്കുകയും ചെയ്തുവെങ്കിലും ആ സ്ത്രീയുടെ ഭർത്താവു മുതലായവർ നമ്പിയെ സാദരം സ്വീകരിക്കുകയും അദ്ദേഹത്തിനു ഭക്ഷണത്തിനും മറ്റുംവെടിപ്പായി ഏർപ്പാടു ചെയ്തുകൊടുക്കുകയും ഈ ഗന്ധർവന്റെ ഉപദ്രവം നിമിത്തമുണ്ടായിട്ടുള്ള കഷ്ടനഷ്ടങ്ങളെക്കുറിച്ചും ഈ ബാധ ഒഴിക്കുന്നതിനായി ഓരോ മന്ത്രവാദികളെ വരുത്തി മന്ത്രവാദങ്ങൾ ചെയ്യിച്ച വിവരവും വിസ്തരിച്ചു പറയുകയും ഏതുവിധവും ഈ ഉപദ്രവം ഒഴിച്ചുകൊടുക്കണമെന്ന് അപേക്ഷിക്കുകയും ചെയ്തു. നമ്പി,"പല യോഗ്യന്മാർ പരീക്ഷിച്ചിട്ടു സാധിക്കാത്തകാര്യം സാധിക്കാമെന്നു ഞാൻ ഉറപ്പു പറയുന്നില്ല. എന്നാൽ കഴിയുന്നതു ഞാനും ചെയ്തുനോക്കാമെന്നു മാത്രമേ പറയാൻ നിവൃത്തിയുള്ളൂ. എങ്കിലും ഭഗവതിയുടെ കാരുണ്യംകൊണ്ടു സാധിക്കാതെ വരുകയില്ലെന്നാണ് എന്റെ വിശ്വാസം. ഞാൻ ഒരു മന്ത്രവാദത്തിനു ചെന്നിട്ടു ബാധ ഒഴിയാതെ ഇതുവരെ ഉണ്ടായിട്ടില്ല. അതിനാൽ ഇതും ഒഴിയുമെന്നുതന്നെ വിചാരിക്കാം" എന്നു പറയുകയും ചെയ്തു. നമ്പിയുടെ മന്ത്രവാദത്തിന് അധികമായിട്ട് ഉപകരണങ്ങളൊന്നും പതിവില്ല. നമ്പി ആദ്യംതന്നെ പത്മമിട്ടു വിളക്കുവച്ചു ഭഗവതിക്ക് ഒരു പൂജ കഴിക്കും. പിന്നെ ഉമിച്ചാരംകൊണ്ട് ഒരു ചക്രം വരച്ചുവച്ച് അതിൽ പിണിയാളെ ഇരുത്തും. പിണിയാളുടെ അടുക്കൽ ഒരു ചൂരൽവടിയും ജപിച്ചുവയ്ക്കും. ഇത്രയും ചെയ്തിട്ട് നമ്പി കിടന്നുറങ്ങും. കുറച്ചു കഴിയുമ്പോൾ പിണിയാൾ തുള്ളി, ചൂരൽവടിയെടുത്തു തന്നെത്താൻ അടിച്ചുതുടങ്ങും. അങ്ങനെ കുറച്ചുനേരം കഴിയുമ്പോൾ തുള്ളുന്നയാൾ "അയ്യോ! ഞാൻ പൊയ്ക്കൊള്ളാമേ" എന്നു വിളിച്ചു പറഞ്ഞുതുടങ്ങും. അപ്പോൾ നമ്പി എണീറ്റു പിണിയാളെക്കൊണ്ട് പൊന്നും വിളക്കും പിടിപ്പിച്ചു സത്യം ചെയ്യിക്കും. ബാധ ഒഴിഞ്ഞുപോകുകയും ചെയ്യും. ഇത്രയുമല്ലാതെ നമ്പിയുടെ മന്ത്രവാദത്തിനു വലിയ വട്ടങ്ങളൊന്നും പതിവില്ല. എന്നാൽ ഇവിടെ അങ്ങനെയായാൽ പോരെന്ന് അദ്ദേഹം നിശ്ചയിച്ചു. തന്നെ കണ്ടിട്ടുതന്നെ പുച്ഛം തോന്നിയിരിക്കുന്നവർക്കു

നിസ്സാരമായ ചാർത്തുകൂടി കണ്ടാൽ ആക്ഷേപമധികമാകും എന്നു വിചാരിച്ച് നമ്പി കെങ്കേമമായിട്ടാണ് ചാർത്തെഴുതിക്കൊടുത്തത്. എങ്കിലും ഉച്ചയായപ്പോഴേക്കും സകലവും ആ വീട്ടുകാർ തയ്യാറാക്കിക്കൊടുത്തു. മുറ്റത്തു കുത്തിമറച്ചു കെട്ടി വിതാനിച്ച് അലങ്കരിച്ച പന്തലിൽ നമ്പി പഞ്ചവർണ്ണപ്പൊടികൾകൊണ്ടു ഗന്ധർവന്റെ ഒരു കളം (*രൂപം*) എഴുതി. ജീവനുണ്ടെന്നു തോന്നത്തക്കവണ്ണം രസികനായ കളം കണ്ടപ്പോൾ നമ്പി നിസ്സാരനല്ലെന്നു ജനങ്ങൾക്കു തോന്നി തുടങ്ങി. കളം എഴുതിത്തീർത്തതിന്റെശേഷം അദ്ദേഹം പൂജയ്ക്കുള്ള പത്മമിടുകയും പിണിയാളെ ഇരുത്താനുള്ള ചക്രം വരയ്ക്കുകയും കളത്തിനടുക്കൽ സുരഭില കുസുമങ്ങൾകൊണ്ട് ഒരു പൂപ്പട കൂട്ടുകയും ചെയ്തു. അപ്പോഴേക്കും നേരം വൈകിത്തുടങ്ങിയതിനാൽ "ഇനി ശേഷമെല്ലാം സന്ധ്യാവന്ദനം കഴിഞ്ഞു വന്നിട്ടാകാം" എന്നു പറഞ്ഞ് നമ്പി പുറത്തേക്കിറങ്ങിപ്പോയി. നാലഞ്ചു നാഴിക കഴിഞ്ഞിട്ടും നമ്പി മടങ്ങി വരായ്കയാൽ ചിലർ,"കഴിഞ്ഞു, അയാളുടെ മന്ത്രവാദം ഇത്രയേ ഉള്ളൂ. സാധു ഇവിടെ വന്നപ്പോഴാണ് ഇവിടെ സൂത്രംകൊണ്ടൊന്നും കാര്യം പറ്റുകയില്ലെന്നും വലിയ കെങ്കേമന്മാരൊക്കെ വിചാരിച്ചിട്ടു നടക്കാത്ത കാര്യമാണിതെന്നും മനസ്സിലായത്. അയാൾ ഒളിച്ചുപോയതാണ്. അയാൾ വരാനായിട്ട് ഇനി കാത്തിരിക്കണമെന്നില്ല" എന്നും മറ്റും പറഞ്ഞുതുടങ്ങി.

ഇങ്ങനെ ഓരോരുത്തർ ഓരോന്നു പറഞ്ഞുകൊണ്ടിരുന്നപ്പോൾ നമ്പി വന്നുചേർന്നു. ഉടനെ അദ്ദേഹം ഭഗവതിയുടെ പൂജ ആരംഭിച്ചു. അപ്പോഴേക്കും നമ്പിയുടെ മന്ത്രവാദം കാണാനായി അസംഖ്യം ആളുകൾ അവിടെ വന്നുകൂടി. അക്കൂട്ടത്തിൽ ഉശകാരാവുത്തരുമുണ്ടായിരുന്നു. പിണിയാൾ തുള്ളാതിരിക്കുന്നതിനും തുള്ളിയാലും ബാധ ഒഴിയാതിരിക്കുന്നതിനുമായി ചില പ്രയോഗങ്ങൾ രാവുത്തർ മുമ്പേ തന്നെ ചെയ്തിരുന്നതുകൂടാതെ അപ്പോഴും ചിലതൊക്കെക്കൂടി ചെയ്തിട്ടാണ് അക്കൂട്ടത്തിൽ വന്നുകൂടിയത്. പൂജ കഴിഞ്ഞപ്പോൾ പിണിയാളെ കൊണ്ടുവന്നു ചക്രത്തിലിരുത്തി. നമ്പി ഉടനെ പൂജയ്ക്കും പുഷ്പാഞ്ജലി ചെയ്തതിൽനിന്നു കുറെ പൂവും അക്ഷതവും (നെല്ലുമരിയും) കൂടിയെടുത്തു ജപിച്ചു പിണിയാളുടെ ശിരസ്സിലിട്ടു. നമ്പി പൂവും അക്ഷതവും ജപിച്ചിട്ടാൽ ഏതു ബാധയും ഉടനെ തുള്ളുകയാണ് പതിവ്. എങ്കിലും ഈ പിണിയാൾ തുള്ളിയില്ല. അപ്പോൾത്തന്നെ അതിന്റെ കാരണം ഏകദേശം ഊഹിച്ചുകൊണ്ട് നമ്പി, "ഈ കൂട്ടത്തിൽ മന്ത്രവാദിയായിട്ടാരെങ്കിലുമുണ്ടോ?" എന്നു വിളിച്ചു ചോദിച്ചു. അപ്പോൾ അക്കൂട്ടത്തിൽനിന്നും ഒരാൾ 'ഇല്ല' എന്നുത്തരം പറഞ്ഞു. അതു രാവുത്തരായിരുന്നു. ആ ആൾ ഇന്നാരാണെന്നു വ്യക്തമായിട്ടറിഞ്ഞില്ലെങ്കിലും ഈ പറഞ്ഞ ആളാണ് തന്റെ പ്രതിയോഗി എന്ന് ശബ്ദംകൊണ്ടു തീർച്ചപ്പെടുത്തിക്കൊണ്ടു നമ്പി, "ഒടുക്കം നിങ്ങളൊരു

മന്ത്രവാദിയാണെന്നു വന്നേക്കാം"എന്നു പറഞ്ഞിട്ട് അദ്ദേഹം ഒരു ക്ഷണം ഓലയെടുത്ത്അതിൽ ഒരു മന്ത്രമെഴുതുകയും അതു ശകലം ശകലമായി കീറി മേൽപ്പോട്ടെറിയുകയും ചെയ്തു. അപ്പോൾ അവിടെ അടുത്തുനിന്നിരുന്ന കരിമ്പനയുടെ ചുവട്ടിൽ കിടന്നിരുന്ന വള്ളി തുള്ളി കരിമ്പനയുടെ അഗ്രഭാഗംവരെ കയറുകയും ഉടനെ പന പൊട്ടിക്കീറി ഇഞ്ചനാരുപോലെയായി നിലത്തുവീഴുകയും ചെയ്തു. ആ വള്ളി നമ്പിയെ അകപ്പെടുത്താനായി രാവുത്തർ എന്തോ പ്രയോഗമൊപ്പിച്ച് ഇട്ടിരുന്നതായിരുന്നു എന്നു വിശേഷിച്ചു പറയണമെന്നില്ലല്ലോ. ഇത്രയും കഴിഞ്ഞപ്പോൾ രാവുത്തർ അവിടെനിന്നു പൊയ്ക്കളഞ്ഞു. കുറച്ചുസമയം കഴിഞ്ഞപ്പോൾ നമ്പിയുടെ വയർ വീർത്തുതുടങ്ങി. അതു വർദ്ധിച്ചുവർദ്ധിച്ച് അദ്ദേഹം ഇരിക്കാനും ശ്വാസോച്ഛ്വാസം ചെയ്യാനും വയ്യാതെ ഏറ്റവും വിവശനായിത്തീർന്നു. ഉടനെ നമ്പി ഒരു നാരായ മെടുത്തുകൊണ്ട് പുറത്തേക്കിറങ്ങി, ആ നാരായം ജപിച്ച് ഒരു വാഴയി ന്മേൽ ഒരു കുത്തുകൊടുത്തു. നാരായം കൊണ്ട ദ്വാരത്തിലൂടെ ഉടനെ വെള്ളം പ്രവഹിച്ചുതുടങ്ങി. അങ്ങനെ കുറെ വെള്ളം വാഴയിൽനിന്നു പോയപ്പോൾ നമ്പിയുടെ വയറൊട്ടുകയും അദ്ദേഹം യഥാപൂർവം സ്വസ്ഥശരീരനായിത്തീരുകയും ചെയ്തു. നമ്പിക്ക് ഈ അസ്വാസ്ഥ്യ മുണ്ടായിത്തീർന്നതും രാവുത്തരുടെ ദുഷ്പ്രയോഗം കൊണ്ടാണെന്നു ള്ളതു സ്പഷ്ടമാണല്ലോ. നമ്പിയെ അകപ്പെടുത്താനും അപമാനിച്ചയയ് ക്കാനുമായി രാവുത്തർ ഇങ്ങനെ പലതും പ്രയോഗിച്ചുനോക്കി. നമ്പി ഉടനുടൻ പ്രതിവിധികൾ ചെയ്തുകൊണ്ടിരുന്നതിനാൽ അദ്ദേഹത്തിന് ഒന്നും പറ്റിയില്ല. തന്റെ വിദ്യകളൊന്നും നമ്പിയുടെ അടുക്കൽ ഫലി ക്കയില്ലെന്നു തീർച്ചയായപ്പോൾ രാവുത്തർ പിന്നെയും ജനക്കൂട്ടത്തിൽ വന്നു നിന്നു. അപ്പോൾ രാവുത്തരെ ഒന്നു പറ്റിക്കണമെന്നും ആളെ അറിയിക്കാതെ ഒഴിച്ചുവന്നു നിൽക്കുന്ന അയാളെക്കൊണ്ടുതന്നെ അയാളുടെ പേരു വിളിച്ചുപറയിക്കണമെന്നും നിശ്ചയിച്ച് നമ്പി കുറച്ചു ഭസ്മമെടുത്തു ജപിച്ച് ആൾക്കൂട്ടത്തിലേക്ക് ഊതിപ്പറപ്പിച്ചു. ആ ഭസ്മം ആരുടെയെല്ലാം ദേഹത്തിൽ പതിച്ചുവോ, അവരൊക്കെ ഉടനെ തുള്ളി ത്തുടങ്ങി. ആ കൂട്ടത്തിൽ രാവുത്തരുമുണ്ടായിരുന്നു. ആ തുള്ളലി നിടയ്ക്കു നമ്പി ഗന്ധർവന്റെ കളത്തിങ്കലും ഒരു പൂജ കഴിച്ചു. രാവു ത്തരുടെ തുള്ളൽ മുറുകിയപ്പോഴേക്കും മറ്റുള്ളവരുടെ തുള്ളലെല്ലാം ശമിച്ചു. വലിയ തടിയനും കുടവയറനുമായിരുന്ന രാവുത്തർ രണ്ടുമൂന്നു നാഴിക നേരം ചാടിത്തുള്ളിയപ്പോഴേക്കും വിയർത്തൊലിച്ച് ഏറ്റവും പരവശനായിത്തീർന്നു. ഒരു നിവൃത്തിയുമില്ലെന്നായപ്പോൾ രാവുത്തർ, "അയ്യോ, എന്നെ രക്ഷിക്കണേ, ഞാൻ ഉശകാരാവുത്തരാണേ, അങ്ങ യുടെ യോഗ്യത അറിയാതെയും എന്റെ അഹമ്മതിയും കഥയില്ലാ യ്മയും കൊണ്ടും അങ്ങയുടെ മന്ത്രവാദം ഫലിക്കാതെയിരിക്കു ന്നതിനും പിണിയാൾ തുള്ളാതിരിക്കുന്നതിനും അങ്ങേക്കു ജീവഹാനി

സംഭവിക്കുന്നതിനും ഞാൻ ചിലതൊക്കെ ചെയ്തുപോയി. അവയെല്ലാം വിഫലീഭവിക്കുകയും ചെയ്തു. എന്റെ തെറ്റുകളെല്ലാം ക്ഷമിച്ച് അവിടുന്നെന്നെ സദയം രക്ഷിക്കണം. ഇനിയും എന്നെ ഇങ്ങനെ തുള്ളിക്കുകയാണെങ്കിൽ ഞാൻ ഇവിടെത്തന്നെ വീണു മരിച്ചുപോകും. ഇനി ഞാൻ ഒരുകാലത്തും ഒരിടത്തും മന്ത്രവാദസംബന്ധമായി യാതൊന്നും ചെയ്യുകയില്ലെന്നു സത്യം ചെയ്യണമെങ്കിൽ അതും ചെയ്യാം. എന്നാലും എന്നെ കൊല്ലാതെ വിട്ടയയ്ക്കേണമേ" എന്നു വിളിച്ചു പറഞ്ഞു. അതു കേട്ട് നമ്പി, "ഉശകാരാവുത്തരോ? എന്നാൽ ഇവിടെ അടുത്തുവരാമല്ലോ" എന്നു പറഞ്ഞു. ഉടനെ രാവുത്തരുടെ തുള്ളൽനിന്നു. അടുത്തുചെന്നപ്പോൾ നമ്പി, "രാവുത്തർ അവിടെ ഇരിക്കുക. ഉശകാരാവുത്തരെന്ന് ഞാൻ കേട്ടിട്ടേ ഉണ്ടായിരുന്നുള്ളൂ. ഇന്നു കാണാനുള്ള ഭാഗ്യവും സിദ്ധിച്ചുവല്ലോ. വളരെ സന്തോഷമായി. രാവുത്തർ ഇവിടെയുള്ള സ്ഥിതിക്ക് ഈ ഗന്ധർവനെ ഒഴിക്കാൻ രാവുത്തർ തന്നെ വേണം" എന്നു വീണ്ടും പറഞ്ഞു. ഇതു കേട്ടിട്ട് ഇരിക്കാതെ വന്ദിച്ചുകൊണ്ട് രാവുത്തർ, അവിടുന്ന് ഇനിയും എന്നെ അപമാനിക്കാൻ തുടങ്ങുന്നതു സങ്കടമാണ്. ഞാൻ പഠിച്ച വിദ്യകളെല്ലാം പ്രയോഗിച്ചിട്ട് ഒഴിയാത്ത ഈ ഗന്ധർവനെ ഒഴിക്കാൻ ഞാൻ ശക്തനല്ല. എന്നുമാത്രമല്ല, ഇത് ഒരിക്കലും ഒഴിയാതെയിരിക്കത്തവണ്ണം ഞാൻ ചിലതൊക്കെ ചെയ്തുപോയിട്ടുമുണ്ട്."

നമ്പി: അതു സാരമില്ല. അങ്ങനെവല്ലതും ചെയ്തിട്ടുണ്ടെങ്കിൽ അതിനു പരിഹാരം ചെയ്താൽ മതിയല്ലോ.

രാവുത്തർ: പരിഹാരമില്ലാത്ത പ്രവൃത്തികളാണ് ഞാൻ ചെയ്തുപോയിട്ടുള്ളത്.

നമ്പി: പരിഹാരമില്ലാത്ത പ്രവൃത്തി ഒന്നുമില്ല.

രാവുത്തർ: അവിടുന്ന് വിചാരിച്ചാൽ എല്ലാത്തിനും പരിഹാരമുണ്ടാകും.എനിക്ക് അവിടുത്തെപ്പോലെ പഠിത്തവും പരിചയവും പാരമ്പര്യവുമില്ല. നിത്യവൃത്തിക്കു ഗതിയില്ലാതെ ഞാൻ കാടുകേറി നടന്നപ്പോൾ ഒരാളിൽനിന്ന് ഒരു ഗ്രന്ഥം കിട്ടാനിടയായി. അതിൽ നോക്കി ഞാൻ ചിലതൊക്കെ പ്രയോഗിക്കുകയും ചിലതൊക്കെ ഫലിക്കുകയും തന്നിമിത്തം ദൈവഗത്യാ പേരു കിട്ടുകയും ചെയ്തു എന്നല്ലാതെ എനിക്കു വാസ്തവത്തിൽ വലിയ പഠിപ്പൊന്നുമില്ല.

നമ്പി: അതൊന്നുമില്ല, രാവുത്തരെക്കുറിച്ച് ഞാൻ നല്ലപോലെ കേട്ടു മനസ്സിലാക്കിയിട്ടുണ്ട്. രാവുത്തർ ഒരു ഒന്നാന്തരം മന്ത്രവാദിയാണെന്ന് എനിക്കറിയാം. ഇതാ ഈ പൂവ് ആ പിണിയാളുടെ ശിരസ്സിലിടുക.

എന്നു പറഞ്ഞ് നമ്പി ഗന്ധർവനു പൂജിച്ച പൂവു കുറച്ചെടുത്തു രാവുത്തരുടെ കയ്യിൽകൊടുത്തു. രാവുത്തർ അതു വാങ്ങി പിണിയാളുടെ ശിരസ്സിലിട്ടു. പിണിയാൾ തുള്ളിത്തുടങ്ങി. നമ്പിയുടെ ആജ്ഞപ്രകാരം രാവുത്തർ പിണിയാളെക്കൊണ്ടു പൊന്നു വിളക്കും പിടിപ്പിച്ചു

സത്യം ചെയ്യിച്ചു. ഗന്ധർവൻ ഒഴിഞ്ഞുപോവുകയും ചെയ്തു. ആ വീട്ടുകാർ പണമായും പണ്ടങ്ങളായും നമ്പിക്കു വളരെ സമ്മാനങ്ങൾ കൊടുത്തു. നമ്പി അവയെല്ലാം കയ്യിൽ വാങ്ങീട്ടു "വാസ്തവത്തിൽ ഒടുവിൽ ഗന്ധർവനെ ഒഴിപ്പിച്ചതു രാവുത്തരാകുകയാൽ ഇവയ്ക്കൊക്കെ അർഹൻ രാവുത്തരാണ്" എന്ന് പറഞ്ഞ് അവയെല്ലാം രാവുത്തർക്കു കൊടുത്തു. രാവുത്തർ അവ വാങ്ങാൻ വളരെ മടിച്ചു. ഒടുക്കം നമ്പിയുടെ നിർബന്ധംകൊണ്ട് മനസ്സില്ലാമനസ്സോടെ അവയെല്ലാം റാവുത്തർ വാങ്ങി. എങ്കിലും എന്നെങ്കിലും നമ്പിയെ അകപ്പെടുത്തണമെന്നു തന്നെയായിരുന്നു പിന്നെയും അയാളുടെ വിചാരം.

മന്ത്രവാദമെല്ലാം കഴിഞ്ഞയുടനെ നമ്പി സ്വദേശത്തേക്കു പുറപ്പെട്ടു. നമ്പി ഒരിക്കലും വാലിയക്കാരെ കൊണ്ടുനടക്കാറില്ല. വാലിയക്കാർക്കുപകരം അദ്ദേഹം ചില സേവാമൂർത്തികളെയാണ് ഉപയോഗപ്പെടുത്തുക പതിവ്. ഈ യാത്രയും അങ്ങനെതന്നെയായിരുന്നു. രാത്രിയായിരുന്നതിനാൽ ചില മൂർത്തികൾ വിളക്കുമായി മുൻപേ നടന്നു. പിന്നാലെ നമ്പിയും പോയി. നമ്പി ചെങ്കോട്ട, തെങ്കാശി മുതലായ കിഴക്കൻദിക്കുകളിലേക്കു പോവുകയും മടങ്ങിവരുകയും ചെയ്യുന്നത് അച്ചൻകോവിൽ വഴിക്കാണ് പതിവ്. അതിനാൽ ഈ പ്രാവശ്യവും ആ വഴിക്കുതന്നെയാണ് പോയത്. രാത്രി ഏകദേശം ഒരു മണിയായപ്പോൾ അദ്ദേഹം അച്ചൻകോവിലിനു സ്വൽപ്പം കിഴിക്കുവന്നു. ആ സമയത്തു കറുത്തു തടിച്ചു കൂറ്റനായ ഒരു പാണ്ടിപ്പിള്ള കാട്ടിൽനിന്ന് ഇറങ്ങിവന്ന്, "ഈ അസമയത്ത് ഇതിലേ കടന്നുപോകുന്നതാരാണ്" എന്നു ചോദിച്ചു. നമ്പി മറുപടി ഒന്നും പറഞ്ഞില്ല. അപ്പോൾ ആ പാണ്ടിപ്പിള്ള, "ഓഹോ, മനസ്സിലായി. അച്ചൻകോവിലയ്യപ്പനെ ജയിച്ചു റാന്നിക്കർത്താവിന്റെ കുഴികളിൽ ആനകളെ വീഴിച്ചുകൊടുത്ത ആളാണ്, അല്ലേ? കർത്താവിനെ അയ്യപ്പന്റെ കാട്ടുനായ്ക്കൾ പിടിച്ചുകൊണ്ടു പോയി. ഇത് അയ്യപ്പന്റെ കാട്ടുനായ്ക്കൾ ധാരാളമുള്ള ദിക്കാണ്, സൂക്ഷിച്ചു നടക്കണം" എന്നു വീണ്ടും പറഞ്ഞു. അതിനും നമ്പി മറുപടി യാതൊന്നും പറഞ്ഞില്ല. എങ്കിലും നമ്പി അയാളുടെ നേരെ തിരിഞ്ഞു നിന്ന് ഒരാകർഷണവും ബന്ധനവും ഒരുമിച്ചു കഴിച്ചുകൊണ്ടു പിന്നെയും നടന്നുതുടങ്ങി. നമ്പിയുടെ പിന്നാലെ പിള്ളയും നടന്നു. കുറച്ചു കഴിഞ്ഞപ്പോൾ "ഹേ, അങ്ങെന്തിനാണ് എന്റെ കഴുത്തിൽ കയറിട്ടുകെട്ടി വലിച്ചുകൊണ്ടു പോകുന്നത്? എന്നെ വിട്ടയയ്ക്കണം. ഞാൻ അച്ചൻകോവിൽ അമ്പലത്തിൽ വിളക്കുവെപ്പുകാരനാണ്. ഭൈരവൻപിള്ള എന്നാണ് എന്റെ പേര്. എന്നെ വിട്ടയച്ചില്ലെങ്കിൽ ഞാൻ പോകും."

നമ്പി: പോകാനായി നിങ്ങൾ പല വിദ്യകൾ പ്രയോഗിച്ചു നോക്കിയല്ലോ. എന്നിട്ട് എന്താ പോകാഞ്ഞത്? ഇനി ചിലതൊക്കെക്കൂടി വിചാരിച്ചിട്ടുണ്ടല്ലോ. അവകൂടിക്കഴിയട്ടെ. ഞാൻ നിങ്ങളുടെ കഴുത്തിൽ കയറിട്ടു വലിക്കുന്നില്ല.

ഭൈരവൻപിള്ള: അങ്ങേക്കു കെട്ടിവലിക്കാൻ കയറും മറ്റും വേണ മെന്നില്ലല്ലോ.

ഇങ്ങനെ പറഞ്ഞുകൊണ്ടു കുറച്ചുകൂടി നടന്നപ്പോൾ അസംഖ്യം വ്യാഘ്രങ്ങൾ വഴിയിൽ നിരന്നുനിൽക്കുന്നതായി കണ്ടു. ഇവയോടു നമ്പി മടങ്ങും, അപ്പോൾ തനിക്കു പോകാൻ മാർഗമുണ്ടാകും എന്നു ഭൈരവൻപിള്ളയും ഇവയെക്കൂടി കൊണ്ടുപോകണം എന്നു നമ്പിയും നിശ്ചയിച്ചു. വ്യാഘ്രങ്ങളെ കണ്ടിട്ടു നമ്പിക്കു സ്വൽപംപോലും ഭയവും കൂസലുമുണ്ടായില്ല. അദ്ദേഹം അവയുടെ അടുക്കൽക്കൂടി കടന്നു പോയി. നമ്പിയെ കണ്ടക്ഷണത്തിൽ ഒരു വലിയ കടുവാ കാട്ടിലേക്ക് ഓടിപ്പോയി. ശേഷമുണ്ടായിരുന്നവ നമ്പിയുടെ പിന്നാലെ നടന്നു തുടങ്ങി. അവയുടെ പിന്നാലെ ഭൈരവൻപിള്ളയും നടന്നു.

അടുത്ത ദിവസം സന്ധ്യയ്ക്കു മുമ്പായി നമ്പി വ്യാഘ്രങ്ങളോടും ഭൈരവൻപിള്ളയോടുംകൂടി റാന്നിയിൽ കർത്താവിന്റെ ഗൃഹത്തി ലെത്തി. അപ്പോൾ അവിടെയുണ്ടായിരുന്നവരെല്ലാം കടുവാ പിടിച്ചു കൊണ്ടുപോയ കാരണവരുടെ പുല ആചരിച്ചുകൊണ്ടിരിക്കുകയായി രുന്നു. അവിടെയുണ്ടായിരുന്ന കർത്താക്കന്മാർ കാരണവരുടെ മരണ വൃത്താന്തം വിവരിച്ചു നമ്പിയോടു പറഞ്ഞുകൊണ്ടിരുന്ന അവസര ത്തിൽ മുമ്പു നമ്പിയെ കണ്ട ക്ഷണത്തിൽ കാട്ടിലേക്കു കയറിപ്പോയ കടുവായുടെ കഴുത്തിൽക്കയറി, കാരണവൻ കർത്താവും അവിടെ എത്തി. അപ്പോൾ മുമ്പേ അവിടെ വന്നുനിന്നിരുന്ന വ്യാഘ്രങ്ങളെല്ലാം അവിടെനിന്ന് ഓടിപ്പോയി. അതു നമ്പി അവയെ ഉച്ചാടനം ചെയ്തി ട്ടാണെന്നുള്ളതു പറയണമെന്നില്ലല്ലോ. ഇവയെല്ലാം കണ്ട് അവിടെയു ണ്ടായിരുന്നവരെല്ലാം ഭയാദ്ഭുതപരവശന്മാരായിത്തീർന്നു. ആ സമയത്തും ഭൈരവൻപിള്ള നമ്പിയോട് “ഇനിയെങ്കിലും എന്നെക്കൂടെ വിട്ടയയ്ക്കണമേ” എന്നപേക്ഷിച്ചു. അതിനു മറുപടിയായി നമ്പി, “എന്റെ മനസ്സോടുകൂടി ഇപ്പോൾ ഞാൻ നിങ്ങളെ വിട്ടയയ്ക്കുകയില്ല. പോകാ മെങ്കിൽ പൊയ്ക്കൊള്ളണം” എന്നാണു പറഞ്ഞത്. അപ്പോൾ കാ രണവൻകർത്താവ് ഭൈരവൻപിള്ളയെ കണ്ടിട്ട്, “എന്നെ കടുവാ പിടിച്ചു കാട്ടിൽക്കൊണ്ടുപോയി താമസിപ്പിച്ചിരുന്നപ്പോൾ എനിക്കു ഭക്ഷണവും മറ്റും തന്ന് എന്നെ രക്ഷിച്ചത് ഈ ഭൈരവൻപിള്ള തന്നെയാണല്ലോ. ഇദ്ദേഹം ഈ കടുവാക്കൂട്ടത്തിന്റെ ഒരു മേലാവാണ്” എന്നു പറഞ്ഞു. യൂഥത്തലവനായ ആ വലിയ കടുവാ ഭൈരവൻപിള്ളയുടെ പാദങ്ങളെ നക്കുകയും നമസ്ക്കരിക്കുകയും മറ്റും ചെയ്ത് അദ്ദേഹത്തെ അസാ മാന്യമായി ബഹുമാനിക്കുന്നതും അപ്പോൾ എല്ലാവരും കണ്ടു.

അനന്തരം നമ്പി കർത്താവിനോട്, “ഇനി ഈയാണ്ടിൽ ആനകളെ പിടിക്കാൻ ശ്രമിക്കേണ്ടാ, നാലാമത്തെ കുഴിയിൽ വീണുകിട്ടിയ ആ കൊമ്പനെ അച്ചൻകോവിൽ ശാസ്താവിനു വഴിപാടായി അയച്ചുകൊടു ത്തേക്കണം. ഞാൻ ഇപ്പോൾത്തന്നെ പോകുന്നു” എന്നു പറഞ്ഞു

യാത്രയായി. "ഇപ്പോൾത്തന്നെ പോകുന്നതു വലിയ സങ്കടമാണ്. രണ്ടു ദിവസമെങ്കിലും ഇവിടെ താമസിച്ചിട്ടു പോയാൽമതി" എന്നും മറ്റും കർത്താക്കന്മാർ ലൗകികം പറഞ്ഞു. എങ്കിലും നമ്പി അതൊന്നും അനുവദിച്ചില്ല. അദ്ദേഹം ഭൈരവൻപിള്ളയെ ആ വലിയ കടുവായുടെ കഴുത്തിൽക്കയറ്റി ഇരുത്തുകയും പിൻഭാഗത്തു താനും കയറിയിരിക്കുകയും ചെയ്തിട്ട്, "സന്ധ്യാവന്ദനത്തിന് അമാന്തം വരാത്തവിധത്തിൽ ചെങ്ങന്നൂരെത്തിക്കണം" എന്നു കടുവായോടു പറഞ്ഞു. ഉടനെ കടുവാ യാത്രയാവുകയും നിശ്ചിതസമയത്തിനു മുൻപേതന്നെ ചെങ്ങന്നൂരെത്തുകയും ചെയ്തു. അനന്തരം നമ്പി ഒരു മണിയെടുത്തു ജപിച്ചു കടുവായുടെ കഴുത്തിൽ കെട്ടീട്ട് "നിനക്ക് ഞാൻ മണികണ്ഠൻ എന്നു പേരിട്ടിരിക്കുന്നു. ഇനിയും ഞാൻ വിചാരിക്കുന്ന സമയം എന്റെ അടുക്കൽ വരണം. ഇപ്പോൾ നിനക്കു പോകാം" എന്നു കടുവായോട് പറയുകയും കടുവാ നമ്പിയേയും ഭൈരവൻ പിള്ളയേയും നമസ്കരിച്ചിട്ട് പോവുകയും ചെയ്തു. ആ സമയത്ത് ഭൈരവൻപിള്ള, "ഇനിയെങ്കിലും എന്നെ വിട്ടയയ്ക്കണേ" എന്ന് നമ്പിയോടപേക്ഷിച്ചു. "നിങ്ങളെ അത്രയെളുപ്പത്തിൽ വിട്ടയയ്ക്കുകയില്ല" എന്നു നമ്പി അപ്പോഴും മറുപടി പറഞ്ഞു.

അതിന്റെശേഷം നമ്പി കുളിയും നിത്യകർമ്മാനുഷ്ഠാനാദികളും അത്താഴവുംകഴിക്കുകയും ഭൈരവൻ പിള്ളയേയും ഊണു കഴിപ്പിക്കുകയും ചെയ്തിട്ട് അവർ രണ്ടുപേരും ഒരു മുറിക്കകത്തു ചെന്നുകിടന്നു. അപ്പോൾ, ഭൈരവൻപിള്ള, "എന്നെ വെറുതെ ഇങ്ങനെ താമസിപ്പിക്കുന്നതെന്തിനാണ്? വിട്ടയയ്ക്കുന്നതിന് എന്താണു വിരോധം?" എന്നു ചോദിച്ചു.

നമ്പി: വിരോധമൊന്നുമില്ല. കുറച്ചു ദിവസം ഇവിടെ താമസിച്ചിട്ടു വിട്ടയച്ചേക്കാം.

ഭൈരവൻപിള്ള: ഇനിയും കുറച്ചുദിവസംകൂടി എന്നെ ഇവിടെ താമസിപ്പിക്കണമെന്നു വിചാരിക്കുന്നപക്ഷം എനിക്കൊരാഗ്രഹമുണ്ട്. അതുകൂടി സാധിപ്പിച്ചു തന്നാൽ കൊള്ളാം.

നമ്പി: ആഗ്രഹമെന്താണ്?

ഭൈരവൻപിള്ള: നിങ്ങളിൽനിന്നു കുറച്ചു മന്ത്രവാദം പഠിച്ചാൽ കൊള്ളാമെന്നാണ് എന്റെ ആഗ്രഹം.

നമ്പി: നിങ്ങൾ എന്നെക്കാൾ വലിയ മന്ത്രവാദിയും ശാസ്ത്രജ്ഞനുമാണെന്ന് എനിക്കറിയാം. പക്ഷേ, നിങ്ങൾക്കു രണ്ടു ദോഷങ്ങളുണ്ട്; അവ രണ്ടും ഉപേക്ഷിച്ചാൽ പിന്നെ നിങ്ങളെപ്പോലെ യോഗ്യനായ ഒരു മന്ത്രവാദി ലോകത്തിൽ വേറെ ഉണ്ടായിരിക്കയില്ല.

ഭൈരവൻപിള്ള: ആ ദോഷങ്ങൾ എന്തെല്ലാമാണ്?

നമ്പി: ചില ബാധകൾ തുള്ളുമ്പോൾ നിങ്ങളെ ആണും പെണ്ണും തിരിച്ചറിയാത്തവന്റെ മകൻ എന്നുംമറ്റും പറയും. അതു കേൾക്കുമ്പോൾ

നിങ്ങൾക്കു ലജ്ജയുണ്ടാകുന്നു. അതൊരു ദോഷമാണ്. പിന്നെ നിങ്ങൾക്ക് ആശ്രിതന്മാരിൽ അനുകമ്പയില്ല. അത് സർവ്വപ്രധാനമായ വലിയ ദോഷമാണ്.

ഭൈരവൻപിള്ള: ആശ്രിതന്മാരിൽ അനുകമ്പയില്ലാതെ ഞാൻ എന്താണു പ്രവർത്തിച്ചിട്ടുള്ളത്?

നമ്പി: റാന്നിക്കർത്താവു നിങ്ങളുടെ ഒരു ആശ്രിതനല്ലേ? അദ്ദേഹം എന്തോ തരാമെന്നു പറഞ്ഞിരുന്നത് ആ അവധിദിവസംതന്നെ തരാതെയിരുന്നതുകൊണ്ടല്ലേ അദ്ദേഹത്തിന്റെ കുഴികളിൽ ആനകൾ വീഴാതെയാക്കിയത്? എന്നാൽ അദ്ദേഹം അത് അവധി ദിവസം തരാതെയിരുന്നതുകൊണ്ടാണെന്നും അവധി തെറ്റിയാലും അദ്ദേഹം തരുന്ന ആളാണെന്നും നിങ്ങൾ വിചാരിക്കാതെയിരുന്നതെന്താണ്? ആ അവധിദിവസം അദ്ദേഹത്തിന് അമ്മ മരിച്ച പുലയല്ലായിരുന്നുവോ? പിന്നെ എന്റെ മന്ത്രശക്തികൊണ്ടു ഞാൻ കുഴിയിൽ വീഴിച്ച കൊമ്പനാനകളിൽ നാലെണ്ണത്തിനെ കുഴികളിൽനിന്നു കയറ്റിയതിന്റേശേഷം അഞ്ചാമത്തെ കുഴിയിൽനിന്ന് ആനയെ കയറ്റാൻ ഭാവിച്ച സമയം നിങ്ങൾ നിങ്ങളുടെ ഒരു കാട്ടുനായെ അയച്ച് കർത്താവിനെയെടുപ്പിച്ചു കൊണ്ടുപോയി വലിയ ലഹള ഉണ്ടാക്കിത്തീർത്തതെന്തിനാണ്?

ഭൈരവൻപിള്ള: ആ ഒൻപതാനകളിൽ വാസ്തവത്തിൽ നല്ല ലക്ഷണങ്ങളോടുകൂടിയ നാലെണ്ണമേ ഉണ്ടായിരുന്നുള്ളൂ. ശേഷമുണ്ടായിരുന്ന അഞ്ചാനകളും കണ്ടാൽ നല്ല ലക്ഷണയുക്തകളാണെന്നു തോന്നത്തക്കവയായിരുന്നുവെങ്കിലും വാസ്തവത്തിൽ അവ വിലക്ഷണങ്ങളായിരുന്നു. ആ ആനകളെ കയറ്റിക്കൊണ്ടു പോയിരുന്നുവെങ്കിൽ കർത്താവിന്റെ ഐശ്വര്യം നിശ്ശേഷം നശിക്കുകയും അദ്ദേഹത്തിന് അനേകമനർത്ഥങ്ങൾ ഉണ്ടായിത്തീരുകയും ചെയ്യുമായിരുന്നു. അങ്ങനെ വരരുതെന്നു വിചാരിച്ചാണ് ഞാൻ എന്റെ കാട്ടുനായയെ അയയ്ക്കുകയും മറ്റും ചെയ്തത്.

നമ്പി: ശരി, എന്നാൽ ഞാനിങ്ങോട്ടു പോന്നപ്പോൾ നിങ്ങൾ എന്റെ പിന്നാലെ വന്നതെന്തിനാണ്?

ഭൈരവൻപിള്ള: എന്റെ കാട്ടുനായ്ക്കളെ നിങ്ങൾ ഉപദ്രവിക്കാതിരിക്കാനായിട്ടും കർത്താവിന്റെ കാര്യം പറയാനായിട്ടുമാണ്.

നമ്പി: ശരി. നിങ്ങളിൽനിന്ന് അറിയാനുണ്ടായിരുന്നതെല്ലാം ഇപ്പോൾ ഞാനറിഞ്ഞു കഴിഞ്ഞിരിക്കുന്നു. അതിനാൽ ഇനി നിങ്ങൾക്കു പോകാം.

ഭൈരവൻപിള്ള: ഞാനാരാണെന്നുള്ളതും നിങ്ങൾ അറിഞ്ഞുവല്ലോ.

നമ്പി: ഓഹോ. അത് ആദ്യം പാണ്ടിപ്പിള്ളയുടെ വേഷത്തിൽ കണ്ടപ്പോൾത്തന്നെ മനസ്സിലാക്കി.

ഭൈരവൻപിള്ള: എന്നാൽ എനിക്കിനി ചില സംഗതികൾകൂടി പറയാനുണ്ട്. മുൻകാലങ്ങളിൽ പരദേശങ്ങളിലുള്ളവർക്കു വല്ല

ബാധോപദ്രവമോ മറ്റോ ഉണ്ടായാൽ എന്റെ സന്നിധിയിൽവന്ന് എന്നെ ഭജിക്കുകയും ശരണം പ്രാപിക്കുകയും ഞാൻ അവരുടെ ഉപദ്രവങ്ങൾ നീക്കി സുഖപ്പെടുത്തി അയയ്ക്കുകയുമായിരുന്നു പതിവ്. നിങ്ങൾ പരദേശങ്ങളിലും പോയി മന്ത്രവാദം ചെയ്തുതുടങ്ങിയതിൽപ്പിന്നെ എന്റെ അടുക്കൽ ആരും വരാതെയായിരിക്കുന്നു. അതിനാൽ എനിക്കു മുമ്പുണ്ടായിക്കൊണ്ടിരുന്ന ആദായം ഇപ്പോൾ നിന്നുപോയിരിക്കുന്നതു കൊണ്ടു മേലാൽ നിങ്ങൾ പരദേശങ്ങളിൽപ്പോയി മന്ത്രവാദം ചെയ്കയില്ലെന്നു തീർച്ചപ്പെടുത്തണം. പരദേശികൾക്ക് ബാധോപദ്രവമോ മറ്റോ ഉണ്ടായാൽ അവർ എന്റെ സന്നിധിയിൽ വരണമെന്നും അതു ധനുമാസത്തിൽ എന്റെ ഉത്സവകാലത്തായിരിക്കണമെന്നും വ്യവസ്ഥ ചെയ്യുകയും അക്കാലത്തു നിങ്ങളും അവിടെ ഉണ്ടായിരിക്കുകയും വേണം. അക്കാലത്ത് അവർക്കു വേണ്ടുന്ന മന്ത്രവാദം എന്റെ സന്നിധിയിൽവച്ചു നിങ്ങൾതന്നെ ചെയ്യുന്നതിനു വിരോധമില്ല. പരദേശികൾക്കു നിങ്ങൾ മന്ത്രവാദം ചെയ്യുന്നത് എന്റെ സന്നിധിയിൽവച്ചും ഉത്സവകാലത്തുമായിരിക്കണമെന്നു മാത്രമേ എനിക്ക് നിർബന്ധമുള്ളൂ. അങ്ങനെയായാൽ അതും ഉത്സവത്തിന്റെ ആഘോഷങ്ങളിലൊന്നായിത്തീരുമല്ലോ. നിങ്ങൾ ആണ്ടുതോറും ധനുമാസം ഒന്നാം തീയതി രാവിലെ അവിടെയെത്തുകയും ഉത്സവം കഴിയുന്നതുവരെ അവിടെത്താമസിക്കുകയും വേണം. നിങ്ങളെ അങ്ങോട്ടുകൊണ്ടുവരുന്നതിന് നമ്മുടെ മണികണ്ഠനെ ഞാനിവിടെ അയച്ചുകൊള്ളാം. നിങ്ങളെ ഞാനും എന്റെ ആശാനായി സ്വീകരിച്ചിരിക്കുന്നു. അതിനാൽ നിങ്ങൾ അവിടെ വന്നാൽ വേണ്ടുന്ന ആചാരോപചാരങ്ങളൊക്കെ ചെയ്യുന്നതിനു ഞാൻ ഏർപ്പാടു ചെയ്തുകൊള്ളാം.

ഭൈരവൻപിള്ള പറഞ്ഞതെല്ലാം നമ്പി പൂർണ്ണമായി സമ്മതിക്കുകയുംഭൈരവൻപിള്ള അപ്പോൾത്തന്നെ അവിടെനിന്നു പോവുകയും ചെയ്തു. ഈഭൈരവൻപിള്ള സാക്ഷാൽ അച്ചൻകോവിൽ ശാസ്താവായിരുന്നു എന്നുള്ള വാസ്തവം ഇപ്പോൾ വായനക്കാർ ഊഹിച്ചറിഞ്ഞിരിക്കുമെന്നു വിശ്വസിക്കുന്നു.

ആ ആണ്ടിൽ ധനുമാസം ഒന്നാം തീയതിയുടെ തലേദിവസം രാത്രിയിൽ അച്ചൻകോവിൽ ദേവസ്വക്കാർക്ക് ഒരു സ്വപ്നമുണ്ടായി. "നാളെ രാവിലെ തേവലശ്ശേരി നമ്പി ഇവിടെ വരും. അദ്ദേഹം എന്റെയും ഗുരുവാണ്. അതിനാൽ നിങ്ങൾ അദ്ദേഹത്തെ സാദരം എതിരേൽക്കുകയും സബഹുമാനം ആചാരോപചാരങ്ങൾ ചെയ്യുകയും വേണം. ബലിക്കൽപ്പുരയുടെ വടക്കേപ്പടിയിൽ വെള്ളയും കരിമ്പടവും വിരിച്ച് അദ്ദേഹത്തെ ഇരുത്തണം. അവിടെ ഒരു ചങ്ങലവട്ടക കൊളുത്തിവയ്ക്കുകയും വേണം. അദ്ദേഹം ഇവിടെത്താമസിക്കുന്ന ദിവസങ്ങളിലെല്ലാം തന്ത്രിയുടെ പതിവുപോലെ അരിക്കോപ്പുകളും പകർച്ചയും കൊടുക്കണം. അദ്ദേഹത്തിന്റെ പരിവാരങ്ങളെയും യഥായോഗ്യം

ആദരിക്കണം" എന്നായിരുന്നു സ്വപ്നം. ധനുമാസം ഒന്നാംതീയതിയുടെ തലേദിവസം വൈകുന്നേരം മണികണ്ഠൻ നമ്പിയുടെ അടുക്കൽ എത്തുകയും നമ്പി മണികണ്ഠന്റെ കഴുത്തിൽകയറി പരിവാരസമേതം പുറപ്പെട്ടു ധനുമാസം ഒന്നാംതീയതി രാവിലെ അച്ചൻകോവിലിൽ ചെന്നു ചേരുകയും ദേവസ്വക്കാർ സ്വപ്നപ്രകാരമെല്ലാം അദ്ദേഹത്തെ എതിരേറ്റ് സൽക്കരിക്കുകയും ചെയ്തു.

അച്ചൻകോവിലിൽ പ്രധാനമായിട്ടുള്ള നടവരവു നെയ്യാണ്. അതവിടെ ധാരാളമായി വരുകയും ചെയ്യും. എങ്കിലും വിളക്കിനും മറ്റും ഉപയോഗിക്കുകയല്ലാതെ അത് ആരും കൂട്ടി ഊണു കഴിക്കാറില്ല. അവിടെ നെയ്യുകൂട്ടിയൂണുകഴിച്ചാൽ മാത്ര കഴിയുമ്പോൾ പനി തുടങ്ങുമെന്നുള്ള കാര്യം തീർച്ചയാണ്. അതുകൊണ്ട് അവിടെ തന്ത്രിക്കു പോലും പകർച്ചയ്ക്കു നെയ്യു കൊടുക്കാറില്ല. എങ്കിലും തേവലശ്ശേരി നമ്പിക്കു പകർച്ചക്കൂട്ടത്തിൽ ഒരുതുടം നെയ്യുകൂടി കൊടുക്കുകയും അദ്ദേഹം അതുകൂട്ടി ഉണ്ണുകയുംചെയ്തു. നമ്പിക്ക് അതുകൊണ്ടു പനിയെന്നല്ല, യാതൊരു സുഖക്കേടും ഉണ്ടായിട്ടില്ല. ഇതറിഞ്ഞപ്പോൾ തന്ത്രിക്ക് അപരിമിതമായ കുണ്ഠിതമുണ്ടായി. നെയ്യുകൂട്ടിയിട്ട് നമ്പിക്ക് സുഖക്കേടൊന്നും ഉണ്ടാകാതെയിരിക്കുന്നതു ശാസ്താവിന്റെ കരുണകൊണ്ടായിരിക്കണമെന്നും താൻ തന്ത്രിയായിരിക്കുന്ന സ്ഥിതിക്കു തന്നെക്കുറിച്ചുള്ളതിലധികം കരുണ ശാസ്താവിനു മറ്റൊരാളുടെ പേരിലുണ്ടാകുന്നതു തനിക്കു കുറച്ചിലാണല്ലോ എന്നും മറ്റുമായിരുന്നു അദ്ദേഹത്തിന്റെ വിചാരം. അദ്ദേഹത്തിന് നെയ്യുകൂട്ടി ഉണ്ണണമെങ്കിൽ അവിടെ ഒരു പ്രയാസവുമുണ്ടായിരുന്നില്ല. എങ്കിലും പനി വന്നെങ്കിലോ എന്നുള്ള ഭയം നിമിത്തം അദ്ദേഹത്തിന് അതിനു ധൈര്യമുണ്ടായില്ല. "ഏതെങ്കിലും ഇതിനൊരു തീർച്ചയുണ്ടായിട്ടല്ലാതെ ഇനി ഊണു കഴിക്കുകയില്ല" എന്നു നിശ്ചയിച്ച് അദ്ദേഹം പിറ്റേദിവസം ഉച്ചതിരിയുന്നതുവരെ ഉണ്ണാതെയിരുന്നു. തന്ത്രി ഉണ്ണാതെ താനുണ്ണുന്നതു വിഹിതമല്ലല്ലോ എന്നു വിചാരിച്ചു നമ്പിയും ഊണുകഴിച്ചില്ല. ഉച്ചതിരിഞ്ഞപ്പോൾ ശ്രീകോവിലിനകത്തുനിന്ന് "നമ്പിക്ക് ഒരു തുടം കൊടു, താഴമണ്ണിന് ഒരു തുടം ചുടു" എന്നൊരശരീരി വാക്കുണ്ടായി. ഇതു ശാസ്താവിന്റെ കൽപനയാണെന്ന് അവിടെയുണ്ടായിരുന്ന സകലരുംവിശ്വസിച്ചു. എങ്കിലും ഇതിന്റെ അർത്ഥമെന്തെന്ന് സംശയിച്ച് ചിലർ നമ്പിയോടു ചോദിച്ചു. അപ്പോൾ നമ്പി, "ഇതിന്റെ അർത്ഥം എനിക്ക് ഒരു തുടംനെയ്യു തരണമെന്നും താഴമൺ പോറ്റി (*ഇദ്ദേഹമാണ് ഇവിടുത്തെ തന്ത്രി*)നെയ്യു തുടത്തിലെടുത്ത് ചൂടുപിടിപ്പിച്ചു കൂട്ടിക്കൊള്ളണമെന്നുമാണ്" എന്നു പറഞ്ഞു. തന്ത്രി അപ്രകാരം നെയ്യു കൂട്ടിയുണ്ടു. അദ്ദേഹത്തിനു പനി വന്നുമില്ല. പിന്നെ അതു പതിവായി ത്തീർന്നു.

തേവലശ്ശേരി നമ്പി അദ്ദേഹത്തിന്റെ ജീവാവസാനംവരെ ധനുമാസം ഒന്നാംതീയതിതോറും അച്ചൻകോവിലിലെത്തി ഉത്സവം

കഴിയുന്നതുവരെ അവിടെ താമസിക്കുകയും അക്കാലത്തു ബാധോപദ്രവക്കാരായും മറ്റും അനേകം പരദേശികൾ അവിടെ വരുകയും നമ്പി അവിടെവച്ചു മന്ത്രവാദം ചെയ്ത് അവരുടെ ബാധകളെയും മറ്റും ഒഴിച്ചു സുഖപ്പെടുത്തി അയയ്ക്കുകയും ചെയ്തുകൊണ്ടിരുന്നു. അതിനാൽ അക്കാലത്തു വഴിപാടുകളായും മറ്റും ദേവസ്വത്തിലേക്കുള്ള വരവു വളരെ വർദ്ധിച്ചു. നമ്പി വിചാരിക്കുന്ന കാര്യങ്ങളെല്ലാം അച്ചൻകോവിൽ ശാസ്താവു സാധിപ്പിച്ചുകൊടുത്തുകൊണ്ടുമിരുന്നു.

'കൊല്ലം തൊള്ളായിരത്തില്പരമൊരെഴുപതും മൂന്നുമാം കുംഭമാസേ' നാടുനീങ്ങിയ കാർത്തികതിരുന്നാൾ രാമവർമ്മമഹാരാജാവു തിരുമനസ്സുകൊണ്ട് ഒരിക്കൽ മസൂരിബാധിതനായിത്തീർന്നു. അപ്പോൾ തേവലശ്ശേരി നമ്പി മസൂരികാരോഗം ആകർഷിച്ചു മാറ്റുമെന്നുള്ളതു പ്രസിദ്ധമായിരുന്നതിനാൽ കൽപനപ്രകാരം ആൾ വന്നു നമ്പിയെ തിരുവനന്തപുരത്തു കൊണ്ടുപോയി. രോഗം ഏറ്റവും കടുത്ത വകയായിരുന്നതിനാൽ തിരുമനസ്സുകൊണ്ട് അത്യന്തം അവശനായി കിടപ്പുതന്നെയായിരുന്നു. നമ്പി ആ രോഗം ആകർഷിച്ചു തന്റെ ദേഹത്തിന്മേലാക്കി. ഉടനെ തിരുമനസ്സിലെ ദേഹത്തിന്മേലുണ്ടായിരുന്ന കുരുക്കളെല്ലാം കാണാതെയായിത്തീരുകയും തിരുമനസ്സിലേക്കു വളരെ സുഖം തോന്നുകയാൽ അവിടുന്ന് എഴുന്നേറ്റിരിക്കുകയും ചെയ്തു. എങ്കിലും നമ്പിയുടെ ദേഹത്തിലെല്ലാം തൽക്ഷണം കുരുക്കൾ കാണപ്പെടുകയും നമ്പി ഏറ്റവും പരവശനായി അവിടെത്തന്നെ വീഴുകയും ചെയ്തു. അപ്പോൾ നമ്പിയുടെ ആകൃതി കണ്ടിട്ടു തിരുമനസ്സിലേക്കു തന്നെ ഭയം തോന്നി. ഉടനെ "ഇത് എനിക്കും തനിക്കുമരുത്" എന്നു കൽപിച്ചു. അപ്പോൾ നമ്പി, "പിന്നെ ആർക്കാകാമെന്നുകൂടി കൽപിക്കണം" എന്നറിയിച്ചു. തിരുമനസ്സുകൊണ്ടു സ്വല്പം ആലോചിച്ചിട്ട്, "ഇവിടെനിന്ന് ഏകദേശം നാൽപതു നാഴിക ദൂരം കിഴക്കുവഴിയരികിലായിട്ട് ഒരു കാവിൻകൂട്ടമുണ്ട്. അവിടെ രണ്ടു വലിയ പാലകൾ നിൽക്കുന്നുണ്ട്. അവയിൽ അനേകം ദുർദ്ദേവതമാർ വന്നു വാസമായിട്ടുണ്ട്. ആ ദേവതമാരുടെ ഉപദ്രവം നിമിത്തം പകൽ സമയത്തുപോലും ആ വഴിയെ ജനങ്ങൾക്കു സഞ്ചരിക്കാൻ നിവൃത്തിയില്ലാതെയായിരിക്കുന്നു. ഈ രോഗം ആകർഷിച്ച് ആ പാലകളിൽ ആക്കിയാൽ അവ നശിക്കുകയും അപ്പോൾ ആ ദുർദ്ദേവതമാർ അവിടം വിട്ടുപോവുകയും ആ വഴി ജനങ്ങൾക്കു സഞ്ചാരയോഗ്യമായിത്തീരുകയും ചെയ്യുന്നതാകയാൽ അതൊരു വലിയ ഉപകാരമായിരിക്കുകയും അതുകൊണ്ട് അങ്ങനെ ചെയ്താൽ കൊള്ളാം" എന്നരുളിച്ചെയ്തു. അപ്പോൾ നമ്പി, "എന്നാൽ ആ സ്ഥലത്തേക്കു കൊണ്ടുപോകുന്നതിനുകൂടി കൽപനയുണ്ടാകണം. എനിക്കു നടന്നുപോകാൻ നിവൃത്തിയില്ലാതെയിരിക്കുന്നു" എന്നറിയിച്ചു. ഉടനെ കൽപനപ്രകാരം ഏതാനുമാളുകൾ വന്നു നമ്പിയെ ഒരു മഞ്ചലിലാക്കിയെടുത്ത് ആ സ്ഥലത്തു കൊണ്ടു

പോവുകയും നമ്പി ആ മസൂരിരോഗത്തെ തന്റെ ദേഹത്തിൽനിന്ന് ആകർഷിച്ച് ആ പാലകളിലാക്കുകയും ആ പാലകൾ ഏഴുദിവസം കൊണ്ട് ഉണങ്ങിയൊടിഞ്ഞു നിലംപതിക്കുകയും ദുർദ്ദേവതമാരെല്ലാം അവിടെവിട്ടു പോവുകയും ആ വഴി ജനങ്ങൾക്കു സഞ്ചാരയോഗ്യമായിത്തീരുകയും നമ്പി സ്വസ്ഥശരീരനായി തിരിയെ തിരുവനന്തപുരത്തെത്തുകയും ചെയ്തു. അപ്പോഴേക്കു തിരുമനസ്സിലേക്കു ക്ഷീണവും മറ്റും തീർന്നു സുഖമാവുകയും ചെയ്തിരുന്നു. തിരുമനസ്സുകൊണ്ട് സന്തോഷിച്ചു നമ്പിക്കു പല സമ്മാനങ്ങൾ കൽപിച്ചുകൊടുത്തതു കൂടാതെ കൽപനപ്രകാരം ഏതാനും വസ്തുക്കൾ കരമൊഴിവായി പതിച്ചുകൊടുക്കുകയും ചെയ്തു.

ഈ നമ്പി പ്രസിദ്ധ യുദ്ധവിദഗ്ദ്ധന്മാരായിരുന്ന കുഞ്ചിക്കുട്ടിപ്പിള്ള സർവ്വാധികാര്യക്കാർ, കുതിരപ്പക്ഷി, വൈക്കംപത്മനാഭപിള്ള എന്നിവർക്കുചില ഉപദേശങ്ങൾ കൊടുക്കുകയും ശത്രുക്കളുടെ ആയുധം കൊണ്ടു മരിക്കാതെയിരിക്കുന്നതിനായി ചില മന്ത്രങ്ങൾ ധരിപ്പിക്കുകയും ചെയ്തിരുന്നു. വേലുത്തമ്പിദളവാ അവസാനകാലത്തു രക്ഷാമാർഗ്ഗമൊന്നുമില്ലാതെയായപ്പോൾ വിവരം നമ്പിയെ ഗ്രഹിപ്പിക്കുകയും തേവലശ്ശേരിയിൽ ചെന്നാൽ രക്ഷിച്ചുകൊള്ളാമെന്നു നമ്പി തമ്പിയെ അറിയിക്കുകയും ചെയ്തിരുന്നു. ദുഷ്ക്കാലശക്തി നിമിത്തം തമ്പിക്ക് അവിടെച്ചെന്നു ചേരാൻ സാധിക്കായ്കയാലാണ് ഒടുക്കം ആത്മഹത്യ ചെയ്യേണ്ടതായിവന്നത്.

ഈ തേവലശ്ശേരിനമ്പിയുടെ കാലത്തുതന്നെ 'താമരശ്ശേരിനമ്പി' എന്നുപ്രസിദ്ധനായിട്ട് ഒരു മന്ത്രവാദി ആറന്മുളയുണ്ടായിരുന്നു. താമരശ്ശേരിനമ്പി തേവലശ്ശേരിനമ്പിയുടെ സജാതീയനായിരുന്നുവെങ്കിലും അദ്ദേഹത്തിനു തേവലശ്ശേരിനമ്പിയെക്കുറിച്ചു പുച്ഛമായിരുന്നു. തന്നെ ജയിക്കത്തക്കവണ്ണമുള്ള യോഗ്യത തേവലശ്ശേരിക്കില്ലെന്നായിരുന്നു താമരശ്ശേരിയുടെ വിചാരം. അങ്ങനെ അദ്ദേഹം ചിലപ്പോൾ ചിലരോടു പ്രസംഗവശാൽ കുറേശ്ശേ പറയാറുമുണ്ടായിരുന്നു. ഇതിനെക്കുറിച്ചു തേവലശ്ശേരിനമ്പിയും അറിയാതെയിരുന്നില്ല.

"തേവലശ്ശേരിയുമായി നേരിട്ടു കാണാനിടയാക്കരുത്. നേരിട്ടു കണ്ടാൽ നാശമുണ്ടാകും"എന്ന് ആരോ തന്റെ അടുക്കൽ വന്നു പറഞ്ഞതായി താമരശ്ശേരി നമ്പി കൂടക്കൂടെ സ്വപ്നം കാണാറുണ്ടായിരുന്നു. നേരിട്ടു കണ്ടാൽ നാശമുണ്ടാകുന്നതു തേവലശ്ശേരിക്കാണെന്നാണ് താമരശ്ശേരിനമ്പി ഈ സ്വപ്നംകൊണ്ടു മനസ്സിലാക്കിയത്. തേവലശ്ശേരിയെക്കാൾ യോഗ്യത തനിക്കുണ്ടെന്നുള്ള വിചാരം മനസ്സിലിരിക്കുമ്പോൾ അദ്ദേഹത്തിന് അങ്ങനെയല്ലാതെ തോന്നാൻ തരമില്ലല്ലോ.

തേവലശ്ശേരിനമ്പി അന്യദേശങ്ങളിൽപ്പോയും സ്വദേശത്തുവച്ചും മന്ത്രവാദ സംബന്ധമായി പ്രതിദിനമെന്നപോലെ ഓരോ അദ്ഭുതങ്ങൾ

പ്രവർത്തിച്ചുകൊണ്ടിരുന്നതിനാൽ അദ്ദേഹത്തിന്റെ കീർത്തി വർദ്ധിച്ചു വർദ്ധിച്ചു ഭൂലോകത്തിൽ സർവ്വത്ര വ്യാപിച്ചു. അതിനാൽ മന്ത്രവാദത്തിനായി താമരശ്ശേരി നമ്പിയുടെ അടുക്കൽ ആരും ചെല്ലാതെയും അദ്ദേഹത്തെ ആരും എങ്ങും കൊണ്ടുപോകാതെയുമായി. അപ്പോൾ താമരശ്ശേരി നമ്പിക്കു തേവലശ്ശേരി നമ്പിയെക്കുറിച്ചുള്ള അസൂയ സഹിക്കവയ്യാതായിത്തീർന്നു. തേവലശ്ശേരിനമ്പി ജീവിച്ചിരിക്കുന്ന കാലത്തു തന്റെ കീർത്തിക്കു പ്രചാരമുണ്ടാകുന്ന കാര്യം അസാദ്ധ്യമാണെന്നു തോന്നുകയാൽ ഏതുവിധവും തേവലശ്ശേരി നമ്പിയുടെ കഥ കഴിക്കണമെന്നു താമരശ്ശേരി നമ്പി തീർച്ചപ്പെടുത്തി. നേരിട്ടുകണ്ടാൽ നാശമുണ്ടാകുമെന്നു സ്വപ്നമുണ്ടായിട്ടുണ്ടല്ലോ. അതിനാൽ നേരിട്ടു കൺമാൻ മാർഗ്ഗമുണ്ടാക്കണംമെന്നുതന്നെ അദ്ദേഹമുറച്ചു. അതിനെന്താണു വഴിയെന്നാലോചിച്ചപ്പോൾ തേവലശ്ശേരി നമ്പി ചൊവ്വാഴ്ചയും വെള്ളിയാഴ്ചയും വെളുപ്പാൻകാലത്തു പതിവായി നെടുംപ്രയാറ്റു കളരിയിലേക്കു പോകാറുണ്ടെന്നും അത് ആറ്റിലൂടെയാണ് പതിവെന്നും അറിവുകിട്ടി. അതിനാൽ അടുത്ത വെള്ളിയാഴ്ച വെളുപ്പാൻ കാലത്തു ജലമാർഗ്ഗമായി ഒന്നു യാത്രചെയ്യണമെന്നു താമരശ്ശേരി നമ്പി നിശ്ചയിച്ചു. ഈ വിവരമെല്ലാം തേവലശ്ശേരി നമ്പി എങ്ങനെയോ മനസ്സിലാക്കുകയും ചെയ്തു. എങ്കിലും അദ്ദേഹത്തിന് അതുകൊണ്ടു കൂസലൊന്നുമുണ്ടായില്ല. അദ്ദേഹം പതിവുപോലെ വെള്ളിയാഴ്ച വെളുപ്പാൻകാലത്തു നെടുംപ്രയാറ്റേക്ക് പുറപ്പെട്ടു. തേവലശ്ശേരിനമ്പി ഒരരകല്ല് (*അമ്മി*)എടുത്തിട്ട് അതിന്മേൽക്കയറി, അതിന്റെ തലയ്ക്കൽ ഒരു പന്തവും കൊളുത്തിക്കുത്തിക്കൊണ്ടാണ് ആറ്റിൽക്കൂടി കിഴക്കോട്ടു പുറപ്പെട്ടത്. ആ സമയത്തുതന്നെ താമരശ്ശേരി നമ്പി കിഴക്കുനിന്നു പടിഞ്ഞാട്ടും പുറപ്പെട്ടു. താമരശ്ശേരി നമ്പി ഒരു തൂശനില വെള്ളത്തിലിട്ട് അതിന്മേൽക്കയറിയാണ് പുറപ്പെട്ടത്. താമരശ്ശേരി നമ്പി 'അത്തിമൂട്' എന്ന സ്ഥലത്തെത്തിയപ്പോൾ പടിഞ്ഞാറ് അസാമാന്യമായ ഒരു തേജസ്സു കണ്ടു. സൂക്ഷിച്ചുനോക്കിയപ്പോൾ തേവലശ്ശേരി നമ്പിയുടെ വരവാണെന്ന് അദ്ദേഹത്തിനു മനസ്സിലായി. ആ സമയം "ഒഴിഞ്ഞുപൊയ്ക്കൊള്ളണം; അല്ലെങ്കിൽ ആപത്തുണ്ടാകും" എന്ന് ആരോ വിളിച്ചുപറഞ്ഞതായി താമരശ്ശേരിനമ്പിക്കുതോന്നി. ആ ദുർന്നിരീക്ഷ്യമായ തേജസ്സു കാണുകയും മേല്പറഞ്ഞ വാക്കുകൾ കേൾക്കുകയും ചെയ്തപ്പോൾ താമരശ്ശേരി നമ്പിയുടെ ഹൃദയം വല്ലാതെ ഭയപരവശമായിത്തീർന്നു. എങ്കിലും അദ്ദേഹം പിന്നെയും മുമ്പോട്ടു തന്നെ പോയി. അപ്പോഴേക്കും തേവലശ്ശേരിനമ്പി വന്നടുത്തു കഴിഞ്ഞു. തേവലശ്ശേരി നമ്പിയുടെ മുഖത്ത് അപ്പോൾ അതിഭയങ്കരമായ ഒരു തേജസ്സു ജ്വലിച്ചുകൊണ്ടിരുന്നു. ആ മുഖം കണ്ടപ്പോൾ താമരശ്ശേരി നമ്പിയുടെ ഭയം ശതഗുണീഭവിച്ചു. അപ്പോൾ തേവലശ്ശേരി നമ്പി, "ഇത് ഒടുവിലത്തെ കാഴ്ചയാണ്" എന്നു പറയുകയും താമരശ്ശേരി

നമ്പിയുടെ തൂശനിലയ്ക്കു തീ പിടിച്ച് അത് ഭസ്മമായിപ്പോവുകയും നമ്പി അവിടെയുണ്ടായിരുന്ന ഒരു നീർച്ചുഴിയിൽ അകപ്പെട്ടു താണു പോവുകയും ചെയ്തു. തേവലശ്ശേരി നമ്പി നേരെ കിഴക്കോട്ടുചെന്നു നെടുംപ്രയാറ്റു കളരിയിലെത്തി. വന്ദിച്ചിട്ടു തിരിയെപ്പോയി ചെങ്ങന്നൂർ പടിഞ്ഞാറെ നടയിലും ദർശനം കഴിച്ചു സ്വഗൃഹത്തിലേക്കു പോവുകയും ചെയ്തു.

വെളുപ്പാൻകാലത്തു വെള്ളത്തിൽ മുങ്ങിപ്പോയ താമരശ്ശേരിനമ്പി പിറ്റേ ദിവസം ആറേഴുനാഴിക പുലർന്നപ്പോഴേക്കും ഒരുവിധത്തിൽ ആറന്മുള ക്ഷേത്രത്തിനു വടക്കുവശത്തുള്ള കടവിലെത്തി. അപ്പോൾ അദ്ദേഹത്തിനു വലിയ തരക്കേടൊന്നും പറ്റിയിരുന്നില്ല. കരയ്ക്കു കയറി സ്വല്പം നടപ്പോഴേക്കും അദ്ദേഹം ബോധംകെട്ടു വീണു. അതുകണ്ടു ചിലർ കൂടി എടുത്തു അദ്ദേഹത്തെ അദ്ദേഹത്തിന്റെ ഗൃഹത്തിൽ കൊണ്ടുചെന്നാക്കി. ഉടനെ പനി തുടങ്ങുകയും മൂന്നാം ദിവസം ദേഹത്തിൽ സർവ്വത്ര മസൂരിക്കുരു പുറപ്പെടുകയും പന്ത്രണ്ടാം ദിവസം അദ്ദേഹം മരിക്കുകയും അതോടുകൂടി ആ കുടുംബം അവസാനിക്കുകയും ചെയ്തു.

സാധാരണ മന്ത്രവാദികൾ കൈവിഷം ഛർദ്ദിപ്പിച്ചും മറ്റുമാണല്ലോ കളയുക പതിവ്. എന്നാൽ തേവലശ്ശേരി നമ്പി അങ്ങനെയൊന്നുമല്ല ചെയ്യാറുള്ളത്. കൈവിഷം ഭക്ഷിച്ചിട്ടുള്ളവർ അതു കളയിക്കുന്നതിനായി അദ്ദേഹത്തിന്റെ അടുക്കൽ ചെന്നാൽ ഒരു കരിക്കു ചെത്തി തുളച്ചു വലിയ ദ്വാരമുണ്ടാക്കീട്ട് അത് ആ വിഷം ഭക്ഷിച്ചിട്ടുള്ള ആളുടെ വയറോടു ചേർത്തു പിടിച്ചുകൊണ്ട് അദ്ദേഹം ഒരു മന്ത്രം ജപിക്കും. അതു കഴിഞ്ഞ് കരിക്കെടുത്തു നോക്കിയാൽ കൈവിഷം ഏതു സാധനത്തിലാണ് അകത്തു ചേർന്നിട്ടുള്ളതെന്നു വെച്ചാൽ ആ സാധനം ആ കരിക്കിൻവെള്ളത്തിൽ കാണും. അതോടുകൂടി കൈവിഷം ഭക്ഷിച്ച ആൾക്കു സുഖമാകുകയും ചെയ്യും. ഇങ്ങനെയാണ് നമ്പിയുടെ പതിവ്.

തേവലശ്ശേരി നമ്പി ഒന്നാംതരം വിഷവൈദ്യനുമായിരുന്നു. ഒരു ദിവസം രാത്രിയിൽ അദ്ദേഹവും ഒരു വിഷവൈദ്യനുംകൂടി ഒരുസ്ഥലത്തേക്കു പോയപ്പോൾ മദ്ധ്യേമാർഗ്ഗം ഒരാൾകൂടെ വന്നുകൂടി. അയാളുടെ തലയിൽ ഒരു പാത്രവും അതിൽ കുറച്ചു പായസവുമുണ്ടായിരുന്നു. മൂന്നുപേരുംകൂടി കുറച്ചുദൂരം പോയപ്പോൾ ആ പായസം തലയിൽ വച്ചുകൊണ്ടുപോയ ആളുടെ കാലിന്മേൽ ഒരു പാമ്പു കടിച്ചു. ഉടനെ അയാൾ, "അയ്യോ, ആശാനെ! എന്റെ കാലിന്മേൽ ഏതാണ്ടു കടിച്ചു വല്ലോ" എന്നു പറഞ്ഞു. അതു കേട്ടു നമ്പി, "ഓ, അതു സാരമില്ല. വിഷം ഇപ്പോൾ ഇറക്കിക്കളയാം" എന്നു പറഞ്ഞ് അവിടെയിരുന്ന് ഒരു മന്ത്രം ജപിച്ചു വിഷമിറക്കിത്തുടങ്ങി. വിഷം സ്വല്പമിറങ്ങിയെങ്കിലും വീണ്ടും മേല്പോട്ടു കേറിത്തുടങ്ങി. അപ്പോൾ വിഷബാധിതൻ,

"അയ്യോ, ആശാനെ! വിഷം മേല്പോട്ടു കേറുകയാണെന്നാണല്ലോ തോന്നുന്നത്. ആദ്യം എന്റെ പാദത്തിന്മേലായിരുന്നു വേദന. അതിപ്പോൾ മുട്ടിന്മേലായിരിക്കുന്നു" എന്നു പറഞ്ഞു. ഇതു കേട്ടപ്പോൾ, കൂടെയുണ്ടായിരുന്ന വിഷവൈദ്യൻ തന്നെ പരീക്ഷിക്കാനോ അപമാനിക്കാനോ ആയിട്ട് എന്തോ കൗശലം പ്രയോഗിക്കുന്നുണ്ടെന്നു നമ്പി തീർച്ചയാക്കി. "എന്നാൽ മേല്പോട്ടു തന്നെ കേറട്ടെ" എന്ന് അദ്ദേഹം നിശ്ചയിക്കുകയും ചെയ്തു. വിഷം മുറയ്ക്കു മേല്പോട്ടു കേറിക്കൊണ്ടിരുന്നു. "ഇപ്പോൾ വേദനയെവിടെയാണ്, ഇപ്പോൾ എവിടെയാണ്" എന്നിങ്ങനെ നമ്പി കൂടക്കൂടെ ചോദിച്ചുകൊണ്ടും സർപ്പദഷ്ടനായ ആൾ, "ഇപ്പോൾ വയറ്റിൽ, ഇപ്പോൾ നെഞ്ചിൽ, ഇപ്പോൾ നെറ്റിയിൽ" എന്നിങ്ങനെ പറഞ്ഞുകൊണ്ടുമിരുന്നു. ഒടുക്കം ദഷ്ടൻ,"ഇപ്പോൾ വേദന ഉച്ചി (*നിറുക*)യിലായിരിക്കുന്നു" എന്നു പറഞ്ഞപ്പോൾ നമ്പി "എന്നാൽ തലയിലിരിക്കുന്നതു ദൂരെക്കളഞ്ഞേക്കൂ" എന്നു പറഞ്ഞു. ദുഷ്ടൻ തലയിലിരുന്ന പായസം ദൂരെ കളയുകയും ചെയ്തു. അപ്പോൾ നമ്പി, "ഇപ്പോൾ എവിടെയെങ്കിലും വേദന തോന്നുന്നുണ്ടോ" എന്നു ചോദിച്ചു. "ഇല്ല, സുഖമായി" എന്നു ദഷ്ടൻ പറഞ്ഞു. ഉടനെ നമ്പി, "എന്നാൽ പോയ്ക്കൊള്ളൂ. ഇനി ഭയപ്പെടാനൊന്നുമില്ല. വിഷമിറങ്ങിപ്പോയി" എന്നു പറയുകയും ദഷ്ടൻ അവിടെനിന്നു പോവുകയും ചെയ്തു. അപ്പോൾ ആ വിഷവൈദ്യൻ നമ്പിയോട്, "തലയിലിരുന്നതു ദൂരെക്കളയാൻ പറഞ്ഞതെന്തിനാണ്?" എന്നു ചോദിച്ചു.

നമ്പി: വിഷം ശിരസ്സിലായി എന്നറിഞ്ഞപ്പോൾ ഞാനത് അവിടെനിന്ന് ആകർഷിച്ച് ആ പായസത്തിലാക്കി. പിന്നെ ആ പായസം ആരെങ്കിലും ഭക്ഷിച്ചാൽ മരിച്ചുപോകുമല്ലോ. അതുകൊണ്ടാണ് അതു ദൂരെക്കളഞ്ഞേക്കാൻ പറഞ്ഞത്.

വൈദ്യൻ: അതു ഞാൻ വിചാരിച്ചില്ല. വിഷം ശിരസ്സിൽകയറിയാൽ പിന്നെ ഇറക്കാൻ സാധിക്കയില്ലല്ലോ, ദഷ്ടൻ മരിക്കുകയും ചെയ്യും എന്നായിരുന്നു എന്റെ വിചാരം.

നമ്പി: ഒന്നു വിചാരിച്ചാൽ അവസാനംവരെ വിചാരിക്കുകയും ഒന്നു ചെയ്താൽ അവസാനംവരെ ചെയ്യുകയും ചെയ്യാത്തവരെയാണ് ജനങ്ങൾ 'മുറിവൈദ്യന്മാർ' എന്നു വിളിക്കുന്നത്.

ഇതു കേട്ട് വിഷവൈദ്യൻ ഏറ്റവും ലജ്ജിക്കുകയും, "എല്ലാം കൊണ്ടും ആശാനോടു മടക്കംതന്നെ. ശിരസ്സിൽക്കയറിയ വിഷം അവിടെനിന്ന് ആകർഷിച്ചിച്ചെടുത്തുകളയുക എന്നൊരു വിദ്യയുണ്ടെന്നു ഞാനിതുവരെ അറിയുകയും വിചാരിക്കുകയും ചെയ്തിരുന്നില്ല" എന്നു പറയുകയും ചെയ്തിട്ടു പോയി.

തേവലശ്ശേരി നമ്പിയുടെ ഗൃഹത്തിനു സമീപംതന്നെ ഒരു പോറ്റിയുടെ മഠത്തിൽ ഒരു പുത്തൻതിരുവാതിരയ്ക്ക് (*വേളി കഴിച്ചുകുടി വച്ചിട്ട് ആദ്യത്തെ ധനുമാസത്തിൽ തിരുവാതിരയ്ക്ക്*)സ്വജനങ്ങളുടെ

മഠങ്ങളിൽനിന്നും ദേശക്കാരുടെ വീടുകളിൽനിന്നും സ്ത്രീകളാരും പോകരുതെന്നു വേറൊരു പോറ്റി വിരോധിച്ചു. അദ്ദേഹം ഒരു പ്രബലനായിരുന്നതിനാൽ അത് എല്ലാവരും സമ്മതിക്കുകയും ചെയ്തു. പുത്തൻ തിരുവാതിരയ്ക്കു സ്ത്രീകൾ ധാരാളമായി കൂടുകയും തിരുവാതിര കളിക്കുകയുമാണല്ലോ പ്രധാനമായിട്ടു വേണ്ടത്. അതിനു സ്ത്രീകളാരും ചെല്ലുകയില്ലെന്നറിഞ്ഞപ്പോൾ പുത്തൻതിരുവാതിര നടത്തേണ്ടുന്ന മഠത്തിലെ പോറ്റിമാർക്കും അന്തർജ്ജനങ്ങൾക്കും വലിയ കുണ്ഠിതമായി. ഈ വിരോധിച്ച പോറ്റി അടിയന്തിരക്കാരൻപോറ്റിയുടെ ഒരു ചാർച്ചക്കാരനായിരുന്നു. ഈ അടിയന്തരക്കാരൻ തിരുവാതിര ഏതെല്ലാം പ്രകാരമാണ് ആഘോഷിക്കേണ്ടതെന്ന് ആ ചാർച്ചക്കാരുമായി ആലോചിക്കാതെയാണ് നിശ്ചയിച്ചത്. അതു ചാർച്ചക്കാരൻ പോറ്റിക്കു രസിച്ചില്ല. അതുകൊണ്ടാണ് അദ്ദേഹം എല്ലാവരെയും വിരോധിച്ചത്. എന്നാൽ ഈ അടിയന്തരക്കാരൻ പോറ്റി ചെന്നു മറ്റേ പോറ്റിയോട് ഒന്നു പറഞ്ഞാൽ എല്ലാവരെയും പറഞ്ഞയച്ചേക്കാം എന്ന് അദ്ദേഹത്തിനു സമ്മതമുണ്ടായിരുന്നു. എങ്കിലും അത് അടിയന്തിരക്കാരൻ പോറ്റിക്കു സമ്മതമായില്ല. "എന്തെല്ലാം ദോഷങ്ങൾ വന്നാലും അയാളെ ചെന്ന് ആശ്രയിക്കാൻ കഴിയുകയില്ല" എന്നായിരുന്നു അടിയന്തിരക്കാരന്റെ വിചാരം. അതിനാൽ അദ്ദേഹം തേവലശ്ശേരി നമ്പിയുടെ അടുക്കൽ ചെന്നു വിവരമെല്ലാം ഗ്രഹിപ്പിക്കുകയും ഇതിലേക്ക് എന്തെങ്കിലും നിവൃത്തിയുണ്ടാക്കിക്കൊടുക്കണമെന്ന് അപേക്ഷിക്കുകയും ചെയ്തു. അതുകേട്ടു നമ്പി, "ആട്ടെ പൊയ്ക്കൊള്ളൂ. കളി തുടങ്ങാനുള്ള സമയമാകുമ്പോൾ കളിക്കു വേണ്ടുന്നവരെല്ലാം അവിടെയുണ്ടായിരിക്കും'' എന്നുപറഞ്ഞ് അദ്ദേഹത്തെ സമാധാനപ്പെടുത്തിയയച്ചു. നമ്പി പറഞ്ഞതുപോലെത്തന്നെ കളിതുടങ്ങാനുള്ള സമയമായപ്പോഴേക്കും ആ ദിക്കിലുണ്ടായിരുന്ന അന്തർജ്ജനങ്ങളും ദേശക്കാരുടെ വീടുകളിലെ സ്ത്രീജനങ്ങളും എല്ലാം അവിടെയെത്തുകയും ഉടനെ തിരുവാതിരകളി തുടങ്ങുകയും ചെയ്തു. പാട്ടുകേട്ട് അവിടെ അടുത്തുള്ള ഒരു മഠത്തിലെ ഒരു പോറ്റി അവിടെ ചെന്നു നോക്കിയപ്പോൾ ആ ദിക്കിലുള്ള സ്ത്രീജനങ്ങളെല്ലാം അവിടെ കളിക്കുന്നതായി കണ്ടു. എന്നുമാത്രമല്ല,കളിയിൽ പ്രാധാന്യം വഹിച്ചിരുന്നത് ആരും പോകരുതെന്നു വിരോധിച്ച പോറ്റിയുടെ അന്തർജ്ജനവുമായിരുന്നു. ഇതുകണ്ട്, ആ പോറ്റി ആ വിരോധിച്ച പോറ്റിയുടെ മഠത്തിലെത്തി അദ്ദേഹത്തെ കണ്ട്, "ഹേ! അങ്ങ് നല്ല ചതിവാണല്ലോ പറ്റിച്ചത്. പുത്തൻതിരുവാതിരയ്ക്ക് ആരും പോകരുതെന്ന് അങ്ങു പറഞ്ഞതനുസരിച്ചാണല്ലോ ഞങ്ങളുടെ മഠത്തിൽനിന്ന് അന്തർജ്ജനങ്ങളാരും പോകാതിരിക്കുന്നത്. ഇവിടെനിന്ന് അന്തർജ്ജനങ്ങളെയൊക്കെ പറഞ്ഞയയ്ക്കുകയും ചെയ്തു. ആ മഠക്കാർക്കു ഞങ്ങളോടു വെറുതെ വിരോധമുണ്ടാക്കിത്തീർക്കാനല്ലേ അങ്ങ് ഈ വിദ്യ

പ്രയോഗിച്ചത്? ഇതൊട്ടും മര്യാദയായില്ല" എന്നും മറ്റും പറഞ്ഞു. അപ്പോൾ ആ മഠത്തിലെ അന്തർജ്ജനങ്ങളെല്ലാവരും അവിടെത്തന്നെ ഉണ്ടായിരുന്നതിനാൽ ആ പോറ്റി, "താനെന്താണ് അസംബന്ധം പറയുന്നത്? ഇവിടെയുള്ളവരൊക്കെ ഇവിടെത്തന്നെയുണ്ട്. അവരാരും എങ്ങും പോയിട്ടില്ല" എന്നു പറഞ്ഞു. "അസംബന്ധമല്ല ഹേ! ഇവിടുത്തെ അന്തർജ്ജനം അവിടെ തിരുവാതിര കളിക്കുന്നതു സത്യമായിട്ട് എന്റെ കണ്ണുകൊണ്ടു ഞാൻ കണ്ടതാണ്" എന്നു മറ്റേ പോറ്റി പറഞ്ഞു. അപ്പോൾ ആ മഠത്തിലെ പോറ്റി താനറിയാതെ അന്തർജ്ജനങ്ങൾ പുത്തൻതിരുവാതിര സ്ഥലത്തു പോവുകയും ക്ഷണത്തിൽ തിരികെ പോരുകയും ചെയ്തതായിരിക്കുമോ എന്നു സംശയിച്ച് അന്തർജ്ജനങ്ങളോടു ചോദിച്ചിട്ട് അവരാരും അന്നേ ദിവസം മഠത്തിൽനിന്നു പുറത്തിറങ്ങിയിട്ടില്ലെന്നു സത്യം ചെയ്തു പറഞ്ഞു. ആകെപ്പാടെ പോറ്റിമാർക്കു വലിയ സംശയമായിത്തീർന്നു. "എന്നാൽ നമുക്ക് ആ തിരുവാതിരക്കളി നടക്കുന്ന സ്ഥലത്തുപോയി അന്വേഷിക്കാം" എന്നു പറഞ്ഞു പോറ്റിമാർ രണ്ടുപേരുംകൂടി അങ്ങോട്ടുപോയി. അവിടെചെന്നു നോക്കിയപ്പോൾ രണ്ടുപേരുടെ അന്തർജ്ജനങ്ങളും അവിടെ തിരുവാതിര കളിക്കുന്നുണ്ടായിരുന്നു. അവർ തിരിയെ അവരുടെ മഠത്തിൽ ചെന്നപ്പോൾ അവരുടെ അന്തർജ്ജനങ്ങൾ എങ്ങും പോയിരുന്നില്ല; ആ രണ്ടു സ്ഥലത്തുമുണ്ടായിരുന്നു. ആ പോറ്റിമാർ പിന്നെ മറ്റു മഠങ്ങളിലും വീടുകളിലും പോയി അന്വേഷിച്ചു. ആരും എങ്ങും പോയിരുന്നില്ല. എല്ലാവരും അവരവരുടെ ഗൃഹങ്ങളിൽത്തന്നെ ഉണ്ടായിരുന്നു. വീണ്ടും പുത്തൻതിരുവാതിര സ്ഥലത്തു ചെന്നുനോക്കിയപ്പോൾ സ്വദേശത്തുള്ള സകല സ്ഥലങ്ങളിലെ അന്തർജ്ജനങ്ങളും മറ്റുള്ള സ്ത്രീജനങ്ങളും അവിടെ തിരുവാതിര കളിക്കുന്നതായിട്ടു കണ്ടു. ആകെപ്പാടെ ആ പോറ്റിമാർ അദ്ഭുതപരവശന്മാരായിത്തീർന്നു. അവർ ഈ വിവരം ആ ദിക്കിലുള്ള മറ്റു ജനങ്ങളെയും അറിയിച്ചു. എല്ലാവരും അവരവരുടെ ഗൃഹങ്ങളിലുള്ള സ്ത്രീകൾ അവരവരുടെ ഗൃഹങ്ങളിലും തിരുവാതിരക്കളി സ്ഥലത്തും സ്ഥിതിചെയ്യുന്നതായി കണ്ടു വിസ്മയിച്ചു. ഒടുക്കം ഇതു തേവലശ്ശേരിനമ്പി തന്റെ ഇന്ദ്രജാലവിദ്യകൊണ്ടു ജനങ്ങളെ ഭ്രമിപ്പിക്കുന്നതാണെന്നറിഞ്ഞ് എല്ലാവരും സമാധാനപ്പെട്ടു.

ഒരിക്കൽ വിടനും രസികനുമായ ഒരു നമ്പൂരി തേവലശ്ശേരി നമ്പിയോട്, "യക്ഷികളുടെ ധ്യാനം പലവിധത്തിൽ കാണുന്നുണ്ട്. ആ ധ്യാനപ്രകാരം അവരെ കാണാൻ സാധിക്കുമോ" എന്നു ചോദിച്ചു.

നമ്പി: യക്ഷികളെ കാണാൻ സാധിക്കും. അവരുടെ സൗന്ദര്യം കണ്ടു ഭ്രമിച്ചാൽ അപകടമായിത്തീരുകയും ചെയ്യും.

നമ്പൂരി: എനിക്ക് അങ്ങനെയൊരു ഭ്രമവും മറ്റുമുണ്ടാകുകയില്ല. സാധിക്കുമെങ്കിൽ ഒരു യക്ഷിയെ കാണിച്ചുതന്നാൽ കൊള്ളാം.

നമ്പി: ഒന്നെന്നു വെയ്ക്കണ്ടാ, ധാരാളം കാണിച്ചുതരാം. ഇന്നു

പത്തുനാഴിക ഇരുട്ടുമ്പോൾ കാണാം, പ്രതീക്ഷിച്ചിരുന്നുകൊള്ളുക. അപകടത്തിൽ ചാടാതെ പ്രത്യേകം സൂക്ഷിച്ചുകൊള്ളണം.

നമ്പൂരി അത്താഴം കഴിഞ്ഞു ശയനഗൃഹത്തിലെത്തി കാത്തിരുന്നു. ഏകദേശം പത്തുനാഴികരാത്രിയായപ്പോൾ ചില സുരഭിലകുസുമങ്ങളുടെയും കളഭം, കസ്തൂരി മുതലായവയുടെയും സൗരഭ്യം വരുന്നതായി നമ്പൂരിക്കു തോന്നി. ഉടനെ സർവാംഗസുന്ദരിയും നവയൗവനയുക്തയുമായ ഒരുസ്ത്രീ വാതിൽ തുറന്നു മുറിക്കകത്തേക്കു കടന്നുവരുന്നത് അദ്ദേഹം കണ്ടു. അപ്പോൾതന്നെ അദ്ദേഹം കാമപരവശനായിത്തീർന്നു. സ്വല്പം കഴിഞ്ഞപ്പോൾ ലാവണ്യസമ്പൂർണ്ണകളായ അനേകം യുവതികൾ പിന്നാലെ പിന്നാലെയായി അവിടെ ചെന്നുകയറി നമ്പൂരി ഇരുന്നിരുന്ന കട്ടിലിനു ചുറ്റും ചെന്നു നില്പായി. അദ്ദേഹം വല്ലാതെ കുഴങ്ങി. എന്താണ് ചെയ്യേണ്ടതെന്നറിയാതെ വിഷമിച്ചു. ഒടുക്കം അദ്ദേഹം വളരെ പ്രയാസപ്പെട്ട്, ആദ്യം വന്ന സ്ത്രീയോട്, "ഇവരൊക്കെ എന്തിനാണ് വന്നത്? ഇത്ര വളരെ ആളുകൾ ഇവിടെ ആവശ്യമില്ല. ഇവിടെ നീ മാത്രം മതി. മറ്റവരെയൊക്കെ പറഞ്ഞയക്കുക"എന്നു പറഞ്ഞു. നമ്പൂരി ഇത്രയും പറഞ്ഞുകഴിഞ്ഞപ്പോഴേക്കും പിന്നാലെ വന്ന സ്ത്രീകളെല്ലാം അദൃശ്യകളായിത്തീർന്നു. ആദ്യം വന്ന സ്ത്രീമാത്രം പിന്നെയും അവിടെത്തന്നെ നിന്നിരുന്നു. അപ്പോൾ നമ്പൂരി, "ഈ കട്ടിലിൽ ഇരിക്കുക" എന്നു പറഞ്ഞ് ആ സ്ത്രീയെ പിടിച്ചിരുത്താനായി കൈനീട്ടി. ആ സമയം ആ സ്ത്രീയുടെ മുഖഭാവം പെട്ടെന്നു മാറുകയും അവൾ അതിഭയങ്കരാകൃതിയായിത്തീരുകയും ഉറക്കെ അട്ടഹസിച്ചുകൊണ്ട് കൈ നിവർത്തി നമ്പൂരിയുടെ ചെകിട്ടത്ത് ഒരു അടിവച്ചുകൊടുത്തിട്ട് അവിടെനിന്ന് ഇറങ്ങിപ്പോവുകയും ചെയ്തു. നമ്പൂരി അടികൊണ്ട ക്ഷണത്തിൽ ബോധരഹിതനായി നിലത്തുവീണു. നേരത്തോടുനേരം കഴിഞ്ഞിട്ടേ അദ്ദേഹത്തിനു ബോധം വീണുള്ളൂ. ബോധം വീണ് എഴുന്നേറ്റപ്പോൾ അദ്ദേഹത്തിന്റെ വായിൽ പല്ലൊന്നുമുണ്ടായിരുന്നില്ല. പല്ലെല്ലാം നിലത്തു കിടന്നിരുന്നു. എന്നാൽ രക്തം ഒരു തുള്ളിപോലുംപോയിരുന്നില്ല. ബോധം വീണു കുറച്ചു കഴിഞ്ഞാണ് നമ്പി പറഞ്ഞിരുന്നതു നമ്പൂരി ഓർത്തത്. ആ സ്ത്രീകളെ കണ്ടപ്പോൾ അദ്ദേഹത്തിന്റെ ബുദ്ധി വല്ലാതെ ഭ്രമിച്ചുപോയതിനാൽ നമ്പി പറഞ്ഞിരുന്നതും മറ്റും അദ്ദേഹം ഓർത്തില്ല. "പ്രായസ്സമാപന്നവിപത്തികാലേ ധിയോ പിപുംസാം മലിനാ ഭവന്തി" എന്നുണ്ടല്ലോ.

ഒരിക്കൽ മണ്ണടിക്കാവിൽഭഗവതിയുടെ സങ്കേതത്തിലുൾപ്പെട്ട ഒരു ഗൃഹത്തിൽ ഒരു സ്ത്രീക്കു ചില ബാധോപദ്രവങ്ങൾ ഉണ്ടായിത്തീർന്നു. ഈ ഉപദ്രവങ്ങൾ നിമിത്തം ഗർഭം ധരിക്കാതെയും ഈ സ്ത്രീ പ്രസവിച്ചിട്ടില്ലാതെ ആ ഗൃഹത്തിൽ സന്താനമുണ്ടാകുന്നതിനു വേറെ മാർഗ്ഗം ഇല്ലാതെയും ഇരുന്നു. ആ സങ്കേതത്തിൽ ഉൾപ്പെട്ട സ്ഥലങ്ങളിൽ എവിടെയെങ്കിലും ആർക്കെങ്കിലും ബാധോപദ്രവങ്ങളുണ്ടായാൽ

കാവിൽ ചെന്നു ഭഗവതിയെ ഭജിച്ചു പാർക്കുകയും കാമ്പിത്താൻ തുള്ളി ഭസ്മമിട്ടു ബാധകളെ ഒഴിക്കുകയുമല്ലാതെ അവിടെ ആരും മന്ത്രവാദി കളെക്കൊണ്ട് ഒന്നും ചെയ്യിക്കുകയും മന്ത്രവാദികൾ അവിടെ ചെന്ന് എന്തെങ്കിലും ചെയ്യുകയും പതിവില്ല. അതിനാൽ മേല്പറഞ്ഞ വീട്ടുകാർ ഈ സ്ത്രീയെ കീഴ്മര്യാദപ്രകാരം കാവിൽക്കൊണ്ടുചെന്നു ഭജനമിരുത്തി. പന്ത്രണ്ടു ദിവസത്തെ ഭജനം കഴിഞ്ഞപ്പോൾ കാമ്പി ത്താൻ തുള്ളിഭസ്മമിട്ട് ഓരോ ബാധകളെ പ്രത്യേകം പ്രത്യേകം സത്യം ചെയ്യിച്ച് ഒഴിച്ചു. ഒടുക്കം ഒരു ബാധ മാത്രം ശേഷിച്ചു. അതൊരു ഗന്ധർവനായിരുന്നു. കാമ്പിത്താൻ വളരെ ശ്രമിച്ചിട്ടും ആ ഗന്ധർവൻ ഒഴിഞ്ഞുപോയില്ല. ഒടുക്കം ആ സ്ത്രീ തുള്ളി, "ഞാനൊരു ഗന്ധർ വനാണ്. ഞാൻ ഈ ദേഹവുംകൊണ്ടല്ലാതെ ഒഴിഞ്ഞുപോവുകയില്ല. എന്നെ ഒഴിച്ചുവിടാനായി ആരും ശ്രമിക്കേണ്ടാ. തേവലശ്ശേരി നമ്പി വന്നാലും എന്നെ ഒഴിച്ചുവിടാൻ സാധിക്കയില്ല" എന്നു പറഞ്ഞു. അപ്പോൾ തുള്ളിക്കൊണ്ടു നിന്ന കാമ്പിത്താൻ, "എന്നാൽ തേവലശ്ശേരി യിൽത്തന്നെ കൊണ്ടുപോകണം. നമ്പി ഈ ഗന്ധർവനെ ഒഴിച്ചുവിടും" എന്നു കൽപിച്ചു. ആ സ്ത്രീയുടെ വീട്ടുകാർ ആ വിവരം നമ്പിയെ അറിയിച്ചപ്പോൾ, "ആ സ്ത്രീയെ ഇവിടെ കൊണ്ടുവരേണ്ടാ. ഇവിടെ വച്ചു ഗന്ധർവനെ ഒഴിക്കുന്ന കാര്യം അസാധ്യമാണ്, വേണമെങ്കിൽ ഞാനവിടെ വന്നു ശ്രമിച്ചുനോക്കാം" എന്നാണ് നമ്പി പറഞ്ഞത്. അപ്പോൾ ആ വീട്ടുകാർക്കു വലിയ സംശയമായി. മണ്ണടിക്കാവിൽ ഭഗവതിയുടെ സങ്കേതത്തിൽവെച്ച് ആരെക്കൊണ്ടും മന്ത്രവാദം ചെയ്യി ക്കാറില്ലല്ലോ. ആ സ്ഥിതിക്കു നമ്പിയെ അവിടെക്കൊണ്ടുപോയി മന്ത്രവാദം ചെയ്യിക്കുന്നതു ഭഗവതിക്കു ഹിതമാകുമോ എന്നായിരുന്നു അവരുടെ സംശയം. ഇതിനെക്കുറിച്ച് കൽപന കേൾക്കുന്നതിനായി അവർ കാവിൽചെന്നു മുട്ടുപാടിരുന്നു. അപ്പോൾ കാമ്പിത്താൻ തുള്ളി "എന്റെ സങ്കേതത്തിൽവച്ചു തേവലശ്ശേരി എന്തുചെയ്യുന്നതും എനിക്കു സമ്മതവും സന്തോഷവുമാണ്. മറ്റൊരു മന്ത്രവാദി ഇവിടെവന്ന് ഒന്നും ചെയ്യാൻ പാടില്ലെന്നു മാത്രമേ എനിക്കു നിർബന്ധമുള്ളൂ" എന്നു കൽ പിച്ചു. ആ വീട്ടുകാർ ഈ വിവരവും നമ്പിയെ അറിയിച്ചു. അപ്പോൾ അദ്ദേഹം ഒരു ചാർത്തെഴുതിക്കൊടുക്കുകയും ദിവസം നിശ്ചയിച്ചു പറഞ്ഞയയ്ക്കുകയും ചെയ്തു. വീട്ടുകാർ ചാർത്തിൻപ്രകാരമുള്ള ഉപകരണങ്ങളെല്ലാം ശേഖരിച്ചുവച്ചു. നിശ്ചിത ദിവസം വെളുപ്പാൻ കാലത്തു നമ്പി അവിടെയെത്തി. പ്രായാധിക്യംകൊണ്ടു നടക്കാൻ പ്രയാസമായിരുന്നതിനാൽ മണികണ്ഠന്റെ കഴുത്തിൽ കയറിയാണ് അദ്ദേഹംഅവിടെ എത്തിയത്. ചെന്നയുടനെ കുളിയും നിത്യകർമ്മാ നുഷ്ഠാനാദികളും കഴിച്ചു നമ്പി കാവിലെത്തി ഭഗവതിയെ സേവിച്ചു കൊണ്ട് അവിടെയിരുന്നു. അന്നു പകലും രാത്രിയും മുഴുവൻ ക്ഷേത്രോ പവാസമായി അവിടെത്തന്നെ ഇരുന്നതേയുള്ളൂ. അന്നു ജലപാനം

പോലും അദ്ദേഹം കഴിച്ചില്ല. ഭഗവതിക്കു വഴിപാടായി ഒരു കൂട്ടു പായസനിവേദ്യവും പുഷ്പാഞ്ജലിയും നടത്തിക്കുകയും ചെയ്തു.

പിറ്റേദിവസം വെളുപ്പാൻകാലത്തെ കുളിയും നിത്യകർമ്മാദികളും കഴിച്ചു നമ്പി മന്ത്രവാദത്തിനു നിശ്ചയിച്ചിരുന്ന സ്ഥലത്തെത്തി. ആ വീട്ടുകാരുടെ വക ഒരു മഠത്തിൽവച്ചാണ് മന്ത്രവാദം നടത്താൻ നിശ്ചയിച്ചിരുന്നത്. നമ്പി അവിടെ ചെന്നയുടനെ ഒരു രാത്രികാലപൂജയ്ക്കു പത്മമിട്ടു വിളക്കുവച്ചു. പൂജ ആരംഭിക്കുകയും അഷ്ടദ്രവ്യംകൂട്ടി ഒരു ഗണപതിഹോമം കഴിക്കുകയും ചെയ്തു. ഉച്ചപ്പൂജയായപ്പോൾ ആ സ്ത്രീ തുള്ളി, "എന്നെ ഒഴിച്ചുവിടാനായി ശ്രമിക്കരുത്. ഞാൻ ഈ ശരീരത്തോടുകൂടിയല്ലാതെ ഒഴിഞ്ഞുപോവുകയില്ല. അങ്ങനെയല്ലാതെ എന്നെ ഒഴിച്ചാൽ ഞാൻ ശപിക്കും" എന്നും മറ്റും പറഞ്ഞുതുടങ്ങി. നമ്പി അതൊന്നും കേട്ടതായി ഭാവിക്കപോലും ചെയ്തില്ല. ഉച്ചപ്പൂജയും പുഷ്പാഞ്ജലിയും കഴിഞ്ഞപ്പോൾ നമ്പി വീട്ടുകാരോട്, "വൈകുന്നേരത്തെ പൂജയ്ക്കു നിവേദ്യത്തിനു മുപ്പത്താറിടങ്ങഴിപ്പാലും മുപ്പത്താറു പലം പഞ്ചസാരയുംകൂടി വേണം" എന്നു പറഞ്ഞു. അപ്പോൾ വീട്ടുകാർ, "അതൊക്കെ ഉണ്ടാക്കാം. അവിടുന്ന് ഊണു കഴിക്കണം. ഇന്നലെത്തന്നെ ആഹാരമൊന്നും കഴിച്ചില്ലല്ലോ. ഭക്ഷണത്തിനു വേണ്ടതെല്ലാം ബ്രാഹ്മണരെക്കൊണ്ടു തയ്യാറാക്കിവച്ചിട്ടുണ്ട്. അവിടുന്ന് ഈ വയസ്സുകാലത്ത് ഇവിടെ വന്നു പട്ടിണി കിടക്കുന്നതു ഞങ്ങൾക്കു വലിയ സങ്കടമാണ്" എന്നു പറഞ്ഞു. നമ്പി അതിന്, "ഞാൻ ഉണ്ണാനായിട്ടല്ലല്ലോ ഇവിടെ വന്നിരിക്കുന്നത്. നിങ്ങൾ എന്നെ വരുത്തുകയും ഞാനിവിടെ വരുകയും ചെയ്തിരിക്കുന്നതിന്റെ ഉദ്ദേശ്യം സാധിച്ചല്ലാതെ ഞാൻ ഊണു കഴിക്കയില്ല" എന്നാണ് മറുപടി പറഞ്ഞത്. അദ്ദേഹം ആഹാരമൊന്നും കഴിക്കാതെ തന്നെ ജപിച്ചുകൊണ്ടിരുന്നു.

നേരം വൈകിയപ്പോൾ നമ്പി പോയിക്കുളിച്ചു സന്ധ്യാവന്ദനാദികളെല്ലാം കഴിച്ചുവന്നു. പൂജയ്ക്ക് ആദ്യം നിശ്ചയിച്ചിരുന്ന നിവേദ്യങ്ങളും മുപ്പത്താറിടങ്ങഴി പാൽകാച്ചി പഞ്ചസാരയിട്ട് അതും തയ്യാറാക്കിവച്ചു. പൂജയ്ക്കു വിളക്കുവച്ചിരുന്ന മുറിയുടെ വാതിക്കൽ പുറത്തായി ഉമിച്ചാരംകൊണ്ട് ഒരു ചക്രം വരച്ച് അതിൽ പിണിയാളെ (*ബാധോപദ്രവമുള്ള സ്ത്രീയെ*) ഇരുത്തീട്ട് അദ്ദേഹം മുറിക്കകത്തു കയറി വാതിലടച്ചിരുന്നു പൂജ തുടങ്ങി. ഏകദേശം ഏഴരനാഴികയിരുട്ടിയപ്പോഴേക്കും പൂജയും പുഷ്പാഞ്ജലിയും കഴിഞ്ഞു നമ്പി മുറിയുടെ വാതിൽ തുറന്നു. ഉടനെ അദ്ദേഹം കുറെ തീർത്ഥവും പ്രസാദവും അക്ഷതവും കൂടിയെടുത്തു ഭയങ്കരമായ ഒരു ഹുങ്കാരത്തോടുകൂടി പിണിയാളുടെ മുഖത്തേക്കെറിഞ്ഞു. ഉടനെ പിണിയാൾ തുള്ളിത്തുടങ്ങി. അപ്പോഴേക്കും കാവിൽനിന്നു കാമ്പിത്താനും തുള്ളിക്കൊണ്ട് അവിടെയെത്തി. പിണിയാൾ (*ഗന്ധർവൻ*) അപ്പോൾ, "അയ്യോ! എനിക്കു ദാഹിക്കുന്നു" എന്നു പറഞ്ഞു. നമ്പി, കാച്ചി പഞ്ചസാരയിട്ടു

വച്ചിരുന്ന പാലെടുത്തു പിണിയാളുടെ അടുക്കൽവച്ചുകൊടുത്തു. പിണിയാൾ ആ മുപ്പത്താറിടങ്ങഴി പാൽ മുഴുവനും കുടിച്ചുകഴിഞ്ഞ പ്പോൾ, "ഇപ്പോൾ ഇതുമതി, തൃപ്തിയായി, സന്തോഷമായി. എങ്കിലും ഞാൻ ഈ ദേഹത്തെ വിട്ടൊഴിഞ്ഞു പോവുകയില്ല. അതിനായിട്ടു നിർബന്ധിക്കുകയുമരുത്" എന്നു പറഞ്ഞു. അപ്പോൾ കാമ്പിത്താൻ, "എന്റെ നമ്പിയെ പരീക്ഷിക്കണ്ടാ. ക്ഷണത്തിൽ ഈ ദേഹത്തിൽനിന്നു ഒഴിഞ്ഞുപോവുകയാണ് നല്ലത്. അല്ലെങ്കിൽ നമ്പി ഉപദ്രവിക്കും. ഒടുക്കം സന്താപത്തോടും അപമാനത്തോടുംകൂടി പോകേണ്ടതായി വരും. ഇപ്പോളാണെങ്കിൽ സന്തോഷത്തോടും ബഹുമാനത്തോടുംകൂടി പോകാം" എന്നു കൽപിച്ചു. ഉടനെ പിണിയാൾ (*ഗന്ധർവൻ*)"നമ്പി അത്ര യോഗ്യനോ? എന്നാൽ അതൊന്നറിയണമല്ലോ" എന്നു പറ ഞ്ഞിട്ടു മന്ത്രസാരം, യന്ത്രസാരം, പ്രയോഗസാരം, പ്രപഞ്ചസാരം മുതലായവയിലുള്ള ചില ഗൂഢാർത്ഥങ്ങളെപ്പറ്റി നമ്പിയോടു ചോദ്യം തുടങ്ങി. ഗന്ധർവന്റെ ചോദ്യങ്ങൾക്കെല്ലാം നമ്പി ശരിയായിട്ടുത്തരം പറഞ്ഞു. അപ്പോൾ ഗന്ധർവൻ, "ഇത്രയും പഠിപ്പും മറ്റു യോഗ്യതകളും തികഞ്ഞ ഒരു മന്ത്രവാദി ഒരഞ്ഞൂറു സംവൽസരത്തിനപ്പുറം ഭൂലോ കത്തിലുണ്ടായിട്ടില്ലെന്നുള്ളതിനു സംശയമില്ല. ഇപ്രകാരം യോഗ്യനാ യിരിക്കുന്ന ഇദ്ദേഹവുമായി പിണങ്ങേണ്ടതായിവന്നിരിക്കുന്നതിൽ എനിക്കു വളരെ മനസ്താപമുണ്ട്. അതിനാൽ ഇദ്ദേഹം എന്നെ ഉപദ്രവി ച്ചോടിക്കാനുദ്യമിക്കാതെ മടങ്ങിപ്പോവുകയാണു വേണ്ടത്. അഥവാ എന്നെ ഉപദ്രവിക്കാൻതന്നെ ഭാവിക്കുകയാണെങ്കിൽ ഞാൻ ശപിക്കും. ഈ ദേഹത്തെവിട്ടു ഞാൻ പോകുകയുമില്ല" എന്നു പറഞ്ഞതി ന്റെശേഷം കർണ്ണാനന്ദകരമാകുംവണ്ണം ചില ദിവ്യരാഗങ്ങൾ ആലപി ക്കുകയും മനോഹരങ്ങളായ ചില ഗീതങ്ങൾ പാടുകയും ഇടയ്ക്കിടെ പുഞ്ചിരിയിടുകയും മറ്റും ചെയ്തു തുടങ്ങി.

നമ്പി: ഈവക വിദ്യകൾകൊണ്ടു വിരണ്ടുപോകുന്നവനല്ല ഞാൻ. എനിക്കു ശാപത്തെക്കുറിച്ചും മറ്റും ലേശംപോലും ഭയമില്ല. ഈശ്വര വിധിപോലെയല്ലാതെ ഒന്നും വരികയില്ലെന്ന് എനിക്കു നല്ല നിശ്ചയ മുണ്ട്. എന്റെ ശിരസ്സിലെഴുത്തിനെ മാറ്റാൻ ഇനി ആരു വിചാരിച്ചാലും സാധിക്കുകയില്ലല്ലോ. അതിനാൽ വേഗത്തിൽ ഈ ദേഹത്തെ വിട്ടു പൊയ്ക്കൊള്ളുകയാണു നല്ലത്. മനസ്സോടുകൂടി പോകാത്തപക്ഷം ഞാനയയ്ക്കും.

ഗന്ധർവൻ: അയ്യോ! ഇതു സങ്കടമാണ്. ഞാൻ പോകണമെന്നു നിർബന്ധമാണെങ്കിൽ ഒരു മൂന്നു സംവത്സരത്തെ അവധി എനിക്കു തരണം. മൂന്നു സംവത്സരം കഴിഞ്ഞാൽ ഈ ദേഹം വിട്ട് ഞാൻ പൊയ് ക്കൊള്ളാം; അതിനനുവദിക്കണം.

നമ്പി: അനുവദിക്കയില്ല; മൂന്നു സംവത്സരമെന്നല്ല, മൂന്നുനാഴിക പോലും ഇനി ഈ ദേഹത്തിലിരിക്കാൻ പാടില്ല.

എന്നു പറഞ്ഞു നമ്പി ഉമിച്ചാരംകൊണ്ട് അവിടെ ഒരു ചക്രംവരച്ചിട്ട് ഒരുചൂരൽ വടിയെടുത്തു ജപിച്ച് ആ ചക്രത്തിൽ മൂന്നടി അടിച്ചു. അപ്പോൾ ഗന്ധർവൻ, "അയ്യോ! ഞാൻ പൊയ്ക്കൊള്ളാമേ. അങ്ങയുടെ മന്ത്രശക്തിയെ തടുക്കുന്നതിനും സഹിക്കുന്നതിനും ഞാൻ ശക്തനല്ല. നിർബന്ധപൂർവം എന്നെ ഇങ്ങനെ ദണ്ഡിപ്പിച്ചയയ്ക്കുന്നതുകൊണ്ട് അങ്ങേക്കു സന്തതിയുണ്ടാവാതെ പോട്ടെ; അങ്ങയുടെ വംശം അങ്ങയുടെ കാലാവസാനത്തോടുകൂടി നശിച്ചു പോട്ടെ" എന്നു പറഞ്ഞു.

നമ്പി: ഈ ശാപം ഒരനുഗ്രഹമാണെന്നാണ് ഞാൻ വിചാരിക്കുന്നത്. ഇതുവരെ ഞാൻ വിവാഹം കഴിച്ചിട്ടില്ല. എനിക്കിപ്പോൾ വയസ്സ് എഴുപത്തഞ്ചായിരിക്കുന്നു. ഇതുവരെ നിത്യബ്രഹ്മചാരിയായി ജീവിച്ച ഞാൻ ഇനി വിവാഹം കഴിക്കണമെന്നോ സന്തതിയുണ്ടാകണമെന്നോ വിചാരിച്ചു എന്നു വരുന്നതല്ലല്ലോ. എന്റെ കുടുംബത്തിൽ ഇപ്പോൾ ഞാനല്ലാതെ ആരുമില്ലതാനും. അതിനാൽ വിചാരിച്ചിരിക്കാത്ത ആപത്തൊന്നും ഈ ശാപംകൊണ്ട് എനിക്കുണ്ടായിട്ടില്ല. ഇനി സത്യം ചെയ്ത് ഒഴിഞ്ഞു പൊയ്ക്കൊള്ളുക. പോകുന്നില്ലെങ്കിൽ ഇനിയും ഞാൻ ചില വിദ്യകൾകൂടി പ്രയോഗിക്കും.

ഗന്ധർവൻ: അയ്യോ! വേണ്ടാ,ഞാൻ പൊയ്ക്കൊള്ളാം. ഞാൻ ഇതാ ഈദേഹത്തിൽനിന്നു വിട്ടുമാറുന്നു. ഇനി ഒരു കാലത്തും ഞാൻ ഈ ദേശത്തെയും ഈ കുടുംബത്തെയും ബാധിക്കുകയില്ലെന്നു മാത്രമല്ല, ഈ ദേശത്തു കടക്കുകപോലും ചെയ്കയില്ല. ഇതു സത്യം, സത്യം, സത്യം.

സത്യം ചെയ്തുകഴിഞ്ഞതോടെ പിണിയാൾ പിന്നാക്കം മലർന്നു വീണു. ഉടനെ ഗൃഹത്തിലുണ്ടായിരുന്ന പടിപ്പുരയും പുറത്തേക്കു മറിഞ്ഞുവീണു. അതു ഗന്ധർവൻ പോയപോക്കിനു തട്ടിയിട്ടതാണെന്നുള്ളതു പറയേണ്ടതില്ലല്ലോ. ഗന്ധർവൻ പോയപ്പോൾ കാമ്പിത്താന്റെ തുള്ളലും നിന്നു.

ആ വീട്ടുകാർ നമ്പിക്ക് ആയിരം പണം ദക്ഷിണയും മറ്റനേകം സമ്മാനങ്ങളും കൊടുത്തു. ആ പണം മുഴുവനും നമ്പി മണ്ണടിക്കാവിൽ ഭഗവതിക്കു വഴിപാടായി കാമ്പിത്താനെ ഏല്പിച്ചുകൊടുത്തിട്ടു മണികണ്ഠന്റെ കഴുത്തിൽക്കയറി അപ്പോൾത്തന്നെ സ്വദേശത്തേക്കു മടങ്ങുകയും ചെയ്തു.

ഗന്ധർവൻ ബാധിച്ച സ്ത്രീക്കു ബാധ ഒഴിഞ്ഞതിന്റെശേഷം രണ്ടു മൂന്നു ദിവസത്തേക്ക് വലിയ ക്ഷീണമുണ്ടായിരുന്നു. ക്രമേണ അതു ഭേദമാവുകയും ആ സ്ത്രീ ഗർഭംധരിച്ചു പ്രസവിച്ചു കാലക്രമേണ ആ ഗൃഹത്തിൽ ധാരാളം സന്തതികളുണ്ടാവുകയും ചെയ്തു. നമ്പിയുടെ കാലം കഴിയുന്നതുവരെ ആ വീട്ടുകാർ അദ്ദേഹത്തെ ഈശ്വരനിർവിശേഷമായി ബഹുമാനിച്ചുകൊണ്ടിരുന്നു.

തേവലശ്ശേരിനമ്പിയോടു മത്സരിച്ചു ജയിക്കാനായി അനേകം മന്ത്രവാദികൾ ഉദ്യമിച്ചിട്ടുണ്ട്. അവരെല്ലാവരും തോറ്റ് ഒടുക്കം അദ്ദേഹത്തിന്റെ ശിഷ്യന്മാരായിത്തീരുകയാണ് ചെയ്തിട്ടുള്ളത്. ആവക കഥകളും നമ്പിയുടെ അദ്ഭുതകർമ്മങ്ങളും പറഞ്ഞവസാനിപ്പിക്കാൻ ആരാലും കഴിയുന്നതല്ല. അതിനാൽ അതിനായിത്തുനിയുന്നില്ല. അദ്ദേഹത്തിന്റെ അവസാനത്തെക്കുറിച്ചുകൂടി പറഞ്ഞിട്ട് ഈ ഉപന്യാസം സമാപിപ്പിക്കാമെന്നു വിചാരിക്കുന്നുള്ളൂ.

ഒരിക്കൽ ഒരു നമ്പൂരി ഉശകാരാവുത്തരുടെ അടുക്കൽച്ചെന്ന് ഒരു കാര്യം സാധിപ്പിച്ചുകൊടുക്കണമെന്ന് ആവശ്യപ്പെട്ടു. അതിലേക്ക് ഇന്നതു പ്രതിഫലം കിട്ടണമെന്നു രാവുത്തർ പറഞ്ഞതിനെ നമ്പൂരി സമ്മതിക്കുകയും ചെയ്തു. എങ്കിലും രാവുത്തർ വളരെ ശ്രമിച്ചിട്ടും അതു സാധിപ്പിച്ചുകൊടുക്കാൻ കഴിഞ്ഞില്ല. അതിനാൽ നമ്പൂരി ഇച്ഛാ ഭംഗത്തോടുകൂടി അവിടെനിന്നു പിരിയുകയും വിവരം തേവലശ്ശേരി നമ്പിയെ അറിയിക്കുകയും നമ്പി പ്രതിഫലേച്ഛകൂടാതെ കാര്യം നിഷ് പ്രയാസമായി നമ്പൂരിക്കു പെട്ടെന്നു സാധിപ്പിച്ചുകൊടുക്കുകയും ചെയ്തു. രാവുത്തർ പൂർവവൈരം നിമിത്തം നമ്പിയെ അകപ്പെടു ത്താനായി ചില ഗൂഢപ്രയോഗങ്ങൾ ചെയ്തുകൊണ്ടാണിരുന്നിരുന്നത്. പക്ഷേ, നമ്പിയുടെ മുൻകരുതലുകൾകൊണ്ട് അതൊന്നും ഫലിച്ചിരു ന്നില്ല. അങ്ങനെയിരുന്നപ്പോളാണ് ഈ സംഗതിയുണ്ടായത്. ഇതു കേട്ടപ്പോൾ രാവുത്തർക്കുണ്ടായിരുന്ന വൈരം ദ്വിഗുണീഭവിച്ചു. ഏതു വിധവും നമ്പിയെ താമസിയാതെ അപായപ്പെടുത്തണമെന്ന് അയാൾ അപ്പോൾ തീർച്ചപ്പെടുത്തുകയും അതിനൊരുപായം കണ്ടുപിടിക്കു കയും അതു തയ്യാറാക്കിവയ്ക്കുകയും ചെയ്തു.

അങ്ങനെയിരിക്കുന്ന കാലത്തു രാവുത്തരും പണ്ടത്തെ നമ്പൂരിയും തമ്മിൽ കാണുന്നതിനിടയായി. അപ്പോൾ പ്രസംഗവശാൽനമ്പൂരി "രാവുത്തരു വിചാരിച്ചിട്ട് സാധിക്കാത്ത കാര്യം തേവലശ്ശേരി നമ്പി എനിക്കു സാധിപ്പിച്ചുതന്നു" എന്നു പറഞ്ഞു. രാവുത്തർ അതു മുമ്പേ തന്നെ അറിഞ്ഞിരുന്നുവെങ്കിലും അതു പറയാതെയും ഭാവിക്കാതെയും അപ്പോൾ മാത്രമേ അറിഞ്ഞുള്ളൂ എന്നുള്ള ഭാവത്തിൽ അദ്ഭുതവും സന്തോഷവും നടിച്ചുകൊണ്ട്, "അതുവ്വോ! സന്തോഷമായി, തേവലശ്ശേരി നമ്പി സാമാന്യനല്ല. അദ്ദേഹത്തെപ്പോലെ സമർത്ഥനാ യിട്ട് ഒരു മന്ത്രവാദി ഇപ്പോൾ ഭൂലോകത്തിലില്ല. അവിടേക്ക് ആ കാര്യം സാധിപ്പിച്ചുതന്നതിൽ എനിക്കുള്ള അപാരമായ സന്തോഷത്തെ കാണി ക്കുന്നതിനായി ഞാൻ തരുന്ന സമ്മാനം അവിടുന്നുതന്നെ നമ്പിക്കു കൊണ്ടുചെന്നു കൊടുത്തു ഞാൻ തന്നയച്ചതെന്നു പറയണം" എന്നു പറഞ്ഞ്, അയാളുടെ കൈവിരലിന്മേൽ കിടന്നിരുന്ന ഒരു സ്വർണ്ണമോ തിരമൂരി നമ്പൂരിയുടെ കയ്യിൽ കൊടുത്തു. നമ്പൂരി അതുകൊണ്ടു ചെന്നു നമ്പിയുടെ കയ്യിൽ കൊടുത്തിട്ട്, "എന്റെ കാര്യം സാധിപ്പിച്ചു

തന്നതിൽ ഉശകാരാവുത്തർക്കുള്ള സന്തോഷത്തെ പ്രദർശിപ്പിക്കാനായി ഇതുറാവുത്തർ തന്നയച്ചതാണ്'' എന്നു പറഞ്ഞു. അതു കേട്ടപ്പോൾത്തന്നെ ഇതു തന്നെ അകപ്പെടുത്താനുള്ള വിദ്യയാണെന്നു നമ്പിക്കു മനസ്സിലായി. അതു കയ്യിൽ വാങ്ങിപ്പോയതിനാൽ പിന്നെ പരിഹാരമൊന്നുമില്ലാതെയിരുന്നതുകൊണ്ട്, "ഇതു ഈശ്വരവിധി തന്നെ" എന്ന് അദ്ദേഹം തീർച്ചപ്പെടുത്തി. എങ്കിലും തനിക്ക് അബദ്ധം പറ്റിപ്പോയി എന്നുള്ള വിവരം ഭാവിക്കുകയും പറയുകയും ചെയ്യാതെ അദ്ദേഹം ഒരു സന്തോഷഭാവത്തിൽ നമ്പൂരിയോട്, "റാവുത്തരിൽനിന്ന് ഒരു സമ്മാനം കിട്ടാനിടയായതുകൊണ്ട് എനിക്കു വളരെ സന്തോഷമുണ്ട്. ഇത് ഇവിടെക്കിട്ടിയ വിവരത്തിനു ഞാനൊരെഴുത്തുതരാം. അത് അങ്ങുതന്നെ കൊണ്ടുചെന്നു രാവുത്തർക്കു കൊടുക്കണം" എന്നു പറഞ്ഞു നമ്പി ഒരോലക്കഷണമെടുത്ത് അതിൽ, "ഇത് എന്നെങ്കിലുമുണ്ടാകുമെന്നു ഞാൻ വിചാരിച്ചിരുന്നതാണ്. ഇതുവരെ കർമ്മവും കാലവുംകൂടി ഒത്തുവന്നില്ല. ഇപ്പോൾ രണ്ടുമൊത്തു. ആട്ടെ, വിരോധമില്ല. എനിക്കു നാൽപത്തൊന്നാണെങ്കിൽ നിനക്കു പന്ത്രണ്ട്'' എന്നെഴുതി നമ്പൂരിയുടെ കയ്യിൽ കൊടുത്തു. നമ്പൂരി അതു കൊണ്ടുചെന്നു രാവുത്തർക്കും കൊടുത്തു. അതിന്റെ പന്ത്രണ്ടാം ദിവസം രാവുത്തരും മോതിരം കയ്യിൽ വാങ്ങിയതിന്റെ നാൽപത്തൊന്നാംദിവസം നമ്പിയും മരിച്ചു. അപ്പോൾ നമ്പിക്ക് പ്രായം എഴുപത്തേഴു വയസ്സായിരുന്നു. അദ്ദേഹത്തോടുകൂടിത്തന്നെ അദ്ദേഹത്തിന്റെ വംശവും തീർന്നു എന്നുള്ളതും പറയണമെന്നില്ലല്ലോ.

6. ചില ഈശ്വരന്മാരുടെ പിണക്കം

ടിപ്പുസൽത്താന്റെ ആക്രമണകാലത്തു ഗുരുവായൂരപ്പനെ അവിടെ നിന്ന് ഇളക്കിയെടുത്ത് അമ്പലപ്പുഴെയും പിന്നീട് മാവേലിക്കരെയും എഴുന്നള്ളിച്ചു കുടിയിരുത്തിയിരുന്നു എന്നുള്ളതു പ്രസിദ്ധമാണല്ലോ. ഗുരുവായൂരപ്പനും അമ്പലപ്പുഴെ കൃഷ്ണസ്വാമിയും വാസ്തവത്തിൽ ആൾ ഒന്നുതന്നെയാണെങ്കിലും അവർ രണ്ടുപേരുംകൂടി അമ്പലപ്പുഴെ താമസിച്ചിരുന്ന കാലത്തു പല പിണക്കങ്ങളും മത്സരങ്ങളുമുണ്ടായിട്ടുള്ളതായി അനേകം ഐതിഹ്യങ്ങളുണ്ട്.

ഗുരുവായൂരപ്പന്റെ പ്രീതിക്കായി നടത്തുന്ന നമസ്കാരസ്സദ്യകൾക്കുള്ള കാളൻ മുതലായ സാധനങ്ങൾ വയ്ക്കുന്ന ഓട്ടുപാത്രങ്ങളിൽത്തന്നെ കിടക്കുകയല്ലാതെ, മറ്റു പാത്രങ്ങളിൽ പകരുക പതിവില്ലെന്നും എന്നാൽ ആ സാധനങ്ങൾക്കു കിളാവുചുവ ഉണ്ടാകാറില്ലെന്നുമുള്ളതു പ്രസിദ്ധമാണല്ലോ. എങ്കിലും ഗുരുവായൂരപ്പൻ അമ്പലപ്പുഴെ താമസിച്ചിരുന്ന കാലത്തു നമസ്കാരത്തിനായി വച്ചുണ്ടാക്കുന്ന കാളനും മറ്റും കിളാവു ചുവകൊണ്ടു മനുഷ്യർക്ക് ഉപയോഗിക്കാൻ നിവൃത്തിയില്ലാതായിത്തീർന്നു. ഇതിങ്ങനെ ആക്കിത്തീർത്തതു ഗുരുവായൂരപ്പനോടുള്ള സ്പർദ്ധനിമിത്തം അമ്പലപ്പുഴെ കൃഷ്ണസ്വാമിയാണെന്നുള്ളതു വിശേഷിച്ചു പറയണമെന്നില്ലല്ലോ. ഇതിനു പകരം ഗുരുവായൂരപ്പനും ചിലതു പ്രവർത്തിക്കാതിരുന്നില്ല. അമ്പലപ്പുഴെ കൃഷ്ണസ്വാമിക്കു പ്രതിദിനം മുപ്പത്താറു പറ പാൽകൊണ്ടു പഞ്ചസാരപ്പായസം പതിവുണ്ടായിരുന്നു. അതിൽ ഗുരുവായൂരപ്പൻ അട്ടയും മറ്റും കാണിച്ചു നിവേദ്യത്തിനു കൊള്ളാത്ത വിധത്തിലാക്കിത്തീർത്തുതുടങ്ങി. ഇങ്ങനെ ഇവർ തമ്മിലുള്ള സ്പർദ്ധയും മത്സരവും നിമിത്തം രണ്ടുപേർക്കും പൂജാനിവേദ്യാദികൾ നടത്താൻ നിവൃത്തിയില്ലാതെ വന്നതിനാൽ ഗുരുവായൂരപ്പനെ ടിപ്പുസുൽത്താന്റെ ഉപദ്രവം ശമിക്കുന്നതുവരെ മാവേലിക്കരെ കൊണ്ടുപോയി ഇരുത്തേണ്ടതായിവന്നു. ഗുരുവായൂരപ്പനെ കുടിയിരുത്തിയിരുന്ന സ്ഥലവും അവിടുത്തെ വകയായി ഒരു കിണറും ഇപ്പോഴും അമ്പലപ്പുഴെ കാൺമാനുണ്ട്.

ഇപ്രകാരം തന്നെ വൈക്കത്തപ്പനും ഏറ്റുമാനൂർദേവനും തമ്മിലും ചില പിണക്കങ്ങളുണ്ടായിട്ടുണ്ട്. 973-ാമാണ്ടു നാടുനീങ്ങിയ രാമവർമ്മ മഹാരാജാവു തിരുമനസ്സുകൊണ്ട് വൈക്കത്തപ്പനു വഴിപാടായി ഏഴര (*ഏഴു വലിയതും ഒന്നു ചെറിയതും*)പൊന്നാനകളെ (*പ്ലാവുകൊണ്ടു പണിയിച്ചു സ്വർണ്ണത്തകിടുകൊണ്ട് പൊതിയിച്ചു*) തിരുവനന്തപുരത്തു നിന്ന് വൈക്കത്തേക്കു കൊടുത്തയച്ചു. കൽപനപ്രകാരം ഹരിക്കാരന്മാർ പൊന്നാനകളെ വിരുത്തിക്കാരെക്കൊണ്ട് എടുപ്പിച്ചുകൊണ്ട് കരമാർഗ്ഗമായി പുറപ്പെട്ട് ഒരു ദിവസം ഏറ്റുമാനൂർ വന്നുചേർന്നു. പൊന്നാനകളെ ക്ഷേത്രത്തിന്റെ പടിഞ്ഞാറെ ഗോപുരത്തറയിലിറക്കിവച്ചു നട കാവൽക്കാരെ ഏല്പിച്ചിട്ട് ഹരിക്കാരന്മാരും ചുമട്ടുകാരും കുളിക്കാനുമുണ്ണാനും പോയി. അവർ കുളിയും ഭക്ഷണവുമെല്ലാം കഴിഞ്ഞു വന്നുനോക്കിയപ്പോൾ പൊന്നാനകളുടെ തലയിൽ ഓരോവലിയ സർപ്പങ്ങളിരിക്കുന്നതായി കണ്ടു. ആരെങ്കിലും അടുത്തു ചെന്നാൽ ആ ഭയങ്കര സർപ്പങ്ങൾ ഫണങ്ങൾ വിടർത്തിക്കൊണ്ടു ചീറ്റിത്തുടങ്ങും. അതിനാൽ എല്ലാവരും ഭയപ്പെട്ടു മാറിയതല്ലാതെ അടുത്തു ചെല്ലുന്നതിന് ആർക്കും ധൈര്യമുണ്ടായില്ല. പിന്നെ ഇതിനെപ്പറ്റി പ്രശ്നംവെപ്പിച്ചു നോക്കിയതിൽ, ഈ ആനകളെ താൻ വിട്ടയയ്ക്കുകയില്ലെന്നും ഇവ തനിക്കു വേണമെന്നുമാണ് ഏറ്റുമാനൂർ ദേവന്റെ അഭിപ്രായമെന്ന് കാണുകയും ആ വിവരം തിരുമനസ്സറിയിക്കുന്നതിന് എഴുതി അയയ്ക്കുകയും പ്രശ്നത്തിൽ കണ്ടതുപോലെ തന്നെ മഹാരാജാവു തിരുമനസ്സിലേക്ക് ഒരു ദർശനവുമുണ്ടാകുകയും ചെയ്തു. അതിനാൽ ആ പൊന്നാനകളെ ഏറ്റുമാനൂർ ദേവന്റെ ഭണ്ഡാരത്തിൽ എടുത്തുവച്ചുകൊള്ളുന്നതിനു കൽപിച്ചനുവദിച്ചു. ഇപ്പോഴും ഏറ്റുമാനൂർ ഭണ്ഡാരത്തിലിരിക്കുന്നവയും ഉത്സവകാലങ്ങളിൽ എഴുന്നള്ളത്തോടുകൂടി കൊണ്ടു നടക്കുന്നവയുമായ പൊന്നാനകൾ അവിടെ വന്നുചേർന്നതിപ്രകാരമാണ്.

വൈക്കത്തപ്പനു വഴിപാടായി നിശ്ചയിച്ച് ഉണ്ടാക്കിച്ചയച്ചവയായ പൊന്നാനകളെ ഏറ്റുമാനൂർ ദേവൻ ഇടയ്ക്കുവച്ച് തട്ടിയെടുത്തതിനാൽ വീണ്ടുംഏഴര പൊന്നാനകളെ ഉണ്ടാക്കിച്ചു വൈക്കത്തേക്കയയ്ക്കണമെന്ന് മഹാരാജാവു തിരുമനസ്സുകൊണ്ട് കൽപിച്ചു നിശ്ചയിച്ചു. അപ്പോൾ ഒരു ദിവസംരാത്രിയിൽ തിരുമനസ്സിലേക്ക് ഒരു ദർശനമുണ്ടായി. അതിന്റെ സാരം തനിക്കു പൊന്നാനയും മറ്റും വേണമെന്നില്ലെന്നും അതിന്റെ വില ചെലവാക്കി ഒരു സഹസ്രകലശം നടത്തിയാൽ മതിയെന്നുമായിരുന്നു. ഇതു വൈക്കപ്പന്റെ കൽപനയാണന്നു വിശ്വസിച്ചു മഹാരാജാവു തിരമനസ്സുകൊണ്ട് അപ്രകാരംതന്നെ അതികേമമായി വൈക്കത്ത് ഒരു സഹസ്രകലശം നടത്തിക്കുകയും ചെയ്തു. വൈക്കത്തപ്പനും ഏറ്റുമാനൂർ ദേവനും തമ്മിൽ ഇപ്പോഴും പിണക്കമാണെന്നാണ് ജനങ്ങളുടെ വിശ്വാസം. അതിനാൽ വൈക്കത്ത് അഷ്ടമി ദർശനത്തിന് ഇപ്പോഴും ഏറ്റുമാനൂർ ദേശക്കാരാരും പോകാറില്ല.

ആറന്മുള ദേവനും ശബരിമലശാസ്താവും തമ്മിൽ പിണക്കമാണെന്നാണ് ജനങ്ങളുടെ വിശ്വാസം. അതിനാൽ ആറന്മുളക്കാർ ശബരിമലയ്ക്കു പോകാറില്ല. പണ്ടൊരിക്കൽ ആറന്മുളക്കാരനായ ചിലർ ശബരിമലക്കു പോകുന്നതിന് നിശ്ചയിച്ച് 'നൊയമ്പു' തുടങ്ങി. അപ്പോൾ അവർക്ക് ആറന്മുളദേവൻ സ്വപ്നത്തിൽ പ്രത്യക്ഷമായി, "എന്റെ ജനങ്ങൾ മല ചവിട്ടണമെന്നില്ല; സകലകാര്യസിദ്ധിക്കും എന്നെ സേവിച്ചുകൊണ്ടാൽ മതി" എന്നരുളിച്ചെയ്തു. എങ്കിലും അവർ അതിനെ വകവയ്ക്കാതെ യഥാകാലം ശബരിമലയ്ക്കു പോയി.ശബരിമലയ്ക്കു പോകുന്നവർ 'ശരണമയ്യപ്പോ' എന്നും 'അയ്യപ്പസ്വാമിയേ ശരണം' എന്നും മറ്റും വിളിച്ചുപറഞ്ഞു കൊണ്ടാണല്ലോ പോകുക പതിവ്. എന്നാൽ ആറന്മുളക്കാർ "ആറന്മുള സ്വാമിയേ ശരണം" എന്നു വിളിച്ചുകൊണ്ടാണ് പോയത്. അവർ ശബരിമലയ്ക്കു സമീപമായപ്പോൾ അയ്യപ്പസ്വാമിയുടെ നായ്ക്കൾ (*കടുവാകൾ*) വായും പൊളിച്ചുകൊണ്ട് അവരുടെ നേരെ പാഞ്ഞുചെന്നു. അതുകണ്ട് ആറന്മുളക്കാർ ഭയപരവശന്മാരായി പൂർവ്വാധികമുറക്കെ ആറന്മുളസ്വാമിയെ വിളിച്ചുതുടങ്ങി. അപ്പോൾ ആ വ്യാഘ്രങ്ങളുടെ വായിൽ അമ്പുകൾ വന്നു തറയ്ക്കുകയും അവ മടങ്ങിപ്പോവുകയും ചെയ്തു. ആ സമയം ശബരിമലശാസ്താവിന്റെ വെളിപാടുണ്ടായി(*വെളിച്ചപ്പാടു തുള്ളി*)"ആറന്മുളക്കാർ എന്റെ നടയിൽ വരാൻ പാടില്ല" എന്നു കൽപിക്കുകയും ആറന്മുളക്കാർ അവിടെ ദർശനംകഴിക്കാതെ മടങ്ങിപ്പോവുകയും ചെയ്തു. അക്കാലം മുതൽക്കാണ് ആറന്മുളക്കാർ ശബരിമലയ്ക്കു പോകാതെയായത്. ആറന്മുള ദേവൻ മഹാവിഷ്ണുവിന്റെ ഒരവതാരമായ അർജ്ജുനനാണെന്നാണല്ലോ സങ്കല്പം. അതിനാൽ ശബരിമലയയ്യപ്പന്റെ നായ്ക്കളുടെ നേരെ ശരമയച്ചത് ആ ദേവൻ തന്നെയാണെന്നാണ് വിശ്വാസം.

ഇങ്ങനെ കേരളത്തിൽ പ്രതിഷ്ഠിക്കപ്പെട്ടിട്ടുള്ള അനേകം ദേവന്മാർ തമ്മിൽ പല പിണക്കങ്ങളുമുണ്ടായിട്ടുള്ളതിനും ഇപ്പോഴും പിണക്കമാണെന്നുള്ളതിനും വളരെ ഐതിഹ്യങ്ങളുണ്ട്. ഇവയെല്ലാം മനുഷ്യരുടെ സങ്കല്പത്തിൽനിന്നുണ്ടായിട്ടുള്ളവയായിരിക്കാനല്ലാതെ കാരണമില്ലല്ലോ.

7. പറങ്ങോട്ടു നമ്പൂരി

ബ്രിട്ടീഷുമലബാറിൽ 'പറങ്ങോട്' എന്നില്ലപ്പേരായി ഒരു നമ്പൂരിയുണ്ടായിരുന്നു. അദ്ദേഹം സകല വേദശാസ്ത്രങ്ങളും പുരാണേതിഹാസാദികളും ഗ്രഹിച്ചിട്ടുള്ള ഒരു വിദ്വാനും പ്രകൃത്യാ വിരക്തനും ഈശ്വരഭക്തനുമായിരുന്നു. ഐഹികസുഖങ്ങളെല്ലാമുപേക്ഷിച്ച് അദ്ദേഹം കുറച്ചുകാലം ഈശ്വരനെ സേവിച്ചുകൊണ്ട് സ്വഗൃഹത്തിൽത്തന്നെ താമസിച്ചതിന്റെ ശേഷം അർത്ഥപുത്രമിത്രാദികളെ എല്ലാമുപേക്ഷിച്ചു വളരെക്കാലം അന്യദേശങ്ങളിൽ സഞ്ചരിച്ചുകൊണ്ടിരുന്നു. അങ്ങനെ പോയിപ്പോയി ഒടുവിൽ അദ്ദേഹം ഒരു വലിയ വനാന്തരത്തിൽ ചെന്നു ചേർന്നു. അപ്പോഴേക്കും അദ്ദേഹം ക്ഷുൽപിപാസാദികൾകൊണ്ട് ഏറ്റവും പരവശനായിത്തീർന്നു. അതിനാൽ ഭക്ഷണപാനീയങ്ങളന്വേഷിച്ചുകൊണ്ട് അദ്ദേഹം ആ വനാന്തരത്തിൽ ചുറ്റിസ്സഞ്ചരിച്ചു. അപ്പോൾ ദൈവഗത്യാ ഒരു മുനിവരാശ്രമം കണ്ടെത്തുകയും അവിടെ തപസ്സു ചെയ്തുകൊണ്ടിരുന്ന മഹർഷിശ്രേഷ്ഠന്റെ അടുക്കൽ ചെന്നു തനിക്കു വിശപ്പും ദാഹവും ദുസ്സഹമായിത്തീർന്നിരിക്കുന്നുവെന്നും അവയെ ശമിപ്പിക്കുന്നതിനു വല്ലതും തരണമെന്നും യാചിക്കുകയും ചെയ്തു. അതുകേട്ട് ആ മഹർഷിശ്രേഷ്ഠൻ ചില ഭക്ഷണസാധനങ്ങളും മറ്റും കൊടുത്ത് ആ നമ്പൂരിയെ സംതൃപ്തനാക്കിയതിന്റെശേഷം, "അങ്ങ് ആരാണ്? എന്തിനായിട്ടാണ് ഇവിടെ വന്നത്" എന്നും മറ്റും ചോദിച്ചു. അപ്പോൾ നമ്പൂരി താനൊരു ബ്രാഹ്മണനാണെന്നും മറ്റുമുള്ള പരമാർത്ഥമെല്ലാം മഹർഷിയെ ഗ്രഹിപ്പിച്ചു. ഉടനെ മഹർഷി, "അങ്ങു വേദാധ്യയനം ചെയ്തിട്ടില്ലേ" എന്നു ചോദിച്ചു. "ഉണ്ട്" എന്നു നമ്പൂരി പറഞ്ഞപ്പോൾ മഹർഷി "എന്നാൽ അങ്ങേക്കു ക്ഷുൽപിപാസാദികളുടെ ബാധയുണ്ടാകാനിടയില്ലല്ലോ. ആട്ടെ, വേദം മുഴുവനും അങ്ങു പഠിച്ച പ്രകാരം ഒന്നു ചൊല്ലിക്കേൾക്കട്ടെ" എന്നു പറഞ്ഞു. അതു കേട്ടു നമ്പൂരി വേദം മുഴുവനും താൻ പഠിച്ചിരുന്നതുപോലെ ചൊല്ലിക്കേൾപ്പിച്ചു. അപ്പോൾ മഹർഷി, "ഇതുമുഴുവനും പിഴയാണ്; ഇതെല്ലാം മറന്നാൽ അങ്ങേക്കു ഞാൻ വേദമുപദേശിച്ചുതരാം. ഇതു മറക്കുന്നതിനു കുറച്ചു

ദിവസം വടക്കോട്ടു തിരിഞ്ഞിരുന്ന് ഉരുവിട്ടാൽ മതി" എന്നു പറഞ്ഞു. അപ്രകാരം നമ്പൂരി വടക്കോട്ടു തിരിഞ്ഞിരുന്ന് ഏതാനും ദിവസം വേദം ഉരുവിടുകയും അപ്പോഴേക്കും അദ്ദേഹം പഠിച്ചിരുന്നതെല്ലാം മറക്കുകയും ചെയ്തു.പിന്നെ ആ മഹർഷിശ്രേഷ്ഠൻ വേദം ആദിമുതൽ അവസാനംവരെ നമ്പൂരിക്ക് ഉപദേശിക്കുകയും വേദത്തിൽ ഇന്നിന്ന മന്ത്രങ്ങൾ ജപിച്ചുകൊണ്ടാൽ വിശപ്പും ദാഹവും ഉണ്ടാകുകയില്ലെന്നു പറഞ്ഞുകൊടുക്കുകയും ചെയ്തു. പിന്നെ നമ്പൂരി അപ്രകാരം ക്ഷുൽപിപാസാദികളെ അടക്കിക്കൊണ്ടും യോഗാഭ്യാസം ചെയ്തു കൊണ്ടും ആ മഹർഷിയുടെ അടുക്കൽ താമസിച്ചു.

അങ്ങനെയിരിക്കുമ്പോൾ ഒരു ദിവസം രണ്ടു ദിവ്യപുരുഷന്മാർ അവിടെ വരുകയും മഹർഷിയെക്കണ്ട് എന്തോ ചിലതെല്ലാം പറഞ്ഞു പോവുകയുംചെയ്തു. അവരും മഹർഷിയുമായി ഉണ്ടായ സംഭാഷണമെല്ലാം കേട്ടുവെങ്കിലും അതു മനുഷ്യഭാഷയിൽ അല്ലായിരുന്നതിനാൽ നമ്പൂരിക്ക് കാര്യമൊന്നും മനസ്സിലായില്ല. അതിനാൽ അദ്ദേഹം മഹർഷിയോട് ആ വന്ന ദിവ്യപുരുഷന്മാരായിരുന്നുവെന്നും അവർ പറഞ്ഞതെന്തായിരുന്നുവെന്നും മറ്റും ചോദിച്ചു. അപ്പോൾ മഹർഷി, "ആ ദിവ്യന്മാർ കൈലാസവാസികളായ രണ്ടു ശിവഭൂതങ്ങളാണ്. ഇന്നു ശ്രീപാർവതിക്കു സോമവാരവ്രതമാകയാൽ കാൽകഴുകിച്ചൂട്ടിനു ഞാൻ കൂടി ചെല്ലണമെന്നു ദേവി അരുളിച്ചെയ്തിരിക്കുന്നു എന്നാണ് അവർ പറഞ്ഞത്" എന്നു പറഞ്ഞു. അതു കേട്ടപ്പോൾ തനിക്കും കൂടി കൈലാസത്തിങ്കൽ പോയാൽക്കൊള്ളാമെന്നുള്ള ആഗ്രഹം കലശലായിത്തീരുകയാൽ നമ്പൂരി തന്നെക്കൂടി കൊണ്ടുപോകണമെന്നു മഹർഷിയോടപേക്ഷിച്ചു. അപ്പോൾ മഹർഷി, "അങ്ങ് അതിനിപ്പോൾ ശക്തനായിട്ടില്ല. ഇവിടെത്താമസിച്ചാൽ കുറച്ചുകാലം കഴിയുമ്പോൾ അങ്ങു അതിന് ശക്തനായിത്തീരുമായിരിക്കാം. അപ്പോൾ അതിനായിട്ടാഗ്രഹിച്ചാൽ മതി'' എന്നു പറഞ്ഞു. അതൊന്നും സമ്മതിക്കാതെ നമ്പൂരി പിന്നെയും നിർബന്ധിക്കുകയാൽ ഒടുവിൽ മഹർഷി നമ്പൂരിയുടെ ഇഷ്ടംപോലെ ചെയ്യാമെന്നു സമ്മതിക്കുകയും എന്നാൽ കൈലാസത്തിൽച്ചെന്നാൽ അങ്ങുമിങ്ങുമൊക്കെ നോക്കുകയോ വല്ലതും സംസാരിക്കുകയോ ചെയ്യരുതെന്നും ഒന്നും മിണ്ടാതെ തല കുമ്പിട്ടു നിലത്തു തന്നെ നോക്കിക്കൊണ്ട് ഇരുന്നുകൊള്ളണമെന്നും മഹർഷി പറയുകയും അപ്രകാരമായിക്കൊള്ളാമെന്നു നമ്പൂരി സമ്മതിക്കുകയും ചെയ്തു.

പോകാനുള്ള സമയമായപ്പോൾ മഹർഷി തന്റെ കൈയ്ക്കു പിടിച്ചുകൊണ്ടു കണ്ണടയ്ക്കാൻ നമ്പൂരിയോടു പറഞ്ഞു. നമ്പൂരി അപ്രകാരം ചെയ്യുകയും അരനിമിഷംകൊണ്ട് രണ്ടുപേരും കൈലാസത്തിങ്കലെത്തുകയും ചെയ്തു. അപ്പോൾ കാൽകഴുകിച്ചൂട്ടിനായി അവിടെ അസംഖ്യം മഹർഷിമാർ എത്തീട്ടുണ്ടായിരുന്നു. അവരൊയൊക്കെ കാൽ കഴുകിച്ചത്

ശ്രീപരമേശ്വരനായിരുന്നു. ആ കൂട്ടത്തിൽ പറങ്ങോട്ടു നമ്പൂരിയേയും ഭഗവാൻ കാൽകഴുകിച്ചു. ഉടനെ എല്ലാവരും ഉണ്ണാനിരുന്നു. അപ്പോഴേക്കും അവർക്കു കുടിക്കു നീർവീഴ്ത്താനായി ശ്രീപാർവതിയുടെ പുറപ്പാടായി. ദേവിയുടെ കാൽച്ചിലമ്പിന്റെ മഞ്ജുളനാദം കേട്ടുതുടങ്ങിയപ്പോൾത്തന്നെ നമ്പൂരിയുടെ മനസ്സിളകിത്തുടങ്ങി. ശ്രീപാർവതി ഓരോരുത്തർക്കും മുറയ്ക്കു കുടിക്കു നീർവീഴ്ത്തി. ക്രമേണ നമ്പൂരിയുടെ അടുക്കൽ വന്നുചേർന്നു. അദ്ദേഹത്തിനു കുടിക്കു നീർവീഴ്ത്തിയ സമയം അദ്ദേഹം കുനിഞ്ഞിരിക്കുകയായിരുന്നു. എങ്കിലും ശ്രീപാർവതിയുടെ പാദങ്ങൾ അദ്ദേഹം സ്പഷ്ടമായിക്കണ്ടു. “ഈ പാദങ്ങൾ തന്നെ ഇത്ര മനോഹരങ്ങളായിരിക്കുന്ന സ്ഥിതിക്ക് ഈ ദേവിയുടെ മുഖം എത്രമാത്രം സുന്ദരമായിരിക്കും! എന്തൊക്കെയായാലും അതൊന്നു കാണാതെ കഴിയില്ല” എന്നു വിചാരിച്ച് നമ്പൂരി പതുക്കെയൊന്നു തലയുയർത്താൻ ഭാവിച്ചു. അപ്പോൾ ദേവിയുടെ സമീപത്തു നിന്നിരുന്ന നന്ദികേശ്വരന്റെ ഒരു ഹുങ്കാരം കേൾക്കപ്പെടുകയും നമ്പൂരി ബോധരഹിതനായി അവിടെനിന്നു തെറിച്ചുപോവുകയും ചെയ്തു.

പിറ്റേ ദിവസം പ്രഭാതമായപ്പോൾ നമ്പൂരിക്കു ബോധംവീണു. അദ്ദേഹം കണ്ണുതുറന്നു നോക്കിയപ്പോൾ താൻ കിടക്കുന്നത് ഒരു കുളത്തിലാണെന്ന് അദ്ദേഹത്തിനു മനസ്സിലായി. എങ്കിലും ഈ ദേശം ഏതാണെന്നും മറ്റും അദ്ദേഹത്തിനറിയാൻ പാടില്ലായിരുന്നു. അപ്പോൾ ഒരു വൃഷലി ചില പാത്രങ്ങൾ തേച്ചുമുക്കുന്നതിനായി ആ കുളത്തിൽ വന്നു. അവളോടു ചോദിച്ചപ്പോൾ ആ കുളം പൂമുള്ളി മനയ്ക്കലെ വകയാണെന്നും മറ്റും പറയുകയും നമ്പൂരി അവിടെ മുമ്പു പലപ്പോഴും പോയിരുന്നതുകൊണ്ട് അതു വാസ്തവം തന്നെയാണെന്നു മനസ്സിലാവുകയും ചെയ്തു. നമ്പൂരിക്കു സന്ധിബന്ധങ്ങളെല്ലാം തളർന്നിരുന്നുവെങ്കിലും അദ്ദേഹം ഒരുവിധം അവിടെ നിന്ന് കരയ്ക്കു കയറി. ആ സമയം പൂമുള്ളി മനയ്ക്കൽ അതികലശലായി ഒരു കരച്ചിലും പിഴിച്ചിലും അലയുംമുറയുമെല്ലാം കേൾക്കുകയാൽ അതിന്റെ കാരണമെന്തെന്ന് അദ്ദേഹം ആ വൃഷലിയോടു ചോദിച്ചു. അപ്പോൾ അവൾ, “മനയ്ക്കലെ വലിയ തിരുമനസ്സിലേക്കു വളരെ മോഹിച്ചിരുന്നുണ്ടായ ഏകപുത്രൻ ഇന്നലെ രാത്രിയിൽ പെട്ടെന്നുണ്ടായ എന്തോ സുഖക്കേടു നിമിത്തം മരിച്ചുപോയി. ആ തങ്കക്കട്ടപോലെയിരുന്ന ഓമനക്കുട്ടനു മൂന്നു വയസ്സുമാത്രമേ പ്രായമായിരുന്നുള്ളൂ. അതിന്റെ ശവം ഇപ്പോൾ ദഹിപ്പിക്കാനെടുത്തുകൊണ്ടു പോവുകയാണ്. അതിന്റെ കോലാഹലമാണ് ഈ കേൾക്കുന്നത്” എന്നു പറഞ്ഞു.

ഇതു കേട്ട മാത്രയിൽ നമ്പൂരി മനയ്ക്കലേക്കു ചെന്നു. ആ സമയം വലിയ നമ്പൂരിപ്പാട്ടീന്നു തന്റെ ഏകപുത്രന്റെ മൃതശരീരം ദഹിപ്പിക്കുന്നതിനായി എടുത്തു ചിതയിങ്കലേക്കു കൊണ്ടുപോവുകയായിരുന്നു.

നമ്പൂരി അടുത്തുചെന്ന്, "ഹേ! അവിടുന്ന് ഒട്ടും വ്യസനിക്കേണ്ടാ, ഉണ്ണിയെ ഞാനിപ്പോൾ ജീവിപ്പിച്ചുതരാം. അതിനെ അവിടെ കിടത്തണം" എന്നു പറഞ്ഞു. ഇതു കേട്ടിട്ട് നമ്പൂരിപ്പാട്ടിലേക്ക് ഒട്ടും വിശ്വാസമുണ്ടായില്ല. എങ്കിലും മോഹാധിക്യം നിമിത്തം ആ മൃതശരീരത്തെ അവിടെക്കിടത്തി. നമ്പൂരി കുറച്ചു വെള്ളം കൈയിലെടുത്തു കണ്ണടച്ച് എന്തോ ഒരു മന്ത്രം ജപിച്ച് ഉണ്ണിയുടെ മുഖത്ത് തളിച്ചു. ഉണ്ണി ഉടനെ കണ്ണുതുറന്നു. നമ്പൂരി പിന്നെയും രണ്ടുപ്രാവശ്യം കൂടി വെള്ളം ജപിച്ചു തളിച്ചു. അപ്പോൾ മരിച്ചുകിടന്നിരുന്ന ഉണ്ണി സ്വസ്ഥശരീരനായി എണീറ്റ് 'അച്ഛാ' എന്നു വിളിച്ചുകൊണ്ട് നമ്പൂരിപ്പാട്ടിലെ അടുത്തേക്കു ചെന്നു. അപ്പോൾ നമ്പൂരിപ്പാട്ടിലേക്കും അവിടെക്കൂടിയിരുന്ന ജനങ്ങൾക്കും മറ്റുമുണ്ടായ സന്തോഷവും അദ്ഭുതവും എത്രമാത്രമെന്നു പറയാൻ പ്രയാസം.

പറങ്ങോട്ടു നമ്പൂരി നമ്പൂരിപ്പാട്ടിലേക്കു പരിചിതനായിരുന്നു. എങ്കിലും അപ്പോൾ ജടയും മുടിയുമൊക്കെ ധരിച്ചും മരവുരി ഉടുത്തും മറ്റുമിരുന്നതുകൊണ്ടും കണ്ടിട്ടു വളരെക്കാലമായിരുന്നതിനാലും അദ്ദേഹം ഇന്നാളാണെന്നു നമ്പൂരിപ്പാട്ടിലേക്കു തത്ക്കാലം മനസ്സിലായില്ല. പിന്നെ നമ്പൂരിപ്പാട്ടീന്നു ചോദിക്കുകയാൽ നമ്പൂരി തന്റെ ചരിത്രങ്ങളെല്ലാം നമ്പൂരിപ്പാട്ടിലെ ഗ്രഹിപ്പിച്ചു. അപ്പോൾ നമ്പൂരിപ്പാട്ടിലേക്കു നമ്പൂരിയുടെ മുഖച്ഛായ ഓർമ്മയിൽ വരുകയും അദ്ദേഹം പറഞ്ഞതെല്ലാം ശരിയെന്നു വിശ്വസിക്കുകയും ചെയ്തു.

പറങ്ങോട്ടുനമ്പൂരിക്ക് ആഭിജാത്യം സ്വല്പം കുറവായിരുന്നു. എങ്കിലും അദ്ദേഹത്തിന്റെ യോഗ്യതയും ദിവ്യത്വവും വിചാരിച്ചു നമ്പൂരിപ്പാട്ടീന്ന് അദ്ദേഹത്തിനു തന്റെ പുരോഹിതസ്ഥാനം കൊടുത്തു തന്റെ കൂടെത്തന്നെ ആജീവനാന്തം താമസിപ്പിച്ചു.

8. പാക്കിൽ ശാസ്താവ്

പാക്കിൽ ശാസ്താവിന്റെക്ഷേത്രം തിരുവിതാംകൂറിൽ കോട്ടയം താലൂക്കിൽ നാട്ടകം പകുതിയിലാണ്. ഈ ക്ഷേത്രം പണ്ട് ഏറ്റവും പ്രസിദ്ധവും പ്രാധാന്യവുമുള്ളതായിരുന്നു. ഇതിനു പുരാതനത്വം ഒട്ടും കുറവല്ല.

ശ്രീപരമേശ്വരൻ കേരളത്തിന്റെ രക്ഷയ്ക്കായിട്ടു കിഴക്കു മലകളിലും പടിഞ്ഞാറു സമുദ്രതീരങ്ങളിലുമായി പല സ്ഥലങ്ങളിൽ ശാസ്താവിനെ പ്രതിഷ്ഠിച്ചിട്ടുള്ളതു പ്രസിദ്ധമാണല്ലോ. പാക്കിൽ ശാസ്താവും ആ കൂട്ടത്തിലുള്ളതായി വിചാരിക്കാം. എന്നാൽ സ്വല്പം ഭേദമില്ലെന്നുമില്ല.

ഒരിക്കൽ ബ്രഹ്മാവു തന്റെ ഹോമകുണ്ഡത്തിൽനിന്ന് ഉദ്ഭൂതമായ ഒരു ശാസ്ത്ര്യവിഗ്രഹം അഗ്നിദേവന്റെ കയ്യിൽ കൊടുത്ത്, "ഇതു പരശുരാമന്റെ കയ്യിൽ കൊടുത്ത്, ഇതിനെ യഥോചിതം എവിടെയെങ്കിലും ഒരു നല്ല സ്ഥലത്തു പ്രതിഷ്ഠിക്കാൻ പറയണം" എന്നു പറഞ്ഞയച്ചു. അഗ്നിദേവൻ അപ്രകാരം ചെയ്യുകയാൽ പരശുരാമൻ ആ വിഗ്രഹവുംകൊണ്ടു പുറപ്പെട്ട് 'പാക്ക്' എന്നു പറഞ്ഞുവരുന്ന ആ സ്ഥലത്തു വന്നപ്പോൾ ഈ സ്ഥലം കൊള്ളാമെന്നു തോന്നുകയാൽ ആ ബിംബം അവിടെ പ്രതിഷ്ഠിച്ചു. എങ്കിലും അത് അവിടെ ഉറയ്ക്കാതെ ഇളകി ഉദ്ഗമിച്ചുകൊണ്ടിരുന്നു. പല പ്രാവശ്യം പിടിച്ചിരുത്തീട്ടും ബിംബമവിടെ ഇരിക്കായ്കയാൽ പരശുരാമൻ ഏറ്റവും വിഷണ്ണനായിത്തീർന്നു. ആ സമയം ദൈവഗത്യാ സാക്ഷാൽ പാക്കനാരും ഭാര്യയും കൂടി അവിടെ വന്നുചേർന്നു. പാക്കനാരെ കണ്ടപ്പോൾ പരശുരാമൻ പരമാർഥമെല്ലാം പറഞ്ഞു. ഉടനെ പാക്കനാർ ആ ബിംബത്തിന്മേൽപ്പിടിച്ചു കീഴ്പ്പോട്ട് അമർത്തിക്കൊണ്ട് 'ഇവിടെപ്പാർക്ക്' എന്നു പറഞ്ഞു. അതോടുകൂടി ബിംബം അവിടെ ഉറച്ചു. പാക്കനാർ 'പാർക്ക്' എന്നു പറഞ്ഞതിനാൽ ആ ദേശത്തിനു 'പാർക്ക്' എന്നു തന്നെ പേരു സിദ്ധിച്ചു. അതു കാലക്രമേണ 'പാക്ക്' എന്നായിത്തീർന്നു. ഇപ്രകാരമൊക്കെയാണ് പാക്കിൽ ശാസ്താവിന്റെ ആഗമം. അതിനാൽ ഈ ശാസ്താവിനെ

പ്രതിഷ്ഠിച്ചതു പരശുരാമനാണെന്നും പാക്കനാരാണെന്നും അഗ്നിദേവനാണെന്നും ഓരോരുത്തർ ഓരോവിധം പറയുന്നു.

പ്രതിഷ്ഠകഴിഞ്ഞു പരശുരാമൻ പോയതിന്റെശേഷം ശാസ്താവ് ദിവ്യനായ പാക്കനാർക്കു പ്രത്യക്ഷീഭവിക്കുകയും "പാക്കനാരെ ആണ്ടിലൊരിക്കലെങ്കിലും ഇവിടെ കണ്ടാൽ കൊള്ളാമെന്നുണ്ട്" എന്നരുളിച്ചെയ്കയും അങ്ങനെയാകാമെന്നു പാക്കനാർ സമ്മതിക്കുകയും ചെയ്തു. പാക്കനാർ മുറം വിറ്റുകൊണ്ട് സഞ്ചരിച്ചിരുന്ന അവസരത്തിലാണ് അവിടെച്ചെന്നിരുന്നത്. അതുപോലെ പാക്കനാർ പിന്നെയും ആണ്ടുതോറും കർക്കടസംക്രാന്തിനാൾ അവിടെ ചെന്നിരുന്നു. പാക്കനാരുടെ മുറക്കച്ചവടം പ്രസിദ്ധമാണല്ലോ. പാക്കനാർ പതിവായി കർക്കടകസംക്രാന്തിനാൾ പാക്കിൽച്ചെന്നതിന്റെ സ്മാരകമായി ഇപ്പോഴും അവിടെ കർക്കടകസംക്രാന്തിതോറും ജനങ്ങൾ കൂടി ഒരു കച്ചവടം നടത്തിവരുന്നുണ്ട്. അതിനു 'സംക്രാന്തിവാണിഭം' എന്നാണ് പേരുപറഞ്ഞുവരുന്നത്. ആ ദിവസം അവിടെ പലജാതിക്കാരായി അസംഖ്യം ആളുകൾ കൂടുകയും കച്ചവടത്തിനായി അനേകം സാമാനങ്ങൾ കൊണ്ടുവരുകയും ചെയ്യുന്നുണ്ട്. എന്നാൽ വരുന്നവരിൽ അധികം പേരും പറയരും പുലയരും സാമാനങ്ങളിൽ അധികവും കുട്ട, മുറം മുതലായവയുമായിരിക്കും.

പ്രതിഷ്ഠാനന്തരം പരശുരാമൻ തദ്ദേശവാസികളായ ജനങ്ങളെ അവിടെ വരുത്തി ഈ ശാസ്താവിനെ എല്ലാവരും ദേശപരദേവതയായി ആദരിക്കുകയും ആചരിക്കുകയും ചെയ്യണമെന്ന് ഉപദേശിച്ചു. അതനുസരിച്ചു ജനങ്ങൾകൂടി അവിടെ ഉപായത്തിൽ ഒരമ്പലം പണികഴിപ്പിക്കുകയും സമീപസ്ഥനായ അയർക്കാട്ടു നമ്പൂരിയെക്കൊണ്ട് കലശം നടത്തിക്കുകയും ചെയ്തു. ആ ദേവന് ആദ്യം നിവേദ്യം കഴിച്ചതു നാഴിയരിവച്ച് അതിന്റെ മുകളിൽ ഒരു തുടം വെണ്ണയുംവച്ചാണ്. അതിനാൽ അങ്ങനെയുള്ള നിവേദ്യം ആ ദേവനു വളരെ പ്രധാനവും പ്രിയതരവുമായിത്തീർന്നു. അങ്ങനെ വഴിപാടായിട്ട് ഇപ്പോഴും പലരും അവിടെ നടത്തിവരുന്നുണ്ട്. അതിനു നാഴിയരിയും വെണ്ണയും എന്നാണ് പേരു പറഞ്ഞുവരുന്നത്.

ദേശക്കാർകൂടി ഉപായത്തിൽ ആദ്യംപണികഴിപ്പിച്ച ഈ ക്ഷേത്രത്തിനു പിന്നീടു വേണ്ടുന്ന പുഷ്ടിയൊക്കെ വരുത്തിയതു തെക്കുംകൂർ രാജാവാണ്. ഒരു കാലത്തു നാടുവാണിരുന്ന തെക്കുംകൂർ രാജാവ് ആണ്ടുതോറും മകരസംക്രാന്തിക്ക് ശബരിമല ക്ഷേത്രത്തിൽപ്പോയി സ്വാമിദർശനം കഴിച്ചു വന്നിരുന്നു. ആ തമ്പുരാനു പ്രായാധിക്യം കൊണ്ടുള്ള ക്ഷീണം നിമിത്തം അതു ദുഷ്ക്കരമായിത്തുടങ്ങിയതിനാൽ ഒരാണ്ടിൽ അവിടെച്ചെന്നിരുന്നപ്പോൾ നടയിൽ തൊഴുതുകൊണ്ടുനിന്ന്, "എന്റെ സ്വാമിൻ! ഇവിടെ വന്നു ദർശനം കഴിച്ചുപോകാൻ

ഞാൻ ശക്തനല്ലാതെയായിത്തീർന്നിരിക്കുന്നു. ഇതു മുടങ്ങീട്ടു ജീവിച്ചിരിക്കുകയെന്നുള്ളത് എനിക്കു പരമസങ്കടമാണ്. അതിനാൽ ഇതിന് എന്തെങ്കിലും നിവൃത്തിയുണ്ടാക്കിത്തരണേ" എന്നു ഭക്തിപൂർവം പ്രാർത്ഥിച്ചു. അന്നു രാത്രിയിൽ തമ്പുരാൻ കിടന്നുറങ്ങിയിരുന്ന സമയം ഒരാൾ അടുക്കൽച്ചെന്ന്, "ഇവിടെ വന്ന് എന്നെ ദർശിക്കുന്നതിന് നിവൃത്തിയില്ലാത്തവർ എന്റെ കിഴക്കേ നടയിൽ വന്ന് എന്നെക്കണ്ടാലും മതി. പാക്കിൽപാർക്കുന്നതും ഞാൻ തന്നെയാണ്" എന്നു പറഞ്ഞതായി അദ്ദേഹത്തിനു തോന്നി. ഉണർന്ന് ഉടനെ കണ്ണുതുറന്നു നോക്കിയപ്പോൾ അവിടെയെങ്ങും ആരെയും കണ്ടില്ല. അതിനാൽ ഇത് കരുണാനിധിയായ ശബരിമലശാസ്താവു തന്റെ പ്രാർത്ഥനയെ കൈക്കൊണ്ട് അരുളിച്ചെയ്തതാണെന്നുതന്നെ തമ്പുരാൻ വിശ്വസിച്ചു.

തമ്പുരാൻ ശബരിമലയിൽനിന്ന് തിരിയെ രാജധാനിയിൽ എത്തിയതിന്റേശേഷം ഒട്ടും താമസിയാതെ പാക്കിൽ ശാസ്താവിന്റെ അമ്പലം, നാലമ്പലം, ബലിക്കൽപ്പുര, വാതിൽമാടം മുതലായവയോടുകൂടി ഭംഗിയായി പണിയിക്കുന്നതിനു കൽപന കൊടുത്തു. രണ്ടുമൂന്നു മാസംകൊണ്ട് അമ്പലം പണിയും പരിവാരപ്രതിഷ്ഠയും കലശവും നടത്തിക്കുകയും ഉത്സവം മുതലായ ആട്ടവിശേഷങ്ങൾക്കും മാസവിശേഷങ്ങൾക്കും നിത്യനിദാനം മുതലായതിനും പതിവുകൾ നിശ്ചയിക്കുകയും അവക്കെല്ലാം വേണ്ടിടത്തോളം വസ്തുവകകൾ ദേവസ്വംപേരിൽ പതിച്ചുകൊടുക്കുകയും ചെയ്തു. ആകെപ്പാടെ പാക്കിൽ ക്ഷേത്രം ഒരു മഹാക്ഷേത്രമാക്കിത്തീർത്തു എന്നു പറഞ്ഞാൽ മതിയല്ലോ. ക്ഷേത്രം പണി കഴിഞ്ഞിട്ട് അന്നു കലശം നടത്തിച്ചതും അയർക്കാട്ടു നമ്പൂരിയെക്കൊണ്ടുതന്നെയാണ്. അതിനാൽ ആ നമ്പൂരി ആ ക്ഷേത്രത്തിലെ തന്ത്രിയായിത്തീർന്നു. ഇപ്പോഴും അവിടെ തന്ത്രി അദ്ദേഹം തന്നെ. അക്കാലം മുതൽ തെക്കുംകൂർ രാജാക്കന്മാർ പാക്കിൽ ശാസ്താവിനെ അവരുടെ ഒരു പരദേവതയായി ആചരിച്ചുതുടങ്ങുകയും ചെയ്തു. അവർ അക്കാലത്തു മാസത്തിലൊരിക്കലെങ്കിലും അവിടെപ്പോയി സ്വാമിദർശനം കഴിക്കാതെയിരിക്കാറില്ല. അന്നു രാജധാനി കോട്ടയത്തു തളിയിലായിരുന്നതിനാൽ പാക്കിൽ ക്ഷേത്രത്തിലേക്കു നാലഞ്ചു നാഴികയിലധികം ദൂരമുണ്ടായിരുന്നില്ല. അതിനാൽ അങ്ങോട്ടു കൂടെക്കൂടെപ്പോകുന്നതിനു സൗകര്യവുമുണ്ടായിരുന്നു.

പെരുമാക്കന്മാരുടെ ഭരണാനന്തരം കേരളരാജ്യം പല ഖണ്ഡങ്ങളായി ഭാഗിച്ചു ചില രാജാക്കന്മാരും ഇടപ്രഭുക്കന്മാരും പ്രത്യേകം പ്രത്യേകം ഭരിച്ചുതുടങ്ങിയപ്പോൾ അവർ തമ്മിൽ കൂടക്കൂടെ യുദ്ധമുണ്ടാവുക സാധാരണമായിത്തീർന്നു. അതിനാൽ അവർക്കെല്ലാവർക്കുംകൂടി പ്രത്യേകം പ്രത്യേകം സൈന്യങ്ങളെ ശേഖരിക്കേണ്ടത് അത്യാവശ്യമായും വന്നുകൂടി. തെക്കുംകൂർ രാജാവും ഇക്കൂട്ടത്തിൽ പ്രധാനപ്പെട്ട

ഒരിടപ്രഭുവായിരുന്നതിനാൽ അദ്ദേഹത്തിന് ഒരു സൈന്യശേഖരം വേണ്ടിവന്നു. അതിനാൽ അദ്ദേഹം രാജ്യത്തുള്ള ഓരോ കരകളിലും ഓരോരുത്തരെ ആശാന്മാരായി നിശ്ചയിക്കുകയും അവർക്കെല്ലാം ചില സ്ഥാനമാനങ്ങളും മറ്റും കൽപിച്ചുകൊടുക്കുകയും ആ ആശാന്മാർ ഓരോ കരകളിലും കളരികൾ കെട്ടി നാട്ടുകാരായ പുരുഷന്മാരെയെല്ലാം ആയോധനവിദ്യ അഭ്യസിപ്പിക്കണമെന്ന് ഏർപ്പാടു ചെയ്യുകയും അങ്ങനെ അവിടേക്കു ധാരാളം സൈന്യങ്ങളുണ്ടായിത്തീരുകയും ചെയ്തു. എന്നു മാത്രമല്ല, ഇപ്രകാരം യുദ്ധം അഭ്യസിക്കപ്പെടുന്നവർക്ക് ആണ്ടിലൊരിക്കൽ ഒരു പരീക്ഷ നടത്തണമെന്നും ആ പരീക്ഷ നടത്തുന്നതു പാക്കിൽ ശാസ്താവിന്റെ സന്നിധിയിൽവച്ചു വേണമെന്നും നിശ്ചയിച്ചു.

ആണ്ടുതോറും വിജയദശമിക്കു വിദ്യാരംഭം കഴിഞ്ഞിട്ടു രാജാവ് ഒരു നല്ല ദിവസം നിശ്ചയിച്ചു പ്രസിദ്ധപ്പെടുത്തും. ആ ദിവസം രാജ്യത്തുള്ള സകല കരകളിൽനിന്നും ആശാന്മാർ അവരവരുടെ ശിഷ്യന്മാരോടുകൂടി പാക്കിൽ വന്നുചേരും. അപ്പോൾ രാജാവും അവിടെയെത്തും. പിന്നെ പോരാളികളായിട്ടുള്ളവരെ യഥായോഗ്യം രണ്ടുഭാഗമായി തിരിച്ചു നിർത്തും. അവർ തെക്കുംവടക്കുമായി പിരിഞ്ഞ് അണിനിരക്കും. എല്ലാവരും സന്നദ്ധരായി നിന്നു കഴിയുമ്പോൾ യുദ്ധം തുടങ്ങുന്നതിന് രാജാവ് കൽപന കൊടുക്കും. ഉടനെ യുദ്ധമാരംഭിക്കുകയും ചെയ്യും. ഇങ്ങനെയൊക്കെയായിരുന്നു ഇതിന്റെ പതിവ്. ഈ പരീക്ഷായുദ്ധത്തിന് പാക്കിൽ പട എന്നാണ് പേരു പറഞ്ഞുവന്നിരുന്നത്. ഈ യുദ്ധത്തിനായി പാക്കിൽ ക്ഷേത്രത്തിനു സമീപം മതില്ക്കു പുറത്തായിട്ട് ഏതാനും സ്ഥലം ഒഴിച്ചിട്ടിരുന്നു. ആ സ്ഥലത്തിന് ‘പടനിലം’ എന്നാണ് നാമകരണം ചെയ്തിരുന്നത്. ഈ യുദ്ധത്തിൽ ജയിക്കുന്നവർക്ക് സൈന്യത്തിൽ ചില സ്ഥാനങ്ങളും ചില സമ്മാനങ്ങളും മറ്റും രാജാവു കൽപിച്ചു കൊടുക്കുകയും ചെയ്തിരുന്നു.

യുദ്ധത്തിൽ ജയിക്കുന്നതിനു പ്രധാനമായി സഹായിക്കുന്ന ദേവന്മാർ വേട്ടയ്ക്കൊരു മകനും ശാസ്താവുമാണെന്നാണല്ലോ വച്ചിരിക്കുന്നത്. അതിനാൽ തെക്കുംകൂർ രാജാവും രാജ്യവാസികളും മാത്രമല്ല, മറ്റു ചില രാജാക്കന്മാരും കോയിത്തമ്പുരാക്കന്മാരുംകൂടി പാക്കിൽ ശാസ്താവിനെ ഒരു പരദേവതയായിട്ടാണ് ആചരിച്ചുവരുന്നത്. നാട്ടുരാജാക്കന്മാർ തമ്മിൽ യുദ്ധമില്ലാതായപ്പോൾ മുതൽ അതിനൊക്കെ സ്വല്പം കുറവു വന്നു തുടങ്ങി. എങ്കിലും, പള്ളം, ലക്ഷ്മിപുരം, അനന്തപുരം, പാലിയക്കര, ഗ്രാമം മുതലായ കോയിത്തമ്പുരാക്കന്മാരുടെ കൊട്ടാരങ്ങളിലും മറ്റും കൊച്ചുതമ്പുരാക്കന്മാരുടെ അന്നപ്രാശനവും കൊച്ചുതമ്പുരാട്ടിമാരുടെ പള്ളിക്കെട്ടും കഴിഞ്ഞാൽ പാക്കിൽ കൊണ്ടുചെന്നു പ്രശ്നം കഴിപ്പിച്ചുകൊണ്ടുപോവുക ഇപ്പോഴും പതിവുണ്ട്.

ശബരിമലശാസ്താവും പാക്കിൽ ശാസ്താവും ഒന്നുതന്നെയാണെന്നാണ് ജനങ്ങളുടെ വിശ്വാസം. ശബരിമലയ്ക്ക് പോകുവാൻ സാധിക്കാത്തവരും മറ്റുമായി അനേകം ജനങ്ങൾ മകരസംക്രാന്തിക്കു പാക്കിൽപ്പോയി ദർശനം കഴിക്കുക ഇപ്പോഴും പതിവാണ്.

പാക്കിൽ ശാസ്താവിനു മുൻകാലങ്ങളിൽ ഇപ്രകാരമെല്ലാം പ്രസിദ്ധിയും പ്രധാന്യവും ഉണ്ടായിരുന്നുവെങ്കിലും തെക്കുംകൂർ രാജ്യം തിരുവിതാംകൂറിൽചേർന്നതോടുകൂടി അതിനൊക്കെ വളരെ ഭേദഗതി വന്നുപോയി. എങ്കിലും ദേവസാന്നിദ്ധ്യത്തിന് ഇപ്പോഴും അവിടെ യാതൊരു മാറ്റവും വന്നിട്ടില്ല. ആ ദേശക്കാർ ഇപ്പോഴും ആ ശാസ്താവിനെ തങ്ങളുടെ ദേശപരദേവതയായിട്ടുതന്നെ ആചരിച്ചു വരുന്നുണ്ട്. ആണ്ടുതോറുമുള്ള ഉത്സവത്തിനു സർക്കാരിൽനിന്നു സ്വല്പം നെല്ലും പണവും പതിച്ചുവച്ചിട്ടുണ്ടെങ്കിലും പോരാത്തതെല്ലാം ചെലവു ചെയ്ത് ഉത്സവം കേമമാക്കുന്നതും അഹസ്സുകൾ നടത്തുന്നതും ഇപ്പാഴും ദേശക്കാർ തന്നെയാണ്.

പാക്കിൽ ശാസ്താവിന്റെ മാഹാത്മ്യങ്ങൾ പറയുകയാണെങ്കിൽ വളരെയുണ്ട്. വിസ്തരഭയത്താൽ അതിനായി ഇപ്പോൾ തുനിയുന്നില്ല.

9. കൊടുങ്ങല്ലൂർ വസൂരിമാല

മേലെഴുതിയിരിക്കുന്ന പേർ കൊടുങ്ങല്ലൂർ വെളിച്ചപ്പാട് എന്നു പറഞ്ഞു ഭിക്ഷയ്ക്കുനടക്കുന്നവർ പറഞ്ഞെങ്കിലും കേട്ടിട്ടില്ലാത്തവർ കേരളത്തിൽ അധികമുണ്ടെന്നു തോന്നുന്നില്ല. എന്നാൽ അതാരാണെന്നും ആ മൂർത്തിയുടെ ഉത്ഭവം ഏതുപ്രകാരമാണെന്നും മറ്റും അറിഞ്ഞിട്ടുള്ളവർ ചുരുക്കമാണെന്നാണ് തോന്നുന്നത്. അതിനാൽ വസൂരിമാലയുടെ ഒരു വിവരണം അനാവശ്യമാവുകയില്ലെന്നു കേവലം വിശ്വസിക്കുന്നു.

ത്രൈലോക്യകണ്ടകനായി ദാരുകൻ എന്നൊരസുരനുണ്ടായിരുന്നു എന്നും അവനെ നിഗ്രഹിക്കുന്നതിനായി ശ്രീപരമേശ്വരന്റെ മൂന്നാം തൃക്കണ്ണിൽനിന്നു ഭദ്രകാളി അവതരിക്കുകയും ആ ദേവി യുദ്ധത്തിൽ അവനെ കൊല്ലുകയും ചെയ്തുവെന്നും മറ്റുമുള്ള കഥ മാർക്കണ്ഡേയ പുരാണത്തിൽ അന്തർഭൂതമായ ഭദ്രോൽപത്തിപ്രകരണം വായിച്ചും മറ്റും എല്ലാവരും അറിഞ്ഞിരിക്കുമല്ലോ. ആ ദാരുകാസുരന്റെ ഭാര്യ മയാസുരന്റെ പുത്രിയായ മനോദരി എന്ന സുന്ദരിയായിരുന്നു. ദാരുകൻ ഭദ്രകാളിയുമായുള്ള യുദ്ധത്തിൽ മരിച്ചുപോകുമെന്ന് ഏകദേശം തീർച്ചയായപ്പോൾ മനോദരി കൈലാസസമീപത്തിങ്കൽ ചെന്നു ശ്രീപരമേശ്വരനെക്കുറിച്ച് അതികഠിനമായ തപസ്സുതുടങ്ങി. അവൾ വളരെക്കാലം തപസ്സുചെയ്തിട്ടും ഭഗവാൻ പ്രസാദിക്കുകയോ അവൾക്കു വല്ല വരവും കൊടുക്കുകയോ ചെയ്തില്ല. അതിനാൽ ശ്രീപാർവ്വതി "അല്ലയോ ഭഗവാനെ! പ്രാണനാഥാ! ഈ സ്ത്രീ ഭഗവാനെക്കുറിച്ച് വളരെ നാളായല്ലോ അതികഠിനമായ തപസ്സു ചെയ്യുന്നു. അവിടുന്ന് പ്രസാദിച്ച് അവളുടെ അഭീഷ്ടങ്ങളെക്കൊടുത്തയയ്ക്കാത്തതെന്താണ്?" എന്നു ചോദിച്ചു. ശ്രീപരമേശ്വരൻ: "അല്ലയോ ഭദ്രേ! പ്രാണപ്രിയേ! ഇവൾ ഏറ്റവും ദുഷ്ടയാണ്. ഇവളുടെ ഭർത്താവായ ദാരുകാസുരനു ബ്രഹ്മാവു വേണ്ടുന്ന വരങ്ങളെല്ലാം കൊടുക്കുക നിമിത്തം അവൻ ത്രൈലോക്യവാസികളെ എത്ര മാത്രം ഉപദ്രവിച്ചു എന്നുള്ളത് ഭവതിക്കുമറിയാമല്ലോ. ഇവളുടെ ഇഷ്ടപ്രകാരമുള്ള വരം

ഞാൻ കൊടുക്കുകയാണെങ്കിൽ ഇവളും ലോകോപദ്രവകാരിണിയായി ത്തീരും. അതിനാലാണ് ഞാൻ ഇവൾക്ക് വരമൊന്നും കൊടുക്കാതെയിരിക്കുന്നത്. ദാരുകനെ ഇപ്പോൾ നമ്മുടെ പുത്രിയായ ഭദ്രകാളി നിഗ്രഹിച്ചിരിക്കും. അവന്റെ ഉപദ്രവം തീർന്നപ്പോഴേക്കും മറ്റൊരു ഉപദ്രവം ഉണ്ടാക്കിവച്ചു എന്നു വരുത്തുന്നതു കഷ്ടമാണല്ലോ."

ശ്രീപാർവ്വതി: "അതൊക്കെ ശരിതന്നെ. എങ്കിലും ആശ്രയിക്കുന്നവരെ അനുഗ്രഹിക്കാതിരിക്കുന്നതും കഷ്ടമാണല്ലോ. ഇവളുടെ ഭർത്താവിനെ നമ്മുടെ പുത്രി നിഗ്രഹിച്ചുവെങ്കിൽ ഇവളിപ്പോൾ അനാഥയായ ഒരു വിധവയായിത്തീർന്നിരിക്കുന്നു. ഇവളെ അവിടുന്ന് അനുഗ്രഹിക്കാത്തപക്ഷം ഇവൾക്ക് ഇനി ആരാണ് ഒരു ശരണം? അതിനാൽ എന്തെല്ലാമായാലും അവിടുന്ന് ഇവളെ അനുഗ്രഹിച്ചയയ്ക്കണം" എന്നു പറഞ്ഞു. ഇപ്രകാരം ശ്രീപാർവതിയുടെ നിർബന്ധം നിമിത്തം ഭഗവാൻ ശ്രീപരമേശ്വരൻ തന്റെ ദേഹത്തിലെ വിയർപ്പുവെള്ളം വടിച്ചെടുത്തു കൊടുത്തിട്ട്, "നീ ഇതുകൊണ്ടുപോയി മനുഷ്യരുടെ ദേഹത്തിൽ തളിക്കുക. നിനക്കു വേണ്ടുന്നതെല്ലാം മനുഷ്യർ തരും" എന്നരുളിച്ചെയ്തു മനോദരിയെ അയച്ചു.

മനോദരി ഇപ്രകാരം ഭഗവാന്റെ അനുഗ്രഹം വാങ്ങിക്കൊണ്ട് കൈലാസത്തിങ്കൽനിന്നു പുറപ്പെട്ടു. മദ്ധ്യേമാർഗ്ഗം അവൾ ഭദ്രകാളിയെക്കണ്ടു. ഭദ്രകാളി ദാരുകനെ കൊന്ന് അവന്റെ ശിരസ്സും മുറിച്ചെടുത്ത് ഇടതുകൈയിൽ വഹിച്ചുകൊണ്ടും വേതാളിയുടെ കഴുത്തിൽ കയറി ഭൂതപ്രേതപിശാചാദികളോടുംകൂടി ജയഭേരി മുഴക്കിക്കൊണ്ടും ആർത്തുവിളിച്ചുകൊണ്ടും കൈലാസത്തിങ്കലേക്കുള്ള വരവായിരുന്നു. ഈ ഘോഷയാത്ര കണ്ടിട്ടു മനോദരിക്ക് ഒട്ടും രസിച്ചില്ലെന്നല്ല, വളരെ വ്യസനമുണ്ടാകുകയുംചെയ്തു. ഈ ദുഷ്ട എന്റെ ഭർത്താവിനെ കൊന്നുവല്ലോ. അതിനാൽ ഇത് ആദ്യം ഇവളിൽത്തന്നെ പ്രയോഗിക്കാം എന്നു വിചാരിച്ചു മനോദരി ശ്രീപരമേശ്വരൻ കൊടുത്ത വിയർപ്പുവെള്ളത്തിൽ നിന്ന് സ്വല്പമെടുത്തു ഭദ്രകാളിയുടെ ദേഹത്തിൽ തളിച്ചു. ഉടനെ ഭഗവതിയുടെ ദേഹത്തിലെല്ലാം കുരുക്കൾ പുറപ്പെട്ടു. തലവേദന, പനി മുതലായ സുഖക്കേടുകൾ കൊണ്ടു ദേവി ഏറ്റവും പരവശയായി ത്തീർന്നു. അതിനാൽ ഭഗവതി ഒരുവിധം വാഹനത്തിൽനിന്നിറങ്ങി വഴിയിൽതന്നെ കിടപ്പായി. ഉടനെ ഭൂതഗണങ്ങളിൽ ചിലർ ഓടിച്ചെന്നു വിവരം ശ്രീപരമേശ്വരന്റെ അടുക്കൽ ഉണർത്തിച്ചു. അതുകേട്ടു ഭഗവാൻ ഏറ്റവും കോപത്തോടും വ്യസനത്തോടും കൂടി ആസനത്തിങ്കൽനിന്ന് എണീറ്റു. അപ്പോൾ ഭഗവാന്റെ ചെവിയിൽനിന്ന് ഒരു ഭയങ്കരമൂർത്തി ഉത്ഭവിച്ചു. ഉടനെ ഭഗവാൻ ആ തനുജനെ അടുക്കൽ വിളിച്ചു. "അല്ലയോ വാത്സാ, ഞാൻ നിനക്കു ഘണ്ടാകർണ്ണൻ എന്നു പേരിട്ടിരിക്കുന്നു. നീ ക്ഷണത്തിൽ പോയി നിന്റെ സഹോദരിയുടെ അവശത തീർത്തു

വരണം. അവൾ ഏറ്റവും പരവശയായി വഴിയിൽ കിടക്കുന്നു എന്നരുളിച്ചെയ്തു.

ഉടനെ ഘണ്ടാകർണ്ണൻ ശ്രീപരമേശ്വരന്റെ പാദങ്ങളിൽ വീണു നമസ്കരിച്ച് അനുഗ്രഹവും വാങ്ങിക്കൊണ്ട് പുറപ്പെട്ടു. കുറെ ദൂരം ചെന്നപ്പോൾ പരവശയായി വഴിയിൽ കിടന്നിരുന്ന ഭദ്രകാളിയെ കണ്ടിട്ട് ആ ശിവപുത്രൻ ഭദ്രകാളിയുടെ പാദം മുതൽ നക്കി കുരുക്കളെല്ലാം തിന്നൊടുക്കി. ഒടുക്കം മുഖത്തു നക്കാനായി ഭാവിച്ചപ്പോൾ ഭദ്രകാളി മുഖം തിരിച്ചുകൊണ്ട്, "നീ എന്റെ സഹോദരനാണല്ലോ. മുഖത്തോടുമുഖം ചേർക്കുക ശരിയായിട്ടുള്ളതല്ല. അതിനാൽ മുഖത്തുള്ള കുരുക്കൾ എന്നും എനിക്ക് ഭൂഷണമായിരിക്കട്ടെ. ശേഷമുണ്ടായിരുന്നതെല്ലാം പോയപ്പോൾത്തന്നെ എനിക്ക് സുഖമായിക്കഴിഞ്ഞു" എന്നരുളിച്ചെയ്തു. ഉടനെ ഭഗവതി ചുഴലവും നോക്കിയപ്പോൾ പേടിച്ചുവിറച്ചു ദൂരെ മാറി നോക്കിക്കൊണ്ടു നിന്നിരുന്ന മനോദരിയെ കണ്ടിട്ട് അവളെ പിടിച്ചുകൊണ്ടുവരുന്നതിനു ഘണ്ടാകർണ്ണനോട് കൽപിച്ചു. ഘണ്ടാകർണ്ണൻ മനോദരിയെ പിടിച്ചു ഭദ്രകാളിയുടെ അടുക്കൽ കൊണ്ടു ചെന്നു. ദേവി തന്റെ വാൾ കൊണ്ട് അവളുടെ കണ്ണും ചെവിയും കാലും ഛേദിച്ചിട്ട്, "നീ ഇനി കണ്ടും കേട്ടും ഓടിയും ചെന്നു മനുഷ്യരെ ഉപദ്രവിക്കരുത്. നിന്റെ മനോദരിയെന്നുള്ള പേരിനെ മാറ്റി നിനക്കു ഞാൻ "വസൂരി" എന്നു പേരിട്ടിരിക്കുന്നു. ഇനി നീ എന്നും എന്റെ ആജ്ഞാകാരണിയായി പാർത്തുകൊള്ളുക" എന്നരുളിച്ചെയ്യുകയും അവളെക്കൂടി തന്റെ ഭൂതഗണങ്ങളുടെകൂട്ടത്തിൽ കൈലാസത്തിങ്കലേക്ക് കൊണ്ടുപോവുകയും ചെയ്തു.

ഇപ്രകാരമാണ് വസൂരിമാല എന്ന ദേവത ഉണ്ടായിരിക്കുന്നത്. ആ ദേവത ബാധിച്ചിട്ടാണ് വസൂരി അല്ലെങ്കിൽ മസൂരി എന്ന വ്യാധിയുണ്ടാകുന്നതെന്നും ഭദ്രകാളിക്കു വിരോധമുണ്ടാകുന്ന കാലങ്ങളിൽ ആ ദേവി പറഞ്ഞയച്ചിട്ടാണ് ഈ ദേവത മനുഷ്യരെ ബാധിക്കുന്നതെന്നുമാണ് ചിലരുടെ വിശ്വാസം. വസൂരിമാലയ്ക്ക് കണ്ണും ചെവിയും കാലുമില്ലല്ലോ. അതിനാൽ ആ ദേവത മണംപിടിച്ചും നിരങ്ങിയും ചെന്നാണ് മനുഷ്യരെ ബാധിക്കുന്നതെന്നും അതുകൊണ്ടാണ് അടുത്ത സ്ഥലങ്ങളിൽ വസൂരിയുള്ളപ്പോൾ കടുകു വറുക്കുകയും പപ്പടം കാച്ചുകയും മറ്റും ചെയ്യരുതെന്നു പറയുന്നതെന്നും ചിലർ പറയുന്നു.

പ്രശ്നക്കാർ പറയുന്നത് വസൂരി, ചൊവ്വാസംബന്ധമായ ഒരു രോഗമാണെന്നും ചൊവ്വായുടെ വിരോധംകൊണ്ടാണ് അതുണ്ടാകുന്നതെന്നുമാണല്ലോ. ചൊവ്വാ എന്ന ഗ്രഹത്തെക്കൊണ്ടു നിർദ്ദേശിക്കുന്നതും ഭദ്രകാളിയെ ആണല്ലോ. എന്നാൽ വൈദ്യന്മാർ പറയുന്നത് വസൂരിയും ത്രിദോഷങ്ങൾ കോപിച്ചിട്ടുണ്ടാകുന്ന മറ്റു രോഗങ്ങളെപ്പോലെ തന്നെ ഒന്നാണെന്നാണ്. രോഗങ്ങൾ എല്ലാം തന്നെ പകരുന്നതാണെന്നും

നേത്രത്വഗ്രോഗങ്ങൾക്കു വിശേഷിച്ചും പകരാനുള്ള ശക്തിയുണ്ടെന്നു മാണല്ലോ വൈദ്യശാസ്ത്രം ഘോഷിക്കുന്നത്. വസൂരിയും ത്വഗ്രോഗങ്ങളുടെ കൂട്ടത്തിലുള്ളതാകയാൽ പകരുന്നതിനെളുപ്പമുണ്ടെന്നേ അതിനൊരു വിശേഷമുള്ളൂ എന്നാണ് വൈദ്യന്മാർ പറയുന്നത്. എന്നാൽ വസൂരി ദീനത്തിനു സാധാരണ വൈദ്യന്മാർ ചികിത്സിക്കാറില്ല. വസൂരി ചികിത്സിക്കുന്ന വൈദ്യന്മാർ പ്രത്യേകമൊരു കൂട്ടക്കാരാണ്. അഷ്ടാംഗഹൃദയവും മറ്റും അവർ പഠിപ്പിക്കാറുമില്ല. അവരുടെ ശാസ്ത്രവും വേറെയാണ്. 'വസൂരിപടലം' എന്നും മറ്റും അവർക്കു പ്രത്യേകം ചില വൈദ്യശാസ്ത്രഗ്രന്ഥങ്ങളുണ്ട്. അവയിൽ പറയുന്ന പ്രകാരമാണ് അവർ ചികിത്സിക്കുന്നത്. എന്നാൽ വസൂരി ഉണ്ടാകാതെയിരിക്കാനും ഉണ്ടായാൽ അതിന്റെ ശമനത്തിനായിട്ടും ഭദ്രകാളിയെ സേവിക്കുകയാണ് വേണ്ടതെന്നും മിക്കവരും സമ്മതിക്കുന്നുമുണ്ട്. അതു യുക്തവും തന്നെ. "ആപദി കിം കരണീയം" എന്ന ചോദ്യത്തിനു "സ്മരണീയം ചരണയുഗളമംബായാഃ" എന്നാണല്ലോ കാക്കശ്ശേരി ഭട്ടതിരി ഉത്തരം പറഞ്ഞിരിക്കുന്നത്.

10. തൃപ്പൂണിത്തുറക്ഷേത്രത്തിലെ ഉത്സവങ്ങൾ

സന്താനഗോപാലമൂർത്തിയായ തൃപ്പൂണിത്തുറയപ്പന്റെ ക്ഷേത്രത്തിൽ ചിങ്ങം, വൃശ്ചികം, കുംഭം ഈ മാസങ്ങളിലായി ആണ്ടുതോറും മൂന്ന് ഉത്സവങ്ങൾ വീതമാണ് നടത്തിവരുന്നത്. ഇവയിൽ പ്രസിദ്ധിയും പ്രാധാന്യവും കേമത്തവുമെല്ലാം വൃശ്ചികമാസത്തിലെ ഉത്സവത്തിനാണ്. 'തൃപ്പൂണിത്തുറയപ്പന്റെ ഉത്സവം' എന്നുള്ള പേരും ആ ഉത്സവത്തിനു മാത്രമേ ഉള്ളൂ. ആ ഉത്സവം മുമ്പിനാലേ ഉള്ളതാണ്; മറ്റുള്ള ഉത്സവങ്ങൾ രണ്ടും മുമ്പിനാലേ ഉള്ളവയല്ല. അവ ഇടക്കാലത്ത് ചില കാരണങ്ങളാൽ ഉണ്ടായിട്ടുള്ളവയാണ്.

ചിങ്ങമാസത്തിലെ ഉത്സവത്തിന് 'മൂശാരിയുടെ ഉത്സവം' എന്നാണ് പേരു പറയുന്നത്. ആ ഉത്സവത്തിന് അങ്ങനെ പേരുവരാനുള്ള കാരണം താഴെപ്പറയുന്നു.

പണ്ടൊരിക്കൽ തൃപ്പൂണിത്തുറയപ്പന്റെ ബിംബത്തിനു കേടു സംഭവിക്കുകയാൽ ബിംബം മാറി പ്രതിഷ്ഠിക്കേണ്ടതായിവന്നു. അതിലേക്ക് ഒരു ബിംബം വാർക്കുന്നതിനായി ഒരു മൂശാരിയെ ഏല്പിച്ചു. പഞ്ചലോഹങ്ങൾ (*സ്വർണ്ണം, വെള്ളി, ചെമ്പ്, പിച്ചള, ഇരുമ്പ്*) ചേർത്താണ് ബിംബം വാർക്കുവാൻ ഏർപ്പാട് ചെയ്തത്. മൂശാരി ലോഹങ്ങളെല്ലാം കൂട്ടിയുരുക്കി വാർത്തിട്ട് എല്ലാ ലോഹങ്ങളും ഒരുപോലെ ഉരുകിച്ചേർന്നില്ല. രണ്ടുമൂന്നു പ്രാവശ്യം ഉരുക്കി വാർത്തിട്ടും ശരിയാകായ്കയാൽ മൂശാരി വല്ലാതെ വിഷണ്ണനായിത്തീർന്നു. ഒടുക്കം അവൻ ഭക്തിപൂർവ്വം ഭഗവാനെ ദൃഢമായി സ്മരിച്ച്, "കൂടുകൂടെന്റെ തൃപ്പൂണിത്തുറയപ്പാ!" എന്നു പറഞ്ഞുകൊണ്ട് വാർത്തപ്പോൾ എല്ലാം ശരിയായി കൂടിച്ചേരുകയും ആ ബിംബത്തിൽ ആ മൂശാരിയും കൂടിച്ചേർന്നു പോവുകയും ചെയ്തു. അങ്ങനെ ഭഗവത്ഭക്തനായ ആ മൂശാരിക്ക് സായൂജ്യം സിദ്ധിച്ചതിന്റെ സ്മാരകമായി ഒരുത്സവംകൂടിത്തുടങ്ങി. അതിനാൽ ആ ഉത്സവത്തെ 'മൂശാരിയുടെ ഉത്സവം' എന്ന് ഇപ്പോൾ പറഞ്ഞുപോരുന്നു. ഇനി കുംഭമാസത്തിൽ ഉത്സവമുണ്ടായതിന്റെ കാരണംപറയാം.

കുംഭമാസത്തിലെ ഉത്സവത്തിനു 'നങ്ങ(*കന്യാ*)പ്പെണ്ണിന്റെ ഉത്സവം' എന്നാണ് പേരു പറഞ്ഞുവരുന്നത്. പണ്ടൊരിക്കൽ ഏകാദശി (*ഉദയ മ്പേരൂർ*)വടക്കേടത്തുനമ്പൂരിയുടെ ഇല്ലത്ത് അന്തർജനം പ്രസവിച്ച് ഒരു പെൺകുട്ടിയുണ്ടായി. ആദ്യമായിട്ടുണ്ടായ ആ കുട്ടിയിൽ അതിന്റെ മാതാപിതാക്കന്മാർക്ക് അപരിമിതമായ വാത്സല്യമുണ്ടായിരുന്നു. ചില നമ്പൂരിമാർക്ക് പെൺകുട്ടികളെക്കുറിച്ച് വാത്സല്യമുണ്ടായിരിക്കാറില്ല. അവരെ വിവാഹം കഴിച്ചുകൊടുക്കാനുള്ള ബുദ്ധിമുട്ടു വിചാരിച്ചിട്ടോ എന്തോ, "കന്യാപിതൃത്വം ബഹുദുഃഖ ഹേതുഃ" എന്നാണ് അവർ വിചാരിക്കുകയും പറയുകയും ചെയ്യുന്നത്. അതു മനുഷ്യത്വമല്ലെന്നാണ് ചിലരുടെ അഭിപ്രായം. ചിലർക്ക് ആൺകുട്ടികളെക്കുറിച്ചുള്ളതിലധികം വാത്സല്യം പെൺകുട്ടികളെക്കുറിച്ചായിട്ടും കാണുന്നുണ്ട്. "പ്രായശോ മാനവാനാം മകളരിൽ മുകളേറും പക്ഷപാതിരേകം" എന്നുണ്ടല്ലോ. വടക്കേടത്തു നമ്പൂരിയും ഇക്കൂട്ടത്തിലുള്ള ആളായിരുന്നു.

ആ പെൺകുട്ടിക്ക് ജാതകവശാൽ പന്ത്രണ്ടുവയസു കഴിയുന്നതു വരെ വലിയ ഗ്രഹപ്പിഴയാണെന്നും തദ്ദോഷപരിഹാരാർത്ഥം ആ കാലം കഴിയുന്നതുവരെ കുട്ടിയെ പതിവായി തൃപ്പൂണിത്തുറ ക്ഷേത്രത്തിൽ കൊണ്ടുപോയി സ്വാമിദർശനം കഴിപ്പിക്കണമെന്നുമുണ്ടായ ജ്യോത്സ്യ വിധിപ്രകാരം ആ കുട്ടിയെ ആറാം മാസത്തിൽ അതിന്റെ അന്നപ്രാശനം കഴിഞ്ഞപ്പോൾ മുതൽ പതിവായി തൃപ്പൂണിത്തുറെക്കൊണ്ടുപോയി തൊഴീച്ചിരുന്നു. അങ്ങനെ ശൈശവകാലം മുതൽ ശീലിച്ചുവന്നതി നാൽ കൗമാരകാലമായപ്പോൾ ആ കുട്ടിക്ക് തൃപ്പൂണിത്തുറെ സ്വാമി ദർശനത്തിനു പോകുന്ന കാര്യത്തിൽ വളരെ സന്തോഷവും ശ്രദ്ധയും നിർബന്ധവുമുണ്ടായിത്തീർന്നു. ഒടുക്കം ആ കന്യക തൃപ്പൂണിത്തു റയപ്പനെത്തൊഴാതെ ജലപാനം കഴിക്കയില്ലെന്ന് തീർച്ചപ്പെടുത്തുകയും നിർവിഘ്നം അത് അങ്ങനെതന്നെ നടത്തിക്കൊണ്ടിരിക്കുകയും ചെയ്തു.

അങ്ങനെ ആ കന്യകയ്ക്ക് പന്ത്രണ്ടു വയസ്സു കഴിഞ്ഞു. അതു വരെ ആ ബ്രാഹ്മണകുമാരിക്ക് യാതൊരു സുഖക്കേടുമുണ്ടായിരുന്നില്ല. ഇതിനിടയ്ക്ക് അച്ഛൻനമ്പൂരിക്ക് ആണായിട്ടും പെണ്ണായിട്ടും മൂന്നു നാലു കുട്ടികൾകൂടിയുണ്ടാവുകയും എല്ലാം തൃപ്പൂണിത്തുറയപ്പന്റെ കാരുണ്യം കൊണ്ടെന്ന് വിശ്വസിച്ച് ആ ബ്രാഹ്മണകുടുംബക്കാർ സന്തോഷിച്ചുകൊണ്ടിരിക്കുകയും ചെയ്തു. ജ്യോത്സ്യന്മാർ പറഞ്ഞി രുന്ന കാലാവധി കഴിഞ്ഞുകൂടിയതിനാൽ ഇനി ഈ കന്യകയ്ക്ക് ആപത്തൊന്നുമുണ്ടാവുകയില്ലെന്ന് അവിടെയെല്ലാവരും തീർച്ചയാക്കി. എങ്കിലും കന്യക തന്റെ സ്വാമിദർശനം പിന്നെയും വിഘ്നം കൂടാതെ നടത്തിക്കൊണ്ടുതന്നെയിരുന്നു.

അങ്ങനെയിരുന്ന കാലത്ത് ഈ കന്യകയെ വിവാഹം കഴിച്ചുകൊടു ക്കണമെന്ന് ആവശ്യപ്പെട്ടുകൊണ്ട് ഒരു നമ്പൂരി വന്നുചേർന്നു. അദ്ദേഹം

സമ്പത്തുകൊണ്ടും സൗന്ദര്യംകൊണ്ടും ആഭിജാത്യംകൊണ്ടും എന്നു വേണ്ട, എല്ലാംകൊണ്ടും ഈ കന്യകയ്ക്ക് അനുരൂപനായിരുന്നതിനാൽ അച്ഛൻനമ്പൂരി ജ്യോത്സ്യന്മാരെ വരുത്തി, വധൂവരന്മാരുടെ ജാതകങ്ങൾ നോക്കിക്കുകയും ജാതകം ചേരുമെന്നു ജ്യോത്സ്യന്മാർ സമ്മതിക്കുകയും കാര്യം തീർച്ചപ്പെടുത്തി വിവാഹത്തിനു മുഹൂർത്തം നിശ്ചയിക്കുകയും ചെയ്തു.

ഈ വർത്തമാനമറിഞ്ഞപ്പോൾ ആ കന്യകയ്ക്കുണ്ടായ വ്യസനം അതിദുസ്സഹമായിരുന്നു. വേളി കഴിക്കാൻ വന്ന നമ്പൂരി ദൂരസ്ഥനാകയാൽ തന്റെ മാതാപിതാക്കന്മാരെ പിരിഞ്ഞുപോകണമല്ലോ എന്നു വിചാരിച്ചല്ല ആ പെൺ കിടാവു ദുഃഖിച്ചത്. അതിനെക്കുറിച്ച് ആ സാധുശീല ഓർത്തോ എന്നുതന്നെ സംശയമാണ്. വേളി നിശ്ചയിച്ചു എന്നറിഞ്ഞപ്പോൾത്തന്നെ തന്റെ സ്വാമിദർശനം മുടങ്ങുമല്ലോ എന്നുള്ള വിചാരമാണ് ആ പെൺകുട്ടിക്കുണ്ടായത്. അതു നിമിത്തമുണ്ടായ ദുസ്സഹദുഃഖം മനസ്സിലൊതുക്കിക്കൊണ്ട് ആ കന്യക തന്റെ പതിവു പിന്നെയും മുട്ടിക്കാതെ നടത്തിക്കൊണ്ടിരുന്നു.

ആ കന്യക വേളിയുടെ തലേദിവസം തൊഴാനായി നടയിൽ ചെന്ന സമയം വ്യസനം സഹിക്കവയ്യാതെ പൊട്ടിക്കരഞ്ഞുകൊണ്ട്,"എന്റെ തൃപ്പൂണിത്തുറയപ്പാ, ഞാനിനി എന്നാണ് എന്റെ സ്വാമിയെക്കണ്ടു തൊഴുന്നത്? നാളെക്കാലത്ത് എന്റെ വേളിയായി. അതു കഴിഞ്ഞാലുടനെ എന്നെക്കൊണ്ടുപോവുകയും ചെയ്യും. എന്റെ തൊഴലും മുട്ടും. പിന്നെ ഞാൻ ജീവിച്ചിരിക്കുന്നതെന്തിനാണ്? എന്റെ സ്വാമിദർശനം മുടങ്ങീട്ടു ജീവിച്ചിരിക്കുന്നതിനെക്കാൾ നല്ലതു മരിക്കുകതന്നെയാണ്. എന്റെ ഭഗവാനേ, ഇതിനൊരു നിവൃത്തിത്തരണേ" എന്നിങ്ങനെ മനസ്സിൽ വിചാരിച്ചു ഭക്തിയോടുകൂടി തൊഴുതുകൊണ്ടുനിന്നു. ആ സമയം തൃപ്പൂണിത്തുറെയപ്പൻ കൈനീട്ടി തന്നെ ശ്രീകോവിലകത്തേക്കു വിളിക്കുന്നതായി നങ്ങയ്ക്കു(കന്യകയ്ക്കു)തോന്നി. ഉടനെ ആ പെൺകിടാവ് അകത്തേക്കു കയറിച്ചെല്ലുകയും ആ വിഗ്രഹം കൈനീട്ടി ആ കന്യകയെപ്പിടിച്ച് തന്റെ മാറോടണയ്ക്കുകയും ആ സമയമുണ്ടായ പരമാനന്ദത്തോടുകൂടി കന്യക ആ ബിംബത്തെ മുറുകെ കെട്ടിപ്പിടിക്കുകയും ആ ബിംബത്തോടുചേർന്ന് അദൃശ്യയായി ഭവിക്കുകയും ചെയ്തു. ദേവസായൂജ്യം സിദ്ധിച്ച ആ കന്യകയുടെ വളകൾ, മോതിരങ്ങൾ മുതലായ ആഭരണങ്ങൾ ബിംബത്തിന്റെ പീഠത്തിന്മേൽ കിടന്നിരുന്നതു ശാന്തിക്കാരൻ എടുത്തു ദേവസ്വത്തിലേല്പിച്ചു. അവ ഇപ്പോഴും അവിടെ ഭണ്ഡാരത്തിലിരിക്കുന്നുണ്ടെന്നാണ് അറിയുന്നത്.

ആ കന്യകയുടെ (*നങ്ങപ്പെണ്ണിന്റെ*) സ്മാരകമായി നടത്തി വരുന്നതാകയാലാണ് കുംഭമാസത്തിലെ ഉത്സവത്തിനു 'നങ്ങപ്പെണ്ണിന്റെ ഉത്സവം' എന്നു നാമം സിദ്ധിച്ചത്. ഈ ഉത്സവകാലത്ത് ഒരു ദിവസം

വടക്കേടത്തു നമ്പൂരിയുടെ ഇല്ലത്തു തൃപ്പൂണിത്തുറയപ്പനെ എഴുന്നള്ളിച്ചുകൊണ്ടു പോവുക ഇപ്പോഴും പതിവുണ്ട്. ആ ദിവസം ആ ഇല്ലത്തു കേമമായി സദ്യ നടത്തുകയും ഇല്ലത്തുള്ളവർ തൃപ്പൂണിത്തുറെയപ്പനെ മോതിരമിടുവിക്കുക, തൃപ്പൂണിത്തുറയപ്പന്റെ വകയായി ആ ഇല്ലത്തുള്ളവർക്കൊക്കെ ഓണപ്പുടവ കൊടുക്കുക മുതലായി അനേകം ചടങ്ങുകൾ ഈ ഉത്സവം സംബന്ധിച്ച് ഇപ്പോഴും നടന്നു വരുന്ന സ്ഥിതിക്ക് ഈ ഐതിഹ്യം കേവലം അടിസ്ഥാനരഹിതമാണെന്നു വിചാരിക്കാൻ പാടില്ലല്ലോ.

11. ആറന്മുള മാഹാത്മ്യം

തിരുവിതാംകൂർ സംസ്ഥാനത്തു തിരുവല്ലാത്താലൂക്കിലുള്ള ആറന്മുള ക്ഷേത്രം ഏറ്റവും പുരാതനവും പ്രസിദ്ധവുമായിട്ടുള്ളതാണ്. ഇവിടെ പ്രതിഷ്ഠിക്കപ്പെട്ടിരിക്കുന്ന ദേവൻ പാർത്ഥസാരഥിയായ ശ്രീകൃഷ്ണ സ്വാമിയാകുന്നു. സ്വാമിയെ ഇവിടെ പ്രതിഷ്ഠിച്ചത് മധ്യമപാണ്ഡവനായ അർജ്ജുനനാണെന്ന് കേൾവി. ഇവിടെ ഭഗവാന്റെ ചൈതന്യവും മാഹാത്മ്യവും അത്യദ്ഭുതമാകുംവണ്ണം സർവദാ വിളങ്ങിക്കൊണ്ടിരുന്നു.

ബാല്യത്തിൽ അമ്പാടിയിൽ താമസിച്ചിരുന്ന കാലത്തു ഗോപാല ബാലന്മാരോടുകൂടി കളിച്ചു നടന്നിരുന്ന ആളായതുകൊണ്ടോ എന്തോ ആറന്മുള ഭഗവാനു കുട്ടികളെയും കുട്ടികളുടെ കളികളെയും കുറിച്ചു വളരെ പ്രതിപത്തിയുള്ളതായിക്കാണുന്നുണ്ട്. ആറന്മുള ദേവനു വഴി പാടെന്നു സങ്കല്പിച്ചു കുട്ടികൾക്ക് തേച്ചു കുളിക്കാൻ എണ്ണയും അവർ തേച്ചുകുളിച്ചുവരുമ്പോൾ ചതുർവിധ വിഭവങ്ങളോടുകൂടി ഭക്ഷണവും മുണ്ടും മറ്റും കൊടുത്താൽ ദേവൻ പ്രസാദിക്കുകയും ഈ വഴിപാടു നടത്തുന്നവർ വിചാരിക്കുന്ന കാര്യം സാധിപ്പിച്ചു കൊടുക്കുകയും ചെയ്യും. ഇപ്രകാരം കുട്ടികൾക്ക് ഭക്ഷണം കൊടുക്കുന്നതിന് 'ആറന്മുള യൂട്ട്' എന്നാണ് പേരുപറഞ്ഞുവരുന്നത്. ഈ വഴിപാടു തിരുവിതാം കൂർ സംസ്ഥാനത്ത് സർവത്ര നടത്തി വരുന്നുണ്ട്. ഇതിന് ഇത്ര കുട്ടികൾ വേണമെന്നില്ല. ചിലർ പന്ത്രണ്ടു കുട്ടികൾക്കും ചിലർ മുപ്പത്തിയാറു കുട്ടികൾക്കും ധനവാന്മാരാണെങ്കിൽ നൂറ്റെട്ടും അതിലധികവും കുട്ടി കൾക്കും സദ്യ നടത്തുന്നുണ്ട്. സന്താനാർത്ഥമായും കുട്ടികൾക്കുണ്ടാ കുന്ന ദീനങ്ങൾ ദേദമാകുന്നതിനും മറ്റുമാണ് സാധാരണയായി ആറന്മു ളയൂട്ടു നടത്തുന്നത്. ആറന്മുളയൂട്ട് ഇന്ന ജാതിയിലുള്ള കുട്ടികൾക്കേ ആകാവൂ എന്നില്ല. ഏതു ജാതിയിലുള്ള കുട്ടികൾക്കും ഭക്ഷണം കൊടു ക്കുന്നത് ആറന്മുളദേവനു പ്രീതികരമാണ്.

ആറന്മുളദേശത്തു കുട്ടികൾ ആണ്ടുതോറും ധനുമാസം ആദ്യംമുതൽ അവസാനംവരെ ആ ദിക്കിലുള്ള പറമ്പുകളിലും തോട്ടങ്ങളിലും വീഴുന്ന തണുങ്ങു(*അടക്കാമരത്തിന്റെ ഓല*)കളെല്ലാം പെറുക്കി ശേഖരിക്കുക പതിവാണ്. ആറന്മുള അടയ്ക്കാമരം വളരെയുള്ള പ്രദേശമാകയാൽ

തണുങ്ങു ധാരാളമുണ്ടായിരിക്കും. മുപ്പതും നാല്പതും ബാലന്മാർ കൂട്ടംകൂടി ഒരുവക അസഭ്യപ്പാട്ടുകൾ പാടുകയും തെറി പറയുകയും ചെയ്തുകൊണ്ടാണ് തണുങ്ങു പെറുക്കാൻ പോകുന്നത്. എന്നു മാത്രമല്ല, അവർ ഓരോ സ്ഥലത്തുംചെന്നാൽ പല വിധത്തിലുള്ള ഉപദ്രവങ്ങൾ ചെയ്യുകയും പതിവാണ്. എന്നാൽ ആരും അവരെ വിരോധിക്കയും ശാസിക്കുകയും ചെയ്യാറില്ല. അങ്ങനെ വല്ലതും ആരെങ്കിലും ചെയ്താൽ അവരോടു ദൈവകോപവും തന്നിമിത്തം അവർക്കു പലവിധത്തിലുള്ള ആപത്തുകളുമുണ്ടാകുമെന്നുമുള്ളതു തീർച്ചയാണ്. പണ്ടൊരിക്കൽ തണുങ്ങു പെറുക്കാൻ ചെന്ന കുട്ടികളോടു ചില വീട്ടുകാർ, അസഭ്യം പറയുകയും പാടുകയും കലശൽകൂട്ടുകയും മറ്റുമരുതെന്നു പറഞ്ഞു വിരോധിക്കുകയാൽ അവർക്കു ദേവവിരോധമുണ്ടാവുകയും ഒടുക്കമവർ ആറന്മുള നടയിൽ വിളിച്ചുചൊല്ലു പ്രായശ്ചിത്തം ചെയ്യേണ്ടതായി വരുകയും ചെയ്തിട്ടുണ്ട്. അങ്ങനെ പലർക്കുമുണ്ടായതിൽപ്പിന്നെയാണ് തണുങ്ങു പെറുക്കാൻ ചെല്ലുന്ന കുട്ടികളോട് ആരുമൊന്നും പറയാതെയായത്.

കുട്ടികൾ പെറുക്കിയുണക്കി ശേഖരിക്കുന്ന തണുങ്ങെല്ലാം അവർ മകര സംക്രാന്തിയുടെ തലേദിവസം നടയിൽ കൊണ്ടുചെന്നു കമ്പക്കാലുകൾ നാട്ടി അവയിൽ വച്ചുകെട്ടി തീ കൊളുത്തും. ശ്രീകോവിലകത്തുനിന്ന് ഒരു തിരി കൊളുത്തി വാങ്ങി ആർപ്പ്, വായ്ക്കുരവ, വാദ്യഘോഷം മുതലായ ആഡംബരങ്ങളോടുകൂടി കൊണ്ടുവന്നാണ് ഈ കമ്പത്തിന് തീ കൊളുത്തുന്നത്. ഇത് ദേവന് ഏറ്റവും പ്രീതികരമായിട്ടുള്ളതാണ്. ഇതു കാണുന്നതിന് ആണ്ടുതോറും ആ ദിവസം അവിടെ അസംഖ്യമാളുകൾ കൂടും. ഇതും ഇപ്പോഴും പതിവായി നടന്നുവരുന്നുണ്ട്.

ആറന്മുളക്ഷേത്രം പമ്പാനദിയുടെ തീരത്താണല്ലോ. ആ ക്ഷേത്രക്കടവിൽ അസംഖ്യം മത്സ്യങ്ങളുണ്ട്. അവയെ 'തിരുമക്കൾ' എന്നാണ് പറഞ്ഞുവരുന്നത്. ദേവന്റെ തിരുമക്കളാകയാൽ അവയെ ആരും വല വീശിയും മറ്റും പിടിക്കാറില്ല. അവയെ പിടിക്കുകയോ ഉപദ്രവിക്കുകയോ ചെയ്യുന്നവർക്കു ദേവകോപം നിമിത്തം പലവിധത്തിലുള്ള അനർത്ഥങ്ങളുണ്ടാകും. ആ മത്സ്യങ്ങൾക്കു തേങ്ങാ ചിരവി അരിയും കൂട്ടിയിളക്കി ഇട്ടുകൊടുക്കുന്നത് അവിടെ ദേവപ്രീതികരമായ ഒരു വഴിപാടാണ്. അഭീഷ്ടസിദ്ധിക്കായി പലരും ഈ വഴിപാട് ഇപ്പോഴും നടത്തിവരുന്നുണ്ട്. ചില സ്ത്രീകൾ പ്രസവിച്ചാൽ മുലയിൽ പാൽ ചുരുക്കമായിരിക്കുമല്ലോ. അങ്ങനെ വന്നാൽ തിരുമക്കൾക്കു മേൽപ്പറഞ്ഞ പ്രകാരം അരി കൊടുത്താൽ മതി. മുലയിൽപാൽ ധാരാളമായിട്ടുണ്ടാകും.

കുട്ടികൾ കുടിക്കുന്നതിന് അമ്മമാരുടെ മുലയിൽ പാലുണ്ടാവാൻ ഇവിടെ വേറൊരു വഴിപാടുകൂടിയുണ്ട്. അതു മഞ്ചാടിക്കുരു ശേഖരിച്ചുകൊണ്ടുചെന്നു നടയിൽ കൂട്ടുകയെന്നുള്ളതാണ്. ഇങ്ങനെ ചെയ്താലും തള്ളമാരുടെ മുലയിൽ ധാരാളമായി പാലുണ്ടാകും.

ആറന്മുളക്ഷേത്രം പണ്ട് ഊരാളന്മാരുടെ (*ഊരാൺമക്കാരുടെ*) വകയായിരുന്നു. അക്കാലത്തു ദേവസ്വം വകയായി പല സ്ഥലങ്ങളിൽ മഠങ്ങളും നെല്പുരകളുമുണ്ടായിരുന്നു. ദേവസ്വംവക നെല്ലെല്ലാം പിരിച്ച് ആ നെല്പുരകളിലാണ് ഇട്ടു സൂക്ഷിച്ചുവന്നിരുന്നത്. ചിങ്ങമാസത്തിൽ ഓണത്തിനുമുൻപു വരുന്ന പൂരാടത്തുനാൾ ആ നെല്പുരകളിലെല്ലാം അഗതികൾക്കു നെല്ലുകൊടുക്കുക പതിവായിരുന്നു. ആ ദിവസം നെല്ലു വാങ്ങുന്നതിനായി അനേകമഗതികൾ നെല്പുരകളിലെല്ലാമെത്തുക പതിവാണ്. ഓണത്തിനു നെല്ലില്ലാഞ്ഞിട്ട് ആ ദേശത്താരും പട്ടിണി യായിപ്പോയി എന്നു വരരുതെന്നാണ് ദേവന്റെ വിചാരം. പണ്ടൊരിക്കൽ പതിവുപോലെ ഓണത്തിനു നെല്ലു കൊടുത്തപ്പോൾ നെല്ലു വാങ്ങു ന്നതിനായി 'നാരങ്ങാനം' എന്ന സ്ഥലത്തുള്ള നെല്പുരയിൽച്ചെന്ന ഒരു ചണ്ഡാലിക്കു നെല്ലളവുകാർ നെല്ലു കൊടുത്തില്ല. ശേഷമെല്ലാ വർക്കും നെല്ലുകൊടുത്തു. വയോവൃദ്ധയും രോഗിണിയും അഗതിയു മായിരുന്ന ആ ചണ്ഡാലിയെ ദുഷ്ടന്മാരായ നെല്ലളവുകാർ കണ്ടിട്ടും കണ്ടില്ലെന്നു ഭാവിച്ചു പൊയ്ക്കളഞ്ഞു. നെല്ലു കിട്ടും കിട്ടുമെന്നു ഭാവിച്ചു സന്ധ്യവരെ ആ പാവപ്പെട്ട ചണ്ഡാലി അവിടെ കാത്തുനിന്നു. സന്ധ്യ യായപ്പോൾ അതികലശലായ മഴ തുടങ്ങി. മഴക്കാറുകൊണ്ടു ചന്ദ്രബിംബം മൂടിപ്പോയതിനാൽ വലിയ ഇരുട്ടുംവന്നു. ഒരു വിധ ത്തിലും പോകാൻ നിവൃത്തിയില്ലാതെ മഴ നനഞ്ഞുകൊണ്ട് ആ പാവ പ്പെട്ട വയോവൃദ്ധ അവിടെത്തന്നെ കിടന്നു. അവളന്നു ജലപാനം പോലും കഴിച്ചിട്ടുമില്ലായിരുന്നു. വിശപ്പുകൊണ്ടും തണുപ്പുകൊണ്ടും പരവശയായിത്തീർന്ന ആ ചണ്ഡാലി പിറ്റേ ദിവസം നേരം വെളുക്കു ന്നതിനു മുൻപ് അവിടെ കിടന്നുതന്നെ മരിച്ചു. ഇതുനിമിത്തം അതി കഠിനമായ ദേവകോപം സംഭവിക്കുകയും ഊരാളന്മാർക്കും കാരാളന്മാർ ക്കുമെല്ലാം പലവിധത്തിലുള്ള അനർത്ഥങ്ങളുണ്ടായിത്തുടങ്ങുകയും ചെയ്തു. അവർ ഇതിന്റെ കാരണമറിയുന്നതിനായി പ്രശ്നം വെപ്പിച്ചു നോക്കിച്ചതിൽ പാവപ്പെട്ട ചണ്ഡാലിക്കു നെല്ലുകൊടുക്കാതെ പട്ടിണി ക്കിട്ടു കൊന്നതിലുണ്ടായ ദേവകോപമാണ് അനർഥകാരണമെന്നു കണ്ടു. ഈ ദോഷശാന്തിക്ക് ഊരാളന്മാരുടെയും കാരാളന്മാരുടെയും ഗൃഹത്തിൽനിന്ന് ഓരോരുത്തർ എന്നും ആണ്ടുതോറും ചിങ്ങമാസ ത്തിൽ തിരുവോണദിവസം ഉപവാസമായി ക്ഷേത്രത്തിൽ താമസി ക്കുകയല്ലാതെ വേറെ യാതൊരു പ്രതിവിധിയുമില്ലെന്നു പ്രശ്നക്കാരൻ വിധിക്കുകയും ചെയ്തു. ഈ വിധിപ്രകാരം ഇപ്പോഴും അവിടെ നടന്നു വരുന്നുണ്ട്. ക്ഷേത്രം സർക്കാരിൽ ചേർത്തതിനോടുകൂടി ഓണത്തിന്റെ നെല്ലളവ് മുതലായ പതിവുകളും ഭേദപ്പെട്ടുപോയെങ്കിലും അവിടെ ഊരാൺമയും കാരാൺമയുമുണ്ടായിരുന്നവരുടെ ഗൃഹത്തിൽനിന്ന് ഓരോരുത്തർ ചിങ്ങമാസത്തിൽ തിരുവോണത്തുനാൾ ക്ഷേത്രോ പവാസം ചെയ്തില്ലെങ്കിൽ അവർക്കു ദേവകോപം നിമിത്തം

അനർഥങ്ങളുണ്ടാകുമെന്നുള്ളതു തീർച്ചയായിട്ടുള്ളതാകയാൽ അവർ ഇപ്പോഴും ആ പതിവിനെ ഭേദപ്പെടുത്തീട്ടില്ല.

ചിങ്ങമാസത്തിൽ തിരുവോണദിവസം ആറന്മുളക്ഷേത്രത്തിൽ അതികേമമായി സദ്യ പതിവുണ്ട്. ആ ദിവസം അവിടെച്ചെല്ലുന്നവർക്കെല്ലാം ജാതിമതഭേദം കൂടാതെ നാനാവിഭവങ്ങളോടുകൂടി ഭക്ഷണം കൊടുക്കുക പതിവാണ്. ഈ സദ്യയ്ക്കുള്ള സാധനങ്ങളെല്ലാം 'കാട്ടൂർ' എന്ന സ്ഥലത്തുള്ള ദേവസ്വം വക മഠത്തിൽ ശേഖരിച്ചു വയ്ക്കുകയും അവിടെ നിന്ന് അവയെല്ലാം കെട്ടുവള്ള(*വഞ്ചി*)ങ്ങളിലാക്കി ഉത്രാടത്തു ന്നാൾ രാത്രിയിൽ പുറപ്പെട്ടു തിരുവോണദിവസം അരുണോദയമാകുമ്പോൾ ആറന്മുളക്ഷേത്രക്കടവിലടുക്കുകയുമാണ് പതിവ്. സദ്യസാമാനങ്ങളും കൊണ്ടുള്ള വരവു വളരെ കേമമാണ്. സാമാനവള്ളങ്ങൾ കൂടാതെ അവയ്ക്ക് അകമ്പടിയായി ഏതാനും കളിവള്ളങ്ങളുമുണ്ടായിരിക്കും. കളിവള്ളങ്ങളിലെല്ലാം ആളുകൾ കയറി വഞ്ചിപ്പാട്ടും പാടി കളിച്ചും വാദ്യഘോഷങ്ങളോടും ആർപ്പുവിളി, വായ്ക്കുരവ മുതലായവയോടുംകൂടിയുള്ള ആ വരവു കാണാൻ ക്ഷേത്രനടയിലും സമീപപ്രദേശങ്ങളിലും അസംഖ്യമാളുകൾ കൂടുക പതിവാണ്.

പണ്ടൊരിക്കൽ പതിവുപോലെ തിരുവോണത്തിൻെറ തലേദിവസം രാത്രിയിൽ സാമാനങ്ങൾ കെട്ടുവള്ളങ്ങളിലാക്കിക്കൊണ്ട് ആഘോഷസമേതം കാട്ടൂരു നിന്നു പുറപ്പെട്ടു. ഏതാനും വഴിപോന്നപ്പോൾ സാമാനവള്ളങ്ങൾ മദ്ധ്യേമാർഗം ഒരു സ്ഥലത്തു കരയ്ക്കടുത്ത് ഉറച്ചു. വളരെ ആളുകൾ കൂടി പലവിധത്തിൽ ശ്രമിച്ചു നോക്കീട്ടും ആ വള്ളങ്ങളെ അവിടെനിന്ന് ഇറക്കാൻ കഴിഞ്ഞില്ല. ഒരു നിവൃത്തിയുമില്ലെന്നായപ്പോൾ അവിടെ അടുത്തുണ്ടായിരുന്ന ഒരു ദൈവജ്ഞനെ കൊണ്ടു പ്രശ്നം വെപ്പിച്ചുനോക്കിച്ചു. അപ്പോൾ വള്ളങ്ങളടുത്തിരിക്കുന്ന സ്ഥലത്തിനു സമീപം ഒരു വീട്ടിലുള്ളവർ ഗതികേടുനിമിത്തം തലേദിവസംതന്നെ ആഹാരമൊന്നും കഴിക്കാതെ "ആറന്മുളയപ്പൻ തന്നെ ശരണം" എന്നു പറഞ്ഞുകൊണ്ട് പട്ടിണി കിടക്കുന്നുണ്ടെന്നും അവർക്ക് ആഹാരത്തിന് വല്ലതും കൊടുത്താൽ വള്ളങ്ങളിളകുമെന്നും പ്രശ്നക്കാരൻ വിധിച്ചു. ഉടനെ അരി കൊടുക്കാമെന്നു പറഞ്ഞ് ആ വീട്ടുകാരെ വിളിച്ചു. അവർ അരി വാങ്ങുന്നതിന് ഒരു കൊച്ചുമുറവും കൊണ്ടു വരുകയും ആ മുറം നിറച്ച് അരി കൊടുക്കുകയും തത്ക്ഷണം വള്ളങ്ങളിളകുകയാൽ വേഗത്തിൽപ്പോന്നു ക്ഷേത്രക്കടവിലടുക്കുകയും ചെയ്തു. പിന്നെ ആണ്ടുതോറും സാമാനങ്ങൾ വള്ളത്തിൽ കയറ്റിക്കൊണ്ട് അവിടെ വരുമ്പോൾ ആ വീട്ടുകാരെ വിളിക്കുകയും അവരൊരു മുറവുംകൊണ്ടു വരുകയും കൊണ്ടുവരുന്ന മുറംനിറച്ച് അരി കൊടുക്കുകയും പതിവായി. കൊണ്ടുചെല്ലുന്ന മുറം നിറച്ച് അരി കിട്ടുമെന്നു കണ്ടപ്പോൾ അത്യാഗ്രഹികളായ ആ വീട്ടുകാർ മുറത്തിന്റെ വലിപ്പം കൂട്ടിത്തുടങ്ങി. ഈ അരി വാങ്ങുന്നതിനായിത്തന്നെ അവർ

പ്രത്യേകം പറഞ്ഞു വലിയ മുറമുണ്ടാക്കിച്ച് ആ മുറവുംകൊണ്ട് അരി വാങ്ങാൻ വരുക പതിവായി. അങ്ങനെ കുറെ കഴിഞ്ഞപ്പോൾ അവരുടെ മേൽ ദേവകോപമുണ്ടാവുകയും അവർ ക്രമേണ നശിച്ച് അന്യംനിന്ന് പോവുകയും ചെയ്തു. എങ്കിലും ചിങ്ങമാസത്തിൽ ഉത്രാടത്തുന്നാൾ സാമാനവള്ളങ്ങൾ ആ സ്ഥാനത്തുവരുമ്പോൾ ഈ പൂർവവൃത്താന്തത്തിന്റെ സ്മാരകമായി മൂന്നു മുഷ്ടി അരി വാരി അവിടെയിടുക ഇപ്പോഴും നടന്നു വരുന്നുണ്ട്.

ആറന്മുള വള്ളം(*വഞ്ചി*)കളി പ്രധാനവും പ്രസിദ്ധവുമാണല്ലോ. ഇതും ദേവന് ഏറ്റവും സന്തോഷകരമായിട്ടുള്ളതാണ്. ഇവിടെ പതിവായി വള്ളംകളി നടത്തുന്നതു ചിങ്ങമാസത്തിൽ തിരുവോണം മുതൽ ഉത്രട്ടാതി വരെയാണ്. ഉത്രട്ടാതി തിരുവാറന്മുളയപ്പന്റെ തിരുനാളാണെന്നാണ് വച്ചിരിക്കുന്നത്. ആ ദിവസത്തെ ആ ദേശത്തുള്ളവർ തിരുവോണത്തെക്കാൾ പ്രധാനമായി ആചരിക്കുന്നുണ്ട്. പ്രധാനമായിട്ടുള്ള വള്ളംകളിയും അന്നാണ്. വള്ളംകളി നടത്തുന്നത് അവിടെയുള്ള കര(*ദേശ*)ക്കാരാകുന്നു. ആറന്മുളദേവന്റെ സങ്കേതത്തിലുൾപ്പെട്ടതായ അനേകം കരകളുണ്ട്. ആ കരക്കാർക്ക് ഓരോരുത്തർക്കും ഈ വള്ളംകളിയിലുള്ള വാശിയും മത്സരവും ഒട്ടും ചില്ലറയല്ല. അവരവരുടെ കളി കേമമാകണമെന്നുള്ള വിചാരം എല്ലാവർക്കുമുണ്ട്. ഇതിലേക്ക് ആ ദേശക്കാർ ഓരോരുത്തരും പ്രത്യേകം പ്രത്യേകം വള്ളങ്ങളുണ്ടാക്കിച്ചിട്ടുണ്ട്. ഓരോരുത്തരും മത്സരിച്ചു വള്ളത്തിനു നീളം കൂട്ടിക്കൂട്ടി ഇപ്പോൾ അവിടെ മുപ്പത്തിയാറേകാൽ കോൽവരെ നീളമുള്ള വള്ളങ്ങൾ ധാരാളമായിരിക്കുന്നു. വള്ളങ്ങൾ ചുണ്ടൻ, ചുരുളൻ, ഓടി, പരുന്തുവാലൻ ഇങ്ങനെ പലവകയുണ്ടല്ലോ. അവയിൽ ആറന്മുളെ കളിക്കുന്നതിനായി ഉപയോഗിക്കുന്നതു ചുണ്ടൻ വള്ളമാണ്. ഇപ്പോൾ അവിടെ ദേശക്കാരുടെ വകയായി നാൽപതിൽക്കുറയാതെ കളി വള്ളങ്ങളുണ്ട്. അവ എല്ലാംകൂടി ചേർന്നു കളിക്കുക ഉത്രട്ടാതിനാൾ മാത്രമേയുള്ളൂ. തിരുവോണം മുതൽ ദിവസംതോറും രണ്ടും നാലും വള്ളങ്ങൾ കൂടിക്കൂടി ഉത്രട്ടാതിനാൾ എല്ലാം വന്നുകൂടും. ആദ്യമായി വരുന്ന വള്ളങ്ങൾ 'നാറാണത്തു മണൽപ്പുറം' എന്നു പറയുന്ന സ്ഥലത്തു വന്നടുത്തു കിടക്കും. എല്ലാ വള്ളങ്ങളും അവിടെ വന്നു ചേർന്നാൽ കളി തുടങ്ങും. പത്തുനാല്പതു വള്ളങ്ങൾ ഒരുമിച്ചുനിരന്നു കൊട്ടും ഘോഷവും, കൊടി, കുട മുതലായവയും പാട്ടും ആർപ്പും വിളിയുമായുള്ള ആ വള്ളംകളി നയനാന്ദകരമായ ഒരു കാഴ്ചതന്നെയാണ്. നയ്മ്പുകാരും അമരക്കാരും പാട്ടുകാരും വാദ്യക്കാരും മറ്റുമായി ഓരോ വള്ളത്തിലും ഏകദേശം എഴുപത്തഞ്ചുപേരോളം കാണും. ചിങ്ങമാസത്തിൽ പതിവുള്ള ഈ വള്ളംകളി കൂടാതെ ചിലരുടെ പേർക്കു വഴിപാടായിട്ടും അവിടെ ചിലപ്പോൾ വള്ളംകളി ഉണ്ടാകാറുണ്ട്. അതിനു രണ്ടോ നാലോ വള്ളങ്ങളല്ലാതെ ഉണ്ടായിരിക്കാറില്ല.

വഴിപാടു കളിയുടെ ചെലവെല്ലാം വഴിപാടുകാരൻതന്നെ വഹിക്കണമല്ലോ. വള്ളം കളിക്കാർക്കു കെങ്കേമമായി സദ്യ നടത്തുകയും മറ്റും വേണ്ടതാകയാൽ വള്ളങ്ങളധികമായാൽ ചെലവു ദുർവഹമായിത്തീരുമെന്നു വിചാരിച്ചു സാമാന്യക്കാർ വള്ളത്തിന്റെ എണ്ണം കൂട്ടാൻ ആഗ്രഹിക്കുകയില്ല. രണ്ടോ നാലോ വള്ളങ്ങൾകൊണ്ട് കളി നടത്തിക്കാൻതന്നെ ഒരുവിധം ധനികന്മാർക്കേ സാധിക്കുകയുള്ളൂ.

ആറന്മുളദേവന്റെ വള്ളംകളിക്കാർക്കു സദ്യ കഴിക്കുന്നതും സ്വാമിക്കു വഴിപാടു തന്നെ. വള്ളംകളിക്കാർക്കു സദ്യയ്ക്കു 'വള്ളസ്സദ്യ' എന്നാണ് പേരുപറഞ്ഞുവരുന്നത്. സന്താനാർഥമായും രോഗശമനത്തിനായും മറ്റും ഈ വഴിപാട് പലരും നടത്തുന്നുണ്ട്. അന്യദേശക്കാർ വള്ളസദ്യ നടത്തുന്നതിന്റെ മുറ താഴെപ്പറയുംപ്രകാരമാണ്.

ആദ്യംതന്നെ ഏതു കരക്കാരുടെ വള്ളക്കാർക്കാണ് സദ്യ നടത്തുന്നതെന്നും എത്ര വള്ളങ്ങൾ വരുത്തി സദ്യ നടത്തണമെന്നും നിശ്ചയിക്കണം. പിന്നെ ആ നിശ്ചയിക്കപ്പെടുന്ന കരയിലെ പ്രധാനന്റെ പേർക്കു വിവരത്തിന് എഴുതിയയ്ക്കണം. അതിൽ സദ്യ നടത്താൻ നിശ്ചയിച്ചിരിക്കുന്നത് ഇന്ന മാസം ഇത്രാം തീയതിയാണെന്നും ഇത്ര വള്ളം വരണമെന്നും വിവരിച്ചിരിക്കുകയുംവേണം. കരനാഥന്റെ മറുപടി കിട്ടിയാൽ സദ്യയ്ക്കു വട്ടംകൂട്ടാം. നിശ്ചിത ദിവസം രാവിലെ ക്ഷണിക്കപ്പെട്ടിട്ടുള്ളിടത്തോളം വള്ളങ്ങളിൽ നിറച്ച് ആളുകൾ കയറി കൊടി, കുട, തഴ മുതലായ ആഡംബരങ്ങളോടും വാദ്യഘോഷങ്ങളോടുംകൂടി പാടിക്കളിച്ചു വഴിപാടുകാരന്റെ ഗൃഹത്തിൽ വന്നുചേരും. ആ സമയം വഴിപാടുകാരൻ അവിടെ നിറപറയും നിലവിളക്കുംവച്ചു കാത്തുനിന്നു വള്ളക്കാരെ എതിരേറ്റിരുത്തി, മുറുക്കാനും മറ്റും കൊടുത്തു സൽക്കരിക്കണം. അവർ മുറുക്കി രസിച്ചു കുറച്ചു നേരമിരുന്നു വിശ്രമിച്ചുകഴിഞ്ഞാൽ എല്ലാവർക്കും തേച്ചുകുളിക്കാൻ എണ്ണയുമിഞ്ചയും മറ്റും കൊടുക്കണം. അവർ തേച്ചുകുളി കഴിഞ്ഞുവന്നാലുടനെ സദ്യയ്ക്ക് ഇലവയ്ക്കണം.സദ്യയുടെ വട്ടം ഉപായത്തിലൊന്നുമായാൽപ്പോരാ. കാളൻ, ഓലൻ, എരിശ്ശേരി മുതലായ മലയാളക്കറികളും പരിപ്പ്, പച്ചടി, കൂട്ടുകറി, സാമ്പാർ മുതലായ പരദേശക്കറികളും അപ്പം, വട, എള്ളുണ്ട, ബോളി മുതലായവയും പപ്പടം(*ചെറിയതും വലിയതും*), പഴംനുറുക്ക്, പഞ്ചസാര മുതലായവയും ധാരാളമായിട്ടെടുത്തു വിലക്കണം. നാലുകൂട്ടം പ്രഥമൻ, എട്ടുകൂട്ടമുപ്പേരി, അത്രയും ഉപ്പിലിട്ടവ, ഉറത്തൈര്, മോര് മുതലായവയും ധാരാളമായുണ്ടായിരിക്കണം. ഒന്നിനും ലോപം പാടില്ല. സദ്യ വള്ളക്കാർക്കുമാത്രം കൊടുത്താൽപോരാ. ഉണ്ണാനായി വരുന്നവർക്കെല്ലാവർക്കും കൊടുക്കണം. എല്ലാവർക്കും സകലവിഭവങ്ങളും ധാരാളമായിട്ടുണ്ടായിരിക്കുകയും വേണം. അങ്ങനെയാണ് വള്ളസദ്യയുടെ പതിവ്. സദ്യ കഴിയുമ്പോൾ എല്ലാവർക്കും ചന്ദനം, പനിനീർ മുതലായവും മുറുക്കാനുംകൊടുക്കണം.

വള്ളക്കാർ മുറുക്കി രസിച്ചുവെടികളും പറഞ്ഞു സ്വൽപനേരം ഇരുന്നതിന്റെശേഷം വഴിപാടുകാരന്റെ അഭീഷ്ടം ആറന്മുളയപ്പൻ സാധിപ്പിച്ചുകൊടുക്കട്ടെ എന്ന് ആശീർവദിച്ചിട്ടു യാത്രയാകും. ആ സമയം അവർക്കു വഴിക്കു തിന്നുന്നതിനു ധാരാളമായി വെറ്റില പുകയിലയും അവിൽ നനച്ചതും ചുമടുകെട്ടി വള്ളത്തിൽവച്ചു കൊടുക്കണം. കരക്കാരിൽ പ്രധാനന്മാർക്കു ചില സമ്മാനങ്ങളും കൊടുക്കണം. ഇങ്ങനെ അവരെ സന്തോഷിപ്പിച്ചു വള്ളക്കടവുവരെ അനുയാത്രയായിച്ചെന്നു യാത്ര പറഞ്ഞയയ്ക്കണം. ഇങ്ങനെയെല്ലാമാണ് വള്ളസദ്യയുടെ മുറ. ഈ വഴിപാട് ഇപ്പോഴും പലർ നടത്തുന്നുണ്ട്. അവർ വിചാരിക്കുന്ന കാര്യം ഭഗവാൻ സാധിപ്പിച്ചുകൊടുക്കുന്നുമുണ്ട്.

ഉത്രട്ടാതിനാൾ വള്ളങ്ങളെല്ലാം നാറാണത്തു മണൽപ്പുറത്തു ചെന്നുചേർന്നതിന്റെ ശേഷമാണ് കളി തുടങ്ങുന്നതെന്നു മുമ്പു പറഞ്ഞിട്ടുണ്ടല്ലോ. ഒരാണ്ടിൽ വള്ളങ്ങളെല്ലാം നാറാണത്തു മണൽപ്പുറത്തു ചെന്നുചേർന്ന സമയം അക്കാലത്തു തിരുവല്ലാ തഹശീൽദാരായിരുന്ന കേശവപിള്ള അവർകൾ അവിടെച്ചെന്ന് അവിടെ കൂടിയിരുന്ന ജനങ്ങളോട് "ആറന്മുള ഭഗവാന്റെ സങ്കേതത്തിലുള്ള സകല കരകളിലെ ജനങ്ങളും ഇവിടെ കൂടീട്ടുണ്ടല്ലോ. നിങ്ങളെ എല്ലാവരേയും കൂടെക്കണ്ട് ഒരു കാര്യം അപേക്ഷിക്കുന്നതിനായിട്ടാണ് ഞാൻ വന്നിരിക്കുന്നത്. കാര്യം മറ്റൊന്നുമല്ല. നമ്മുടെ ഭഗവാന്റെ അമ്പലം ചെമ്പിടുവിച്ചാൽക്കൊള്ളാമെന്നു ഞാൻ വിചാരിക്കുന്നു. അതിലേക്കു നിങ്ങളെല്ലാവരും യഥാശക്തി ധനസഹായം ചെയ്യണമെന്നുള്ളതാണ് എന്റെ അപേക്ഷ" എന്നു പറഞ്ഞു. ഇതുകേട്ട് ആ ജനക്കൂട്ടത്തിൽനിന്ന് ഒരാൾ "അങ്ങുന്നിന്റെ ഈ ഉദ്യമം കേവലം അനാവശ്യവും ഒരു വക ഭോഷത്വവുമാണ്. ഇത് ഒരിക്കലും നടക്കുന്നതുമല്ല. സർക്കാർ വക ക്ഷേത്രം ചെമ്പിടുവിക്കുന്നതിനു ജനങ്ങളെ ഉപദ്രവിച്ചു പണമുണ്ടാക്കീട്ടു വേണമെന്നുണ്ടോ? സർക്കാരിൽ പണം ധാരാളമുണ്ടല്ലോ. ഇതിലേക്ക് ജനങ്ങൾ ധനസഹായം ചെയ്യുന്നത് ആരറിയാനാണ്? ഇത് ഉറക്കത്തിൽ കാൽ തിരുമ്മുന്നതുപോലെയാണല്ലോ. ഇതിലേക്ക് ആരുമൊന്നും തരുമെന്നു തോന്നുന്നില്ല. ജനോപദ്രവം ചെയ്കയെന്നുള്ളത് ഒരു സർക്കാരുദ്യോഗസ്ഥനു യോഗ്യമായിട്ടുള്ളതാണോ? അങ്ങുന്നിതിനു പുറപ്പെട്ടത് ഒട്ടും ശരിയായില്ല" എന്നു പറഞ്ഞു. ഇതു കേട്ട് തഹശീൽദാർ വല്ലാതെ വിഷണ്ണനായിത്തീർന്നു. അപ്പോഴേക്കും ആ മറുപടി പറഞ്ഞയാൾ ബോധരഹിതനായി ഏറ്റവും പരവശ്യത്തോടുകൂടി വെട്ടിയിട്ട മരംപോലെ പെട്ടെന്നു നിലംപതിച്ചു. എല്ലാവരും പരിഭ്രമിച്ച് അടുത്തുചെന്ന് അയാളോടു സുഖക്കേടെന്താണെന്ന് ചോദിച്ചിട്ട് അയാൾക്ക് നാവിളക്കി സംസാരിക്കാൻ വഹിയായിരുന്നു. അയാളുടെ നാക്ക് സ്തംഭിച്ചുപോയിരുന്നു. അപ്പോൾ അവിടെയുണ്ടായിരുന്ന മറ്റു ജനങ്ങൾ തഹശീൽദാരോട്, ''ഈ ഏഭ്യൻ കഥയില്ലായ്മകൊണ്ട്

ഇങ്ങനെയൊക്കെ പറഞ്ഞതാണ്. അതുകൊണ്ട് അങ്ങത്തേക്ക് ഞങ്ങളോട് പരിഭവം തോന്നരുത്. സ്വാമികാര്യത്തിനായി യഥാശക്തി ധനസഹായം ചെയ്യുവാൻ ഞങ്ങളെല്ലാവരും സന്നദ്ധരാണ്" എന്നു പറയുകയും ചിലർ ഏതാനും സംഖ്യ അപ്പോൾത്തന്നെ കൊടുക്കുകയും തഹശീൽദാർ കിട്ടിയതു വാങ്ങിക്കൊണ്ടു മടങ്ങിപ്പോവുകയും ചെയ്തു. ആ ബോധരഹിതനായ ആളെ ചിലർ കൂടി ഒരു വള്ളത്തിലാക്കി അയാളുടെ വീട്ടിൽ കൊണ്ടുചെന്നാക്കി. ശേഷമുണ്ടായിരുന്നവർ കൂടി വള്ളംകളി പതിവുപോലെ നടത്തുകയും ചെയ്തു.

വള്ളംകളി കഴിഞ്ഞതിന്റെശേഷം എല്ലാവരുംകൂടി ആ സുഖക്കേടു പിടിപെട്ട ആളുടെ വീട്ടിലെത്തി. അപ്പോഴും അയാൾ ബോധരഹിതനായിത്തന്നെ കിടന്നിരുന്നു. വൈദ്യന്മാർ പഠിച്ച വിദ്യകളെല്ലാം പ്രയോഗിച്ചു നോക്കീട്ടും ഒരു ഫലവുമുണ്ടായില്ല. അതിനാൽ ഒരു പ്രശ്നക്കാരനെ വരുത്തി പ്രശ്നംവെപ്പിച്ചു നോക്കിച്ചു. അപ്പോൾ പ്രശ്നക്കാരൻ ഈ സുഖക്കേട് ആറന്മുളഭഗവാന്റെ കോപംനിമിത്തമുണ്ടായിട്ടുള്ളതാണെന്നും സ്വാമിഭക്തനായ തഹശീൽദാരെ ആക്ഷേപിച്ചതിനാലാണ് സ്വാമിക്ക് അധികം വിരോധമുണ്ടായിട്ടുള്ളതെന്നും അതിനാൽ ആ വീട്ടിൽനിന്നു ചിലർ ചെന്നു തഹശീൽദാരവർകളുടെ അടുക്കൽ ക്ഷമായാചനം ചെയ്യുകയും അമ്പലം ചെമ്പിടുവിക്കുന്ന വകയ്ക്ക് തക്കതായ ഒരു സംഖ്യ അവിടെ കൊടുക്കുകയും ഭഗവാന്റെ നടയിൽ വിളിച്ചുചൊല്ലി പ്രായശ്ചിത്തം ചെയ്യുകയും ചെയ്താലല്ലാതെ ഈ സുഖക്കേടു ഭേദപ്പെടുകയില്ലെന്നും വിധിച്ചു. ഉടനെ പ്രശ്നവിധി പ്രകാരമെല്ലാം ചെയ്തു. അപ്പോൾ സുഖക്കേടുകാരനു ബോധം വീണു. എങ്കിലും അയാൾക്കു സംസാരിക്കാറായില്ല. അധികം താമസിയാതെ അയാൾ മരിച്ചുപോവുകയും ചെയ്തു. ഈ വർത്തമാനം കേട്ടു ജനങ്ങൾക്ക് ഭഗവാനെക്കുറിച്ചു ഭയവും ഭക്തിയും പൂർവ്വാധികം വർദ്ധിക്കുകയാൽ ചോദിക്കാതെതന്നെ ചെമ്പുമേച്ചിൽവകയ്ക്ക് എല്ലാവരും യഥാശക്തി ഓരോ സംഖ്യ തഹശീൽദാരദ്ദേഹത്തിന്റെ അടുക്കൽ കൊണ്ടുചെന്നു കൊടുത്തു. അദ്ദേഹം അമ്പലത്തിനു ചെമ്പിടുവിക്കണമെന്നേ വിചാരിച്ചിരുന്നുള്ളൂ. അതു കഴിഞ്ഞിട്ടു പിന്നെയും പണം വളരെയധികമുണ്ടായിരുന്നതിനാൽ വിളക്കുമാടത്തിനുകൂടി അദ്ദേഹം ചെമ്പിടുവിച്ചു. ഇപ്രകാരമാണ് ആറന്മുളക്ഷേത്രം ചെമ്പിടുവിച്ചത്. ഭഗവാന്റെ മാഹാത്മ്യവിശേഷം ഇനിയും ഇങ്ങനെ വളരെ പറയാനുണ്ട്.

ഒരിക്കൽ ഒരു നായർക്ക് നാഭിക്കു താഴെയായി ഒരു മുഴയുണ്ടായി. അതു ക്രമേണ വളർന്ന് ഒരു സഞ്ചിപോലെ തൂങ്ങി. അത് അയാൾക്ക് ഏറ്റവും ഉപദ്രവകരമായിത്തീർന്നു. "ഈ മുഴയോളം വലിപ്പത്തിൽ സ്വർണ്ണംകൊണ്ട് ഒരു കുമിളയുണ്ടാക്കിച്ച് ആറന്മുള ഭഗവാന് നടയ്ക്കുവയ്ക്കുകയും അവിടെ നാൽപത്തൊന്നു ദിവസം ഭജിക്കുകയും ചെയ്താൽ ഈ മുഴ പോകും" എന്നു ചിലർ പറയുകയാൽ അതു വിശ്വസിച്ച്

നായർ ആറന്മുളെച്ചെന്ന് ഭക്തിപൂർവം ഭജനം തുടങ്ങി. അക്കാലത്ത് ആറന്മുള മതിൽക്കകത്ത് ഒരു കല(*മാൻ*) ഉണ്ടായിരുന്നു. അത് കുട്ടിയായിരുന്നപ്പോൾ ഒരാൾ കൊണ്ടുചെന്നു വഴിപാടായി നടയ്ക്കു കെട്ടിയതായിരുന്നു. അതു ക്രമേണ വളരുകയും വലിയ കൊമ്പുകളും മറ്റും ഉണ്ടായിത്തീരുകയും ചെയ്തിരുന്നു. എങ്കിലും അത് ആരെയും ഉപദ്രവിക്കാറില്ല. ദേവസ്വത്തിൽനിന്ന് അതിനു തീറ്റിക്ക് ചിലതൊക്കെ കൊടുപ്പിച്ചിരുന്നതുകൂടാതെ അവിടെ ദർശനത്തിനായും ഭജനത്തിനായും മറ്റും ചെല്ലുന്നവരും ആ കലയ്ക്കു തിന്നാൻ എന്തെങ്കിലും കൊടുക്കുക പതിവായിരുന്നു. ഒരുദിവസം ആ ഭജനക്കാരൻ നായർ ഭഗവത് നാമങ്ങൾ ജപിച്ചുകൊണ്ട് ക്ഷേത്രപ്രദക്ഷിണം ചെയ്തുകൊണ്ടിരുന്ന സമയം ആ കല അടുത്തുചെല്ലുകയും അതു ചാടി നായരുടെ നാഭിക്കു താഴെയായി ഒരു കുത്തുവച്ചു കൊടുക്കുകയും ചെയ്തു. കുത്തുകൊണ്ട ക്ഷണത്തിൽ നായർ ബോധരഹിതനായി നിലത്തുവീണു. ഉടനെ ചിലർ കൂടി അയാളെ എടുത്തു മതിൽപ്പുറത്തു കൊണ്ടുപോയിക്കിടത്തി. അപ്പോൾ രക്തം ഇടമുറിയാതെ പ്രവഹിച്ചുതുടങ്ങി. അവിടെ ഉണ്ടായിരുന്നവർ പരിശോധിച്ചപ്പോൾ മുഴ കലയുടെ കൊമ്പുകൊണ്ട് പൊട്ടിക്കീറിയിരിക്കുന്നതായി കണ്ടു. ഉടനെ ചിലർ ഒരു വൈദ്യനെ വരുത്തിക്കാണിച്ച് "ഇനി ഇതിനെന്താണ് ചെയ്യേണ്ടത്?" എന്നു ചോദിച്ചു. വൈദ്യൻ മുറിവു പരിശോധിച്ചിട്ട് "ഇത് ആ കല ഭഗവാന്റെ കൽപന പ്രകാരം ചെയ്തതുതന്നെയാണ്. ഭഗവാന്റെ കലയ്ക്കും ശസ്ത്രക്രിയ അറിയാമെന്നാണ് തോന്നുന്നത്. ഈ കുത്തു സ്വൽപം മാറിയായിരുന്നു കൊണ്ടിരുന്നതെങ്കിൽ രോഗിയുടെ കഥ അപ്പോൾത്തന്നെ കഴിയുമായിരുന്നു. ഭഗവാൻ ചെയ്തതിനുശേഷം ചെയ്വാൻ ഞാൻ ശക്തനല്ല. ഇനി വേണ്ടുന്നതും ആറന്മുളയപ്പൻതന്നെ ചെയ്തുകൊള്ളും. ഇങ്ങനെ രക്തം കുറെ പോയാൽപ്പിന്നെ മുഴ കാണുകയില്ല. പിന്നെ മുറിവുണങ്ങിയാൽ മതിയല്ലോ. അത് ഭഗവത്കൃപകൊണ്ടു ക്രമേണ ശരിയായിക്കൊള്ളും" എന്നു പറഞ്ഞിട്ട് വൈദ്യൻ പോയി. പിന്നെ മൂന്നു ദിവസത്തേക്കു രക്തം ഒലിച്ചുകൊണ്ടുതന്നെയിരുന്നു. അപ്പോഴേക്കും മുഴ കാൺമാനില്ലാതെയായി. ചികിത്സയൊന്നും കൂടാതെ തന്നെ ക്രമേണ മുറിവുണങ്ങി. നായർ പൂർണ്ണസുഖത്തെ പ്രാപിച്ചു. അനന്തരം ആ നായർ സ്വർണ്ണക്കുമിളയുണ്ടാക്കിച്ചു നടയ്ക്കു വയ്ക്കുകയും വേറെയും ചില വഴിപാടുകൾ നടത്തി ഭജനം കാലംകൂടി മടങ്ങിപ്പോവുകയും ചെയ്തു.

ഒരാൾ മറ്റൊരാൾക്കും കൊടുക്കാനുണ്ടായിരുന്ന മുതൽ കൊടുക്കാനില്ലെന്ന് ആറന്മുള നടയിൽ കള്ളസത്യം ചെയ്തിട്ട് ഉടൻ അയാളുടെ നാക്കിറങ്ങിപ്പോവുകയാൽ സംസാരിക്കാൻ വയ്യാതെയാവുകയും അന്നുതന്നെ അയാൾ മരിച്ചുപോവുകയും ചെയ്തത് ഈ അടുത്ത കാലത്താണ്. ഇതു കണ്ടറിഞ്ഞവരിൽച്ചിലർ ഇപ്പോഴും ജീവിച്ചിരിക്കുന്നുണ്ട്.

ഗുരുവായൂരപ്പനും അമ്പലപ്പുഴ കൃഷ്ണസ്വാമിയും തമ്മിലും വൈക്കത്തപ്പനും ഏറ്റുമാനൂർ ദേവനും തമ്മിലും മറ്റും പണ്ടു ചില പിണക്കങ്ങളും മത്സരവുമൊക്കെ ഉണ്ടായിട്ടുണ്ടെന്നുള്ളതു പ്രസിദ്ധമാണല്ലോ. അതുപോലെ ചില സംഗതികൾ ഇവിടെയുമുണ്ടായിട്ടുണ്ട്. ആറന്മുളക്കാരൻ ഒരു നായർ കവിയൂരുള്ള ഒരു വീട്ടിൽ ഒരു സ്ത്രീക്കു സംബന്ധം ചെയ്തിരുന്നു. ആ നായർ അയാളുടെ വീട്ടിൽനിന്ന് ഒരു പൂവൻവാഴക്കന്നു കവിയൂർ ഭാര്യാഗൃഹത്തിൽകൊണ്ടുചെന്ന് അവരുടെ പറമ്പിൽ നല്ല വളക്കൂറുള്ള സ്ഥലം നോക്കി കുഴിച്ചിട്ടുവെച്ചു. പിന്നെയും നല്ലപോലെ വളമിട്ടു ശുശ്രൂഷിച്ചതിനാൽ വാഴ യഥാകാലം കുലച്ചു വലിയ കുലയുണ്ടായി. കായ്ക്കു മൂപ്പായപ്പോൾ, 'ഈ കുല വെട്ടിപ്പഴുപ്പിച്ചു കൊണ്ടുപോയി ആറന്മുളഭഗവാനു നിവേദിപ്പിക്കണം' എന്നു നായർ പറഞ്ഞു. അപ്പോൾ ഭാര്യ 'ആ കുല വെട്ടേണ്ട; അത് അവിടെ നിന്നു പഴുക്കട്ടെ. പഴുത്തിട്ടു വെട്ടി കവിയൂർദേവനു നിവേദിക്കണം' എന്നു പറഞ്ഞു. ഇങ്ങനെ അവർ രണ്ടുപേരും തമ്മിൽ വലിയ വാദമായി. കുല ആരും വെട്ടാതെ അവിടെ നിന്നു പഴുത്തുതുടങ്ങി. ഒരു പടല പഴുത്തപ്പോൾ ഒരു ദിവസം എവിടെ നിന്നോ ഒരു കുരങ്ങു വന്നു പഴുത്ത കായ് തിന്നുതുടങ്ങി. അതു കണ്ട് നായർ കൊഴിയും കല്ലുമെടുത്തെറിഞ്ഞ് കുരങ്ങിനെ ഓടിച്ചു. കുരങ്ങു വാഴയിൽനിന്നു ചാടിയപ്പോൾ ചാട്ടം പിഴച്ച് ഒരു കുറ്റിയിന്മേൽ വീണു വയറു കീറിപ്പോയതിനാൽ ഉടനെ മരിച്ചു. അപ്പോൾ ഭാര്യ, "ആ കുല ആറന്മുളയ്ക്കു കൊണ്ടുപോകണമെന്നു പറഞ്ഞതുകൊണ്ട് കവിയൂർ ദേവൻ തന്റെ ഹനുമാനെ പറഞ്ഞയച്ച് ആ കുല കടിപ്പിച്ച് അശുദ്ധപ്പെടുത്തിയത് കണ്ടില്ലേ! ഇനി ആ കുല ആറന്മുളയ്ക്കു കൊണ്ടുപോകുന്നത് എനിക്കൊന്നു കാണണം. കവിയൂർ ദേവനോട് കളിച്ചാൽ ഇങ്ങനെയായിരിക്കും. ഇനിയെങ്കിലും മനസ്സിലാക്കിക്കൊള്ളണം. ഇവിടുത്തെ സ്വാമി ചില്ലറക്കാരനല്ല; വല്ലാത്ത ആളാണ്" എന്നു പറഞ്ഞു. അതു കേട്ട്, "തനിക്കു നിവേദിക്കാനായി നിശ്ചയിക്കപ്പെട്ടിരുന്ന വാഴയ്ക്കു ശുദ്ധം മാറ്റിയ കുരങ്ങിനെ ആറന്മുളയപ്പൻ ഉടനെ നിഗ്രഹിച്ചതും കണ്ടില്ലേ? ആറന്മുളയപ്പനോടു കളിച്ചാൽ ഇങ്ങനെയിരിക്കും. ആറന്മുള ദേവൻ വല്ലാത്തയാളെന്നു നീയും മനസ്സിലാക്കിക്കൊള്ളണം" എന്നു ഭർത്താവും പറഞ്ഞു.

ആറന്മുളനിന്നു ചിലർ പണ്ടൊരിക്കൽ ശബരിമലയ്ക്കുപോയി. ശബരിമലയ്ക്കു പോകുന്നവർ 'സ്വാമിയേ ശരണമയ്യപ്പാ' എന്നു വിളിച്ചുകൊണ്ടാണല്ലോ പോവുക പതിവ്. 'സ്വാമിയേ ശരണമാറന്മുളയപ്പോ' എന്നു വിളിച്ചുകൊണ്ടാണ് ആറന്മുളക്കാർ പോയത്. അഴുത എന്ന സ്ഥലത്തുവച്ച് അയ്യപ്പന്റെ വെളിച്ചപ്പാടായി ഒരാൾ തുള്ളി, "എന്റെ നാമം വിളിക്കാതെ എന്റെ മല കേറുന്നവരെല്ലാം എന്റെ നായ്ക്കൾക്ക്(*വ്യാഘ്രങ്ങൾക്ക്*) ഇരയാകും" എന്നു കൽപിച്ചു. എന്നിട്ടും ആറന്മുളക്കാർ

അവരുടെ ദേവനെ വിളിച്ചുകൊണ്ടുതന്നെ പോയി. അങ്ങനെ പോയി വലിയ വനത്തിലായപ്പോൾ ഒട്ടുവളരെ വ്യാഘ്രങ്ങൾ വായും പൊളിച്ചു കൊണ്ട് ആറന്മുളക്കാരുടെ നേരെ ചാടിച്ചെന്നു. അപ്പോൾ എവിടെ നിന്നോ തുരുതുരെ അമ്പുകൾ ചെന്നു വ്യാഘ്രങ്ങളുടെ വായിലും ദേഹത്തിലുമെല്ലാം പതിച്ചുതുടങ്ങി. ഉടനെ വ്യാഘ്രങ്ങളെല്ലാമോടി കാടുകയറി. എങ്കിലും അന്നു രാത്രിയിൽ ആറന്മുളക്കാർ കിടന്നുറങ്ങിയ സമയം 'നിങ്ങളാരും മല കേറരുത്. നാളെത്തന്നെ തിരിയെപ്പോരണം' എന്ന് ഒരാൾ അവരുടെ അടുക്കൽച്ചെന്നു പറഞ്ഞതായി അവർക്കെല്ലാവർക്കും സ്വപ്നമുണ്ടായി. ഇപ്രകാരം സ്വപ്നം കാണിച്ചതും ശരം പ്രയോഗിച്ച് വ്യാഘ്രങ്ങളെ ഓടിച്ചതും തിരുവാറന്മുളയപ്പനാണെന്നു വിശേഷിച്ചു പറയണമെന്നില്ലല്ലോ. സ്വപ്നം കണ്ടതിന്റെ പിറ്റേദിവസംതന്നെ ആറന്മുളക്കാർ തിരിയെപ്പോന്നു. അക്കാലംമുതൽ ആറന്മുളക്കാർ ശബരിമലയ്ക്കു പോകാതെയായി. ഇപ്പോഴും ആ ദേശക്കാരാരും ശബരിമലയ്ക്കു പോകാറില്ല.

ആറന്മുളദേവന്റെ ഭണ്ഡാരത്തിൽ തിരുവാഭരണങ്ങളായിട്ടും പണങ്ങളായിട്ടും മറ്റും വളരെ മുതലുകളിരിപ്പുണ്ടെന്നറിഞ്ഞ് അവ തട്ടിക്കൊണ്ടുപോകാനായി പണ്ടൊരിക്കൽ ഒട്ടുവളരെ തുലുക്കന്മാർ ആയുധപാണികളായി അവിടെച്ചെന്നു കേറി. തിരുവാഭരണങ്ങളും മറ്റും പെറുക്കിയെടുത്തു ഭാണ്ഡംകെട്ടിക്കൊണ്ട് അവർ യാത്രയായ സമയം സംഖ്യയില്ലാതെ ശരങ്ങൾ വന്ന്അവരുടെ ദേഹത്തിൽ തറച്ചുതുടങ്ങി. ശരങ്ങളയക്കുന്നത് ആരാണെന്ന് നോക്കീട്ട് അവിടെയെങ്ങും ആരേയും കാൺമാനില്ലായിരുന്നു. നിവൃത്തിയില്ലാതെയായപ്പോൾ തുലുക്കപ്പടകൾ അവിടെ നിന്നെടുത്ത മുതലുകളും അവരുടെ ആയുധങ്ങളും അവിടെത്തന്നെ വലിച്ചെറിഞ്ഞിട്ട് ആറ്റുകടവിലേക്ക് ഓടി. അവർ ആ കടവിനടുത്തുള്ള ഇടവഴിയിൽച്ചെന്നപ്പോൾ അവിടെ രണ്ടുവശത്തുമുണ്ടായിരുന്ന പാറകൾ കൂട്ടിയടുത്ത് അവർക്ക് മുമ്പോട്ടും പിറകോട്ടും പോകാൻ പാടില്ലാത്തവിധത്തിലാക്കുകയും അസംഖ്യം തുലുക്കന്മാരെ അവിടെയിട്ടു ഞെക്കിഞെരുക്കിക്കൊല്ലുകയും ചെയ്തു. അവരിൽ ചിലർ മാത്രം ചത്തില്ല. എങ്കിലും അവരും 'ചാകാതെ ചത്തു' എന്നുള്ള വിധത്തിൽ ഏറ്റവും പരവശന്മാരായിത്തീർന്നു. അങ്ങനെ ശേഷിച്ചവർ 'ഇനി ഒരു കാലത്തും ഞങ്ങളും ഞങ്ങളുടെ ജാതിക്കാരും ആറന്മുള ദേശത്തു കയറി മോഷ്ടിക്കുകയോ മറ്റുപദ്രവങ്ങൾ ചെയ്യുകയോ ചെയ്കയില്ല. പടച്ചവനാണ് സത്യം' എന്ന് സത്യം ചെയ്തിട്ട് അവിടെനിന്ന് പോയിപ്പിഴച്ചു. അതിൽപ്പിന്നെ ഇക്കാലംവരെ ആറന്മുളദേശത്തു തുലുക്കന്മാരുടെ ഉപദ്രവമുണ്ടായിട്ടില്ല. അന്നവർ എറിഞ്ഞുകളഞ്ഞ വാളുകളെല്ലാം പെറുക്കിയെടുത്തു ക്ഷേത്രമാളികയുടെ മുകളിൽ സൂക്ഷിച്ചിട്ടുണ്ടായിരുന്നു. അവയിൽ ഏതാനുമൊക്കെ തുരുമ്പുപിടിച്ചു കേടുവന്നു പോവുകയും ഒട്ടുവളരെയെണ്ണം ലേലം ചെയ്തു വിൽക്കുകയും

ചെയ്തുവെങ്കിലും ശേഷമുള്ള വാളുകൾ ഇപ്പോഴുമവിടെ ബലിക്കൽപ്പുരയുടെ മുകളിൽ സൂക്ഷിച്ചുവച്ചിട്ടുണ്ട്. ഇത്ര വളരെ വാളുകൾ ഉണ്ടായിരുന്നതുകൊണ്ടുതന്നെ അന്നു കൊള്ളയ്ക്കു വന്നിരുന്ന തുലുക്കന്മാരുടെ സംഖ്യ ഒട്ടും ചില്ലറയല്ലായിരുന്നു എന്നു തീർച്ചയാക്കാം.

ആറന്മുളക്ഷേത്രത്തിൽ എല്ലാക്കാലത്തും ഭജനക്കാർ ധാരാളമുണ്ടായിരിക്കും. അവിടെ ദർശനത്തിനായി വരുന്നവരെല്ലാം യഥാശക്തി ഭജനക്കാർക്കു വല്ലതും കൊടുക്കുക പതിവാണ്. ഭജനക്കാർക്കു വല്ലതും കൊടുക്കുന്നതു സ്വാമിക്കു സന്തോഷവും ഒന്നും കൊടുക്കാതെയിരിക്കുന്നതു വലിയ വിരോധവുമാണ്. ഭജനക്കാർക്ക് ഒന്നും കൊടുക്കാത്തവർക്കു ദേവകോപവും തന്നിമിത്തം പലവിധത്തിലുള്ള അനർത്ഥങ്ങളുമുണ്ടാകുമെന്നതു നിശ്ചയമാണ്. ചിലർ ഭജനക്കാർക്കു ചതുർവിധ വിഭവങ്ങളോടുകൂടി ഭക്ഷണവും പണവും കൊടുത്ത് അവരെക്കൊണ്ടു ശയനപ്രദക്ഷിണം നടത്തിക്ക പതിവാകുന്നു. അതും അവിടെ ദേവപ്രീതികരമായ വഴിപാടാണ്.

ഉത്സവകാലങ്ങളിൽ ശീവേലിസമയത്തും കുട, കൊടി, തഴ മുതലായവ എടുത്തുകൊണ്ടുനടക്കുന്നവർക്ക് പലഹാരങ്ങൾ, അവിൽപ്പൊതി മുതലായവ കൊടുക്കുന്നതും അവിടെ വഴിപാടുതന്നെ. അവിടെ ക്ഷേത്രത്തിന്റെ പ്രധാന നടയിൽ വെളിയിനിന്നു മതിൽക്കകത്തു കയറാൻ പതിനെട്ടു കൽപടികൾ ഉണ്ട്. അതിനു 'പതിനെട്ടാംപടി' എന്നാണ് പേരു പറഞ്ഞുവരുന്നത്. ഉത്സവകാലത്തു ചിലർ ദേവപ്രീതിക്കായി പഴക്കുലകൾ കൊണ്ടുവന്നു പതിനെട്ടാംപടിയുടെ മുകളിൽ നിന്നുകൊണ്ട് കുലുക്കും. അപ്പോൾ പഴം എടുക്കുന്നതിനായി പതിനെട്ടാംപടിയുടെ താഴത്തു കുട്ടികളായും അഗതികളായും അസംഖ്യം ജനങ്ങൾ കൂടും. അങ്ങനെ പലർക്കും തിന്നുന്നതിനായി പഴക്കുലകൾ കുലുക്കുന്നതും അവിടെ ഒരു വഴിപാടാണ്. ഇങ്ങനെ ആറന്മുള ദേവന്റെ മാഹാത്മ്യങ്ങൾ, അവിടെയുള്ള വിശേഷങ്ങൾ മുതലായവ പറയുകയാണെങ്കിൽ ഇനിയും വളരെയുണ്ട്. ഈ വക സംഗതികൾ വിശ്വസിക്കുന്നവർ ഇപ്പോൾ വളരെ കുറഞ്ഞുപോയിരിക്കുന്നതുകൊണ്ടും വിശ്വസിക്കുന്നവർക്ക് ആറന്മുള ഭഗവാന്റെ മാഹാത്മ്യം ഒട്ടും ചില്ലറയല്ലെന്നു മനസ്സിലാക്കുന്നതിന് ഇത്രയും പറഞ്ഞതുകൊണ്ടു മതിയാകുന്നതിനാലും ഇനി അധികം വിസ്തരിക്കുന്നില്ല. ■